KB082305

유머로 배우는 한국어

ภาษาไทย(태국어)
หนังสือแปล(번역판)

• 유머 (คำนาม) : อารมณ์ขัน
คำพูดหรือท่าทางที่ทำให้ผู้อื่นหัวเราะ

• 로 : โดย..., ด้วย...
คำชี้ที่แสดงวิธีการหรือวิธีทางของงานใด ๆ

• 배우다 (คำกริยา) : เรียน, เล่าเรียน, เรียนรู้, ศึกษา
ได้รับความรู้ใหม่

• -는 : ...ที่...
วิภัตติปัจจัยที่แสดงการที่ทำให้คำพูดข้างหน้าทำหน้าที่เป็นคุณศัพท์ขยายนามและเหตุการณ์หรืออากัปกิริยาเกิดขึ้นในปัจจุบัน

• 한국어 (คำนาม) : ภาษาเกาหลี
ภาษาที่ใช้ในประเทศเกาหลี

※ 이 책의 폰트는 '함초롬 바탕체'를 사용하였습니다.

< 저자(ผู้แต่ง) >

㈜한글2119연구소

• 연구개발전담부서

• ISO 9001 : 품질경영시스템 인증

• ISO 14001 : 환경경영시스템 인증

• 이메일(อีเมล) : gjh0675@naver.com

< 동영상(ภาพเคลื่อนไหว) 자료(ข้อมูล) >

HANPUK_ภาษาไทย(การแปล)
https://www.youtube.com/@HANPUK_Thai

제 2024153361 호

연구개발전담부서 인정서

1. 전담부서명: 연구개발전담부서

[소속기업명: (주)한글2119연구소]

2. 소 재 지: 인천광역시 부평구 마장로264번길 33
상가동 제지하층 제2호 (산곡동, 뉴서울아파트)

3. 신고 연월일: 2024년 05월 02일

과학기술정보통신부

「기초연구진흥 및 기술개발지원에 관한 법률」 제14조의 2제1항 및 같은 법 시행령 제27조제1항에 따라 위와 같이 기업의 연구개발전담부서로 인정합니다.

2024년 5월 13일

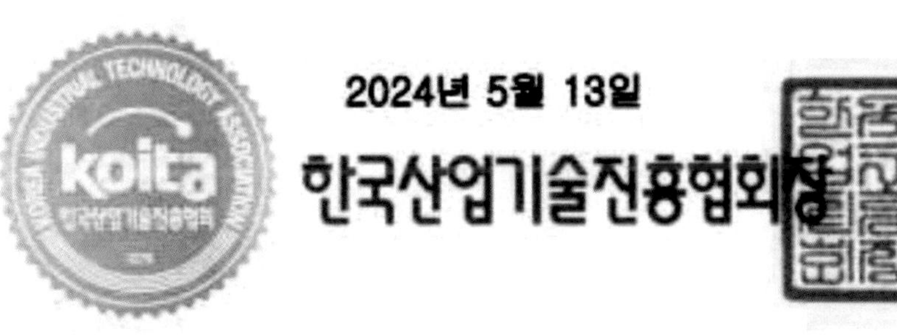

한국산업기술진흥협회장

< 목차(สารบัญ) >

● 부록(ภาคผนวก)

< 1 단원(บท) >

제목 : 깜짝 놀라서 티브이(TV) 전원을 꺼 버렸지.

● 본문 (เนื้อหาเดิม)

할머니께서 드라마를 보시다가 갑자기 티브이(TV) 전원을 꺼 버렸습니다.

그리고 며칠 후 초등학교 동창회에 참석하셨습니다.

거기서 할머니는 가장 친한 친구에게 티브이(TV)를 갑자기 끈 이유를 말했습니다.

할머니 : 갑자기 배우 한 명이 기침을 하잖아.

깜짝 놀라서 티브이(TV) 전원을 꺼 버렸지.

할머니 친구 : 바보야, 티브이(TV)를 왜 꺼.

얼른 마스크를 쓰면 되지.

할머니 : 맞네.

그런 기막힌 방법이 있었네.

● 발음 (การออกเสียง)

할머니께서 드라마를 보시다가 갑자기 티브이(TV) 전원을 꺼 버렸습니다.
할머니께서 드라마를 보시다가 갑짜기 티브이(TV) 저눤늘 꺼 버련씀니다.
halmeonikkeseo deuramareul bosidaga gapjagi tibeui(TV) jeonwoneul kkeo beoryeotseumnida.

그리고 며칠 후 초등학교 동창회에 참석하셨습니다.
그리고 며칠 후 초등학꾜 동창회에 참서카셔씀니다.
geurigo myeochil hu chodeunghaggyo dongchanghoee chamseokasyeotseumnida.

거기서 할머니는 가장 친한 친구에게 티브이(TV)를 갑자기 끈 이유를 말했습니다.
거시서 할머니는 가장 친한 친구에게 티브이(TV)를 갑자기 끈 이유를 말핻씀니다.
geogiseo halmeonineun gajang chinhan chinguege tibeui(TV)reul gapjagi kkeun iyureul malhaetseumnida.

할머니 : 갑자기 배우 한 명이 기침을 하잖아.
할머니 : 갑짜기 배우 한 명이 기치믈 하자나.
halmeoni : gapjagi baeu han myeongi gichimeul hajana.

깜짝 놀라서 티브이(TV) 전원을 꺼 버렸지.
깜짝 놀라서 티브이(TV) 저눤늘 꺼 버렫찌.
kkamjjak nollaseo tibeui(TV) jeonwoneul kkeo beoryeotji.

할머니 친구 : 바보야, 티브이(TV)를 왜 꺼.
할머니 친구 : 바보야, 티브이(TV)를 왜 꺼.
halmeoni chingu : baboya, tibeui(TV)reul wae kkeo.

얼른 마스크를 쓰면 되지.
얼른 마스크를 쓰면 되지.
eolleun maseukeureul sseumyeon doeji.

할머니 : 맞네.
할머니 : 만네.
halmeoni : manne.

그런 기막힌 방법이 있었네.
그런 기마킨 방버비 이썬네.
geureon gimakin bangbeobi isseonne.

● 어휘 (ศัพท์) / 문법 (ไวยากรณ์)

할머니+께서 드라마+를 보+시+다가 갑자기 티브이(TV) 전원+을 끄(ㄲ)+어 버리+었+습니다.

그리고 며칠 후 초등학교 동창회+에 참석하+시+었+습니다.

거기+서 할머니+는 가장 친하+ㄴ 친구+에게 티브이(TV)+를 갑자기 끄+ㄴ 이유+를 말하+였+습니다.

할머니 : 갑자기 배우 한 명+이 기침+을 하+잖아.

깜짝 놀라+아서 티브이(TV) 전원+을 끄(ㄲ)+어 버리+었+지.

할머니 친구 : 바보+야, 티브이(TV)+를 왜 끄(ㄲ)+어.

얼른 마스크+를 쓰+면 되+지.

할머니 : 맞+네.

그런 기막히+ㄴ 방법+이 있+었+네.

할머니+께서 드라마+를 보+시+다가 갑자기 티브이(TV) 전원+을 끄(ㄲ)+[어 버리]+었+습니다.
꺼 버렸습니다

• **할머니** (คำนาม) : 아버지의 어머니, 또는 어머니의 어머니를 이르거나 부르는 말.
ฮัลมอนี : ย่า; ยาย
คำที่กล่าวถึงหรือเรียกแม่ของพ่อหรือแม่ของแม่

• 께서 : (높임말로) 가. 이. 어떤 동작의 주체가 높여야 할 대상임을 나타내는 조사.
คำชี้ประธาน
(คำยกย่อง) คำกำกับคำนามที่ใช้ชี้ว่าประธานของการกระทำใดๆเป็นเป้าหมายที่ต้องยกย่อง

• **드라마** (คำนาม) : 극장에서 공연되거나 텔레비전 등에서 방송되는 극.
ละคร
ละครที่แสดงในโรงละคร หรือละครที่ออกอากาศทางโทรทัศน์

• 를 : 동작이 직접적으로 영향을 미치는 대상을 나타내는 조사.
ไม่พบคำแปล
คำชี้ที่แสดงเป้าหมายที่การกระทำส่งผลกระทบโดยตรง

• **보다** (คำกริยา) : 눈으로 대상을 즐기거나 감상하다.
ดู, ชม
เพลิดเพลินหรือชมวัตถุด้วยตา

• -시- : 어떤 동작이나 상태의 주체를 높이는 뜻을 나타내는 어미.
วิภัตติปัจจัยที่แสดงการยกย่องประธานในประโยค
วิภัตติปัจจัยที่ใช้แสดงความหมายซึ่งยกย่องประธานของอากัปกิริยาหรือสภาพใด ๆ

• -다가 : 어떤 행동이나 상태 등이 중단되고 다른 행동이나 상태로 바뀜을 나타내는 연결 어미.
แล้ว..., แล้วก็..., ...ก็...
วิภัตติปัจจัยเชื่อมระหว่างประโยคที่แสดงการกระทำหรือสภาพใด ๆ เป็นต้น ถูกหยุดชะงักและเปลี่ยนเป็นการกระทำหรือสภาพอื่น

• **갑자기** (คำวิเศษณ์) : 미처 생각할 틈도 없이 빨리.
อย่างไม่ทันรู้ตัว, อย่างกะทันหัน, โดยฉับพลัน, ทันทีทันใด
เร็วอย่างที่ไม่มีแม้แต่เวลาที่จะคิด

• **티브이(TV)** (คำนาม) : 방송국에서 전파로 보내오는 영상과 소리를 받아서 보여 주는 기계.
โทรทัศน์, ทีวี
เครื่องที่รับและแสดงภาพสะท้อนและเสียงซึ่งส่งมาเป็นคลื่นวิทยุจากสถานีวิทยุและโทรทัศน์

• **전원** (คำนาม) : 전기 콘센트 등과 같이 기계 등에 전류가 오는 원천.
แหล่งจ่ายไฟ
แหล่งที่กระแสไฟฟ้ามาถึงเครื่อง เช่น เต้ารับ

• 을 : 동작이 직접적으로 영향을 미치는 대상을 나타내는 조사.
ไม่พบคำแปล
คำชี้ที่แสดงเป้าหมายที่การกระทำส่งผลกระทบโดยตรง

• **끄다** (คำกริยา) : 전기나 기계를 움직이는 힘이 통하는 길을 끊어 전기 제품 등을 작동하지 않게 하다.
ปิด, ดับ
ตัดทางผ่านของพลังงานที่เคลื่อนไหวเครื่องจักรหรือกระแสไฟฟ้าแล้วทำให้ผลิตภัณฑ์เครื่องใช้ไฟฟ้า เป็นต้น ไม่ทำงาน

• -어 버리다 : 앞의 말이 나타내는 행동이 완전히 끝났음을 나타내는 표현.
...แล้ว, ...เสียแล้ว, ...ซะแล้ว
สำนวนที่แสดงว่าการกระทำที่ปรากฏในคำพูดข้างหน้าเสร็จสิ้นอย่างสมบูรณ์

• -었- : 어떤 사건이 과거에 완료되었거나 그 사건의 결과가 현재까지 지속되는 상황을 나타내는 어미.
...แล้ว
วิภัตติปัจจัยที่แสดงว่าเหตุการณ์ใดๆเสร็จสมบูรณ์ไปแล้วในอดีตหรือแสดงสถานการณ์ที่ผลลัพธ์ของเหตุการณ์ดังกล่าวต่อเนื่องจนถึงปัจจุบัน

• -습니다 : (아주높임으로) 현재의 동작이나 상태, 사실을 정중하게 설명함을 나타내는 종결 어미.
วิภัตติปัจจัยลงท้ายประโยคบอกเล่าที่ใช้ในระดับภาษาที่สุภาพมาก
(ใช้ในการยกย่องอย่างมากและเป็นทางการ) วิภัตติปัจจัยลงท้ายประโยคที่แสดงการอธิบายถึงอากัปกิริยา สภาพ หรือข้อเท็จจริงใดๆ ในปัจจุบันอย่างสุภาพนอบน้อม

그리고 며칠 후 초등학교 동창회+에 <u>참석하+시+었+습니다</u>. **참석하셨습니다**

• **그리고** (คำวิเศษณ์) : 앞의 내용에 이어 뒤의 내용을 단순히 나열할 때 쓰는 말.
และ, กับ, แล้วก็
คำที่ใช้เมื่อเรียงเนื้อหาของประโยคหลังเข้ากับประโยคหน้าอย่างง่าย ๆ

• **며칠** (คำนาม) : 몇 날.
กี่วัน
กี่วัน

• **후** (คำนาม) : 얼마만큼 시간이 지나간 다음.
หลังจาก, หลังจากนั้น
หลังจากที่เวลาผ่านไปได้ระยะหนึ่ง

• **초등학교** (คำนาม) : 학교 교육의 첫 번째 단계로 만 여섯 살에 입학하여 육 년 동안 기본 교육을 받는 학교.
โรงเรียนประถมศึกษา
โรงเรียนลำดับแรกที่ให้การศึกษาขั้นพื้นฐานในโรงเรียนระยะเวลาหกปี เข้าเรียนได้ตั้งแต่อายุ 6 ปีบริบูรณ์

• **동창회** (คำนาม) : 같은 학교를 졸업한 사람들의 모임.
งานสังสรรค์ศิษย์เก่า, สมาคมศิษย์เก่า
การรวมตัวของคนที่เรียนจบจากโรงเรียนเดียวกัน

• 에 : 앞말이 어떤 장소나 자리임을 나타내는 조사.
ที่...
คำชี้ที่แสดงว่าคำพูดข้างหน้าเป็นตำแหน่งหรือสถานที่ใด ๆ

• **참석하다** (คำกริยา) : 회의나 모임 등의 자리에 가서 함께하다.
เข้าร่วม, ร่วม
ไปในที่ประชุมหรือการพบปะกัน เป็นต้น และกระทำร่วมกัน

• -시- : 어떤 동작이나 상태의 주체를 높이는 뜻을 나타내는 어미.
วิภัตติปัจจัยที่แสดงการยกย่องประธานในประโยค
วิภัตติปัจจัยที่ใช้แสดงความหมายซึ่งยกย่องประธานของอาการกริยาหรือสภาพใด ๆ

• -었- : 어떤 사건이 과거에 완료되었거나 그 사건의 결과가 현재까지 지속되는 상황을 나타내는 어미.
...แล้ว
วิภัตติปัจจัยที่แสดงว่าเหตุการณ์ใดๆเสร็จสมบูรณ์ไปแล้วในอดีตหรือแสดงสถานการณ์ที่ผลลัพธ์ของเหตุการณ์ดังกล่าวต่อเนื่องจนถึงปัจจุบัน

• -습니다 : (아주높임으로) 현재의 동작이나 상태, 사실을 정중하게 설명함을 나타내는 종결 어미.
วิภัตติปัจจัยลงท้ายประโยคบอกเล่าที่ใช้ในระดับภาษาที่สุภาพมาก
(ใช้ในการยกย่องอย่างมากและเป็นทางการ) วิภัตติปัจจัยลงท้ายประโยคที่แสดงการอธิบายถึงอาการกริยา สภาพ หรือข้อเท็จจริงใด ๆ ในปัจจุบันอย่างสุภาพนอบน้อม

거기+서 할머니+는 가장 친하+ㄴ 친구+에게 티브이(TV)+를 갑자기 끄+ㄴ 이유+를 말하+였+습니다.
친한 **끈** **말했습니다**

• **거기** (คำสรรพนาม) : 앞에서 이미 이야기한 곳을 가리키는 말.
ที่นั่น
คำที่ใช้เรียกสถานที่ที่ได้พูดไปก่อนหน้านี้แล้ว

• 서 : 앞말이 행동이 이루어지고 있는 장소임을 나타내는 조사.
ที่...
คำชี้ที่แสดงว่าคำพูดข้างหน้าเป็นสถานที่ที่การกระทำดำเนินอยู่

• **할머니** (คำนาม) : 아버지의 어머니, 또는 어머니의 어머니를 이르거나 부르는 말.
ฮัลมอนี : ย่า; ยาย
คำที่กล่าวถึงหรือเรียกแม่ของพ่อหรือแม่ของแม่

• 는 : 문장 속에서 어떤 대상이 화제임을 나타내는 조사.
...นั้น
คำชี้ที่แสดงว่าเป้าหมายใดๆเป็นหัวเรื่องในประโยค

• **가장** (คำวิเศษณ์) : 여럿 가운데에서 제일로.
ที่สุด, อย่างที่สุด
ที่สุด ในบรรดาหลาย ๆ สิ่ง

• **친하다** (คำคุณศัพท์) : 가까이 사귀어 서로 잘 알고 정이 두텁다.
สนิท, สนิทสนม, ใกล้ชิด, คุ้นเคย, รู้จักดี
คบหากันอย่างใกล้ชิดจนรู้จักกันเป็นอย่างดีและมีความผูกพันที่แนบชิดกัน

• -ㄴ : 앞의 말이 관형어의 기능을 하게 만들고 현재의 상태를 나타내는 어미.
...ที่
วิภัตติปัจจัยที่ทำให้คำพูดข้างหน้าทำหน้าที่เป็นคุณศัพท์ขยายนามและแสดงถึงสภาพที่เป็นอยู่ในปัจจุบัน

• **친구** (คำนาม) : 사이가 가까워 서로 친하게 지내는 사람.
เพื่อน, มิตร, มิตรสหาย
คนที่ใช้ชีวิตอย่างสนิทสนมกันเพราะความสัมพันธ์ใกล้ชิดกัน

• 에게 : 어떤 행동이 미치는 대상임을 나타내는 조사.
แก่, ให้แก่, ให้, ถึง
คำชี้ที่แสดงว่าเป็นเป้าหมายที่การกระทำใด ๆ มีผลต่อ

• **티브이(TV)** (คำนาม) : 방송국에서 전파로 보내오는 영상과 소리를 받아서 보여 주는 기계.
โทรทัศน์, ทีวี
เครื่องที่รับและแสดงภาพสะท้อนและเสียงซึ่งส่งมาเป็นคลื่นวิทยุจากสถานีวิทยุและโทรทัศน์

• 를 : 동작이 직접적으로 영향을 미치는 대상을 나타내는 조사.
ไม่พบคำแปล
คำชี้ที่แสดงเป้าหมายที่การกระทำส่งผลกระทบโดยตรง

• **갑자기** (คำวิเศษณ์) : 미처 생각할 틈도 없이 빨리.
อย่างไม่ทันรู้ตัว, อย่างกะทันหัน, โดยฉับพลัน, ทันทีทันใด
เร็วอย่างที่ไม่มีแม้แต่เวลาที่จะคิด

• **끄다** (คำกริยา) : 전기나 기계를 움직이는 힘이 통하는 길을 끊어 전기 제품 등을 작동하지 않게 하다.
ปิด, ดับ
ตัดทางผ่านของพลังงานที่เคลื่อนไหวเครื่องจักรหรือกระแสไฟฟ้าแล้วทำให้ผลิตภัณฑ์เครื่องใช้ไฟฟ้า เป็นต้น ไม่ทำงาน

• -ㄴ : 앞의 말이 관형어의 기능을 하게 만들고 사건이나 동작이 과거에 일어났음을 나타내는 어미.
ที่..., ...มา
วิภัตติปัจจัยที่แสดงการที่ทำให้คำพูดข้างหน้าทำหน้าที่เป็นคุณศัพท์ขยายนามและเหตุการณ์หรืออากัปกิริยาเกิดได้ขึ้นในอดีตแล้ว

• **이유** (คำนาม) : 어떠한 결과가 생기게 된 까닭이나 근거.
สาเหตุ, มูลเหตุ, เหตุ, เหตุผล
สาเหตุหรือมูลเหตุที่ทำให้เกิดผลลัพธ์ใด ๆ

• 를 : 동작이 직접적으로 영향을 미치는 대상을 나타내는 조사.
ไม่พบคำแปล
คำชี้ที่แสดงเป้าหมายที่การกระทำส่งผลกระทบโดยตรง

• **말하다** (คำกริยา) : 어떤 사실이나 자신의 생각 또는 느낌을 말로 나타내다.
พูด, บอก, กล่าว, เล่า
แสดงข้อเท็จจริงใด ๆ หรือความคิดหรือความรู้สึกของตัวเองเป็นคำพูด

• -였- : 어떤 사건이 과거에 완료되었거나 그 사건의 결과가 현재까지 지속되는 상황을 나타내는 어미.
...แล้ว
วิภัตติปัจจัยที่แสดงว่าเหตุการณ์ใดๆเสร็จสมบูรณ์ไปแล้วในอดีตหรือแสดงสถานการณ์ที่ผลลัพธ์ของเหตุการณ์ดังกล่าวต่อเนื่องจนถึงปัจจุบัน

• -습니다 : (아주높임으로) 현재의 동작이나 상태, 사실을 정중하게 설명함을 나타내는 종결 어미.
วิภัตติปัจจัยลงท้ายประโยคบอกเล่าที่ใช้ในระดับภาษาที่สุภาพมาก
(ใช้ในการยกย่องอย่างมากและเป็นทางการ) วิภัตติปัจจัยลงท้ายประโยคที่แสดงการอธิบายถึงอากัปกิริยา สภาพ หรือข้อเท็จจริงใด ๆ ในปัจจุบันอย่างสุภาพนอบน้อม

할머니 : 갑자기 배우 한 명+이 기침+을 하+잖아.

• **갑자기** (คำวิเศษณ์) : 미처 생각할 틈도 없이 빨리.
อย่างไม่ทันรู้ตัว, อย่างกะทันหัน, โดยฉับพลัน, ทันทีทันใด
เร็วอย่างที่ไม่มีแม้แต่เวลาที่จะคิด

• **배우** (คำนาม) : 영화나 연극, 드라마 등에 나오는 인물의 역할을 맡아서 연기하는 사람.
นักแสดง
คนที่แสดงและรับบทบาทบุคคลในภาพยนตร์ ละครเวทีหรือละคร เป็นต้น

• **한** (คุณศัพท์) : 하나의.
หนึ่ง
อันหนึ่ง

• **명** (คำนาม) : 사람의 수를 세는 단위.
คน(ลักษณนาม)
หน่วยนับจำนวนของคน

• 이 : 어떤 상태나 상황의 대상이나 동작의 주체를 나타내는 조사.
ตัวชี้ประธาน
คำชี้ที่ใช้แสดงสิ่งที่อยู่ในสถานการณ์หรือสภาพใด ๆ หรือผู้ที่เป็นประธานของอากัปกริยา

• **기침** (คำนาม) : 폐에서 목구멍을 통해 공기가 거친 소리를 내며 갑자기 터져 나오는 일.
การไอ, การจาม
การส่งเสียงที่อากาศออกมาจากปอดผ่านลำคอแล้วระเบิดออกมาอย่างกะทันหัน

• 을 : 동작이 직접적으로 영향을 미치는 대상을 나타내는 조사.
ไม่พบคำแปล
คำชี้ที่แสดงเป้าหมายที่การกระทำส่งผลกระทบโดยตรง

• **하다** (คำกริยา) : 어떤 행동이나 동작, 활동 등을 행하다.
ทำ
ทำกิจกรรม การเคลื่อนไหว หรือพฤติกรรมใด ๆ เป็นต้น

• -잖아 : (두루낮춤으로) 어떤 상황에 대해 말하는 사람이 상대방에게 확인하거나 정정해 주듯이 말함을 나타내는 표현.
...ต่างหาก, ...แล้ว, ก็...แล้วไง
(ใช้ในการลดระดับอย่างไม่เป็นทางการ) สำนวนที่ใช้แสดงการที่ผู้พูดพูดกับอีกฝ่ายเกี่ยวกับสถานการณ์ใดๆเชิงยืนยันให้แน่ใจหรือแก้ไขให้

할머니 : 깜짝 놀라+(아)서 티브이(TV) 전원+을 끄(ㄲ)+[어 버리]+었+지. 놀라서 꺼 버렸지

• **깜짝** (คำวิเศษณ์) : 갑자기 놀라는 모양.
อย่างตกใจ, อย่างสะดุ้ง
ลักษณะตกใจอย่างกะทันหัน

• **놀라다** (คำกริยา) : 뜻밖의 일을 당하거나 무서워서 순간적으로 긴장하거나 가슴이 뛰다.
ตกใจ, ตกตื่น, สะดุ้งตกใจ, ผวา
หัวใจเต้นหรือตึงเครียดชั่วครู่เพราะประสบกับสิ่งที่ไม่คาดคิดหรือหวาดกลัว

• -아서 : 이유나 근거를 나타내는 연결 어미.
เพราะ...จึง...
วิภัตติปัจจัยเชื่อมระหว่างประโยคที่แสดงเหตุผลหรือสาเหตุ

• **티브이(TV)** (คำนาม) : 방송국에서 전파로 보내오는 영상과 소리를 받아서 보여 주는 기계.
โทรทัศน์, ทีวี
เครื่องที่รับและแสดงภาพสะท้อนและเสียงซึ่งส่งมาเป็นคลื่นวิทยุจากสถานีวิทยุและโทรทัศน์

• **전원** (คำนาม) : 전기 콘센트 등과 같이 기계 등에 전류가 오는 원천.
แหล่งจ่ายไฟ
แหล่งที่กระแสไฟฟ้ามาถึงเครื่อง เช่น เต้ารับ

• 을 : 동작이 직접적으로 영향을 미치는 대상을 나타내는 조사.
ไม่พบคำแปล
คำชี้ที่แสดงเป้าหมายที่การกระทำส่งผลกระทบโดยตรง

• **끄다** (คำกริยา) : 전기나 기계를 움직이는 힘이 통하는 길을 끊어 전기 제품 등을 작동하지 않게 하다.
ปิด, ดับ
ตัดทางผ่านของพลังงานที่เคลื่อนไหวเครื่องจักรหรือกระแสไฟฟ้าแล้วทำให้ผลิตภัณฑ์เครื่องใช้ไฟฟ้า เป็นต้น ไม่ทำงาน

• -어 버리다 : 앞의 말이 나타내는 행동이 완전히 끝났음을 나타내는 표현.
...แล้ว, ...เสียแล้ว, ...ซะแล้ว
สำนวนที่แสดงว่าการกระทำที่ปรากฏในคำพูดข้างหน้าเสร็จสิ้นอย่างสมบูรณ์

• -었- : 어떤 사건이 과거에 완료되었거나 그 사건의 결과가 현재까지 지속되는 상황을 나타내는 어미.
...แล้ว
วิภัตติปัจจัยที่แสดงว่าเหตุการณ์ใดๆเสร็จสมบูรณ์ไปแล้วในอดีตหรือแสดงสถานการณ์ที่ผลลัพธ์ของเหตุการณ์ดังกล่าวต่อเนื่องจนถึงปัจจุบัน

• -지 : (두루낮춤으로) 말하는 사람이 자신에 대한 이야기나 자신의 생각을 친근하게 말할 때 쓰는 종결 어미.
...นะ
(ใช้ในการลดระดับอย่างไม่เป็นทางการ) วิภัตติปัจจัยลงท้ายประโยคที่ใช้เมื่อผู้พูดพูดความคิดของตนเองหรือเรื่องราวเกี่ยวกับตนเองอย่างสนิทสนม

할머니 친구 : 바보+야, 티브이(TV)+를 왜 끄(ㄲ)+어.
꺼

• **바보** (คำนาม) : (욕하는 말로) 어리석고 멍청하거나 못난 사람.
(ไอ้)คนโง่, (ไอ้)คนงั่ง, (ไอ้)คนทึ่ม, (ไอ้)คนปัญญาอ่อน
(คำด่า) คนที่โง่ เซ่อและทึ่ม

• 야 : 친구나 아랫사람, 동물 등을 부를 때 쓰는 조사.
คำชี้ใช้เรียก(เพื่อน, ผู้น้อย, สัตว์), เอ้ย
คำชี้ที่ใช้เมื่อเรียกเพื่อนหรือผู้น้อย สัตว์ เป็นต้น

• **티브이(TV)** (คำนาม) : 방송국에서 전파로 보내오는 영상과 소리를 받아서 보여 주는 기계.
โทรทัศน์, ทีวี
เครื่องที่รับและแสดงภาพสะท้อนและเสียงซึ่งส่งมาเป็นคลื่นวิทยุจากสถานีวิทยุและโทรทัศน์

• 를 : 동작이 직접적으로 영향을 미치는 대상을 나타내는 조사.
ไม่พบคำแปล
คำชี้ที่แสดงเป้าหมายที่การกระทำส่งผลกระทบโดยตรง

• **왜** (คำวิเศษณ์) : 무슨 이유로. 또는 어째서.
ทำไม, ด้วยเหตุใด, เพราะอะไร
ด้วยเหตุผลอันใด หรือเพราะอะไร

• **끄다** (คำกริยา) : 전기나 기계를 움직이는 힘이 통하는 길을 끊어 전기 제품 등을 작동하지 않게 하다.
ปิด, ดับ
ตัดทางผ่านของพลังงานที่เคลื่อนไหวเครื่องจักรหรือกระแสไฟฟ้าแล้วทำให้ผลิตภัณฑ์เครื่องใช้ไฟฟ้า เป็นต้น ไม่ทำงาน

• -어 : (두루낮춤으로) 어떤 사실을 서술하거나 물음, 명령, 권유를 나타내는 종결 어미.
วิภัตติปัจจัยลงท้ายประโยคที่ใช้ในการลดระดับภาษาโดยทั่วไป
(ใช้ในการลดระดับอย่างไม่เป็นทางการ) วิภัตติปัจจัยลงท้ายประโยคที่แสดงการบอกเล่าข้อเท็จจริงใด ๆ หรือการถาม การสั่ง หรือการชักชวน

할머니 친구 : 얼른 마스크+를 쓰+[면 되]+지.

• **얼른** (คำวิเศษณ์) : 시간을 오래 끌지 않고 바로.
โดยเร็ว, โดยด่วน, โดยรีบร้อน
ทันทีทันใดโดยที่ไม่ดึงเวลาให้นาน

• **마스크** (คำนาม) : 병균이나 먼지, 찬 공기 등을 막기 위하여 입과 코를 가리는 물건.
มาสค์, หน้ากาก
สิ่งที่ไว้ใช้ปิดจมูกและปากเพื่อป้องกันเชื้อโรค ฝุ่นหรืออากาศเย็น เป็นต้น

• 를 : 동작이 직접적으로 영향을 미치는 대상을 나타내는 조사.
ไม่พบคำแปล
คำชี้ที่แสดงเป้าหมายที่การกระทำส่งผลกระทบโดยตรง

• **쓰다** (คำกริยา) : 얼굴에 어떤 물건을 걸거나 덮어쓰다.
สวม(หน้ากาก)
คลุมหรือติดสิ่งใด ๆ ไว้ที่ใบหน้า

• -면 되다 : 조건이 되는 어떤 행동을 하거나 어떤 상태만 갖추어지면 문제가 없거나 충분함을 나타내는 표현.
ถ้า...ก็เพียงพอแล้วครับ(ค่ะ), ถ้า...ก็ได้แล้วครับ(ค่ะ), เพียงแค่...เท่านั้นครับ(ค่ะ)
สำนวนที่ใช้แสดงว่าหากเพียงทำการกระทำใดๆที่เป็นเงื่อนไขหรือมีสภาพใดๆพร้อมก็จะปราศจากปัญหาหรือมีความเพียงพอ

• -지 : (두루낮춤으로) 말하는 사람이 자신에 대한 이야기나 자신의 생각을 친근하게 말할 때 쓰는 종결 어미.
...นะ
(ใช้ในการลดระดับอย่างไม่เป็นทางการ) วิภัตติปัจจัยลงท้ายประโยคที่ใช้เมื่อผู้พูดพูดความคิดของตนเองหรือเรื่องราวเกี่ยวกับตนเองอย่างสนิทสนม

할머니 : 맞+네. 그런 기막히+ㄴ 방법+이 있+었+네. 기막힌

• **맞다** (คำกริยา) : 그렇거나 옳다.
ถูก, ถูกต้อง
เป็นเช่นนั้นหรือถูกต้อง

• -네 : (아주낮춤으로) 지금 깨달은 일에 대하여 말함을 나타내는 종결 어미.
...จัง, ...นะ, ...เนอะ
(ใช้ในการลดระดับอย่างมากและเป็นทางการ) วิภัตติปัจจัยลงท้ายประโยคที่แสดงการพูดบอกเกี่ยวกับเหตุการณ์ที่ได้เข้าใจอย่างลึกซึ้งในตอนนี้

• **그런** (คุณศัพท์) : 상태, 모양, 성질 등이 그러한.
แบบนั้น, เช่นนั้น, อย่างนั้น, ประเภทนั้น
ที่เป็นเช่นนั้น เช่น สภาพ รูปร่างลักษณะ อุปนิสัย เป็นต้น

• **기막히다** (คำคุณศัพท์) : 정도나 상태가 어떻다고 말할 수 없을 만큼 좋다.
เลิศ, ดีเลิศ, เยี่ยม, ยอดเยี่ยม
ดีมากจนไม่สามารถพูดได้ว่าระดับหรือสภาพเป็นอย่างไร

• -ㄴ : 앞의 말이 관형어의 기능을 하게 만들고 현재의 상태를 나타내는 어미.
...ที่
วิภัตติปัจจัยที่ทำให้คำพูดข้างหน้าทำหน้าที่เป็นคุณศัพท์ขยายนามและแสดงถึงสภาพที่เป็นอยู่ในปัจจุบัน

• **방법** (คำนาม) : 어떤 일을 해 나가기 위한 수단이나 방식.
วิธี, วิธีการ, รูปแบบ, กระบวนการ, ขั้นตอน
เครื่องมือหรือวิธีการเพื่อการทำงานใดๆต่อไป

• 이 : 어떤 상태나 상황의 대상이나 동작의 주체를 나타내는 조사.
ตัวชี้ประธาน
คำชี้ที่ใช้แสดงสิ่งที่อยู่ในสถานการณ์หรือสภาพใด ๆ หรือผู้ที่เป็นประธานของอากัปกริยา

• **있다** (คำคุณศัพท์) : 사실이나 현상이 존재하다.
มี
ความจริงหรือปรากฏการณ์มีจริง

• -었- : 어떤 사건이 과거에 완료되었거나 그 사건의 결과가 현재까지 지속되는 상황을 나타내는 어미.
...แล้ว
วิภัตติปัจจัยที่แสดงว่าเหตุการณ์ใดๆเสร็จสมบูรณ์ไปแล้วในอดีตหรือแสดงสถานการณ์ที่ผลลัพธ์ของเหตุการณ์ดังกล่าวต่อเนื่องจนถึงปัจจุบัน

- -네 : (아주낮춤으로) 지금 깨달은 일에 대하여 말함을 나타내는 종결 어미.

...จัง, ...นะ, ...เนอะ

(ใช้ในการลดระดับอย่างมากและเป็นทางการ) วิภัตติปัจจัยลงท้ายประโยคที่แสดงการพูดบอกเกี่ยวกับเหตุการณ์ที่ได้เข้าใจอย่างลึกซึ้งในตอนนี้

< 2 단원(บท) >

제목 : 쫓아오던 게 강아지였나?

● 본문 (เนื้อหาเดิม)

고양이 한 마리가 쥐를 열심히 쫓고 있었습니다.

쥐가 고양이에게 거의 잡힐 것 같았습니다.

하지만 아슬아슬한 찰나에 쥐가 쥐구멍으로 들어가 버렸습니다.

쥐구멍 앞에 서성이던 고양이가 쪼그려 앉았습니다.

그러더니 갑자기 고양이가 **"멍멍!"**하고 짖어 댔습니다.

이 소리를 듣고 쥐는 어리둥절했습니다.

쥐 : 뭐지?

쫓아오던 게 강아지였나?

쥐는 너무 궁금해서 머리를 살며시 구멍 밖으로 내밀었습니다.

이때 쥐가 고양이에게 잡히고 말았습니다.

의기양양하게 쥐를 물고 가면서 고양이가 이렇게 말했습니다.

고양이 : 요즘은 먹고살려면 적어도 이 개 국어는 해야 돼.

● 발음 (การออกเสียง)

고양이 한 마리가 쥐를 열심히 쫓고 있었습니다.
고양이 한 마리가 쥐를 열씸히 쫀꼬 이썯씀니다.
goyangi han mariga jwireul yeolsimhi jjotgo isseotseumnida.

쥐가 고양이에게 거의 잡힐 것 같았습니다.
쥐가 고양이에게 거의 자필 껃 가탇씀니다.
jwiga goyangiege geoui japil geot gatatseumnida.

하지만 아슬아슬한 찰나에 쥐가 쥐구멍으로 들어가 버렸습니다.
하지만 아슬아슬한 찰라에 쥐가 쥐구멍으로 드러가 버렫씀니다.
hajiman aseuraseulhan challae jwiga jwigumeongeuro deureoga beoryeotseumnida.

쥐구멍 앞에 서성이던 고양이가 쪼그려 앉았습니다.
쥐구멍 아페 서성이던 고양이가 쪼그려 안잗씀니다.
jwigumeong ape seoseongideon goyangiga jjogeuryeo anjatseumnida.

그러더니 갑자기 고양이가 "멍멍!"하고 짖어 댔습니다.
그러더니 갑짜기 고양이가 "멍멍!"하고 지저 댇씀니다.
geureodeoni gapjagi goyangiga "meongmeong!"hago jijeo daetseumnida.

이 소리를 듣고 쥐는 어리둥절했습니다.
이 소리를 듣꼬 쥐는 어리둥절핻씀니다.
i sorireul deutgo jwineun eoridungjeolhaetseumnida.

쥐 : 뭐지?
쥐 : 뭐지?
jwi : mwoji?

쫓아오던 게 강아지였나?
쪼차오던 게 강아지연나?
jjochaodeon ge gangajiyeonna?

쥐는 너무 궁금해서 머리를 살며시 구멍 밖으로 내밀었습니다.
쥐는 너무 궁금해서 머리를 살며시 구멍 바끄로 내미럳씀니다.
jwineun neomu gunggeumhaeseo meorireul salmyeosi gumeong bakkeuro naemireotseumnida.

이때 쥐가 고양이에게 잡히고 말았습니다.
이때 쥐가 고양이에게 자피고 마랃씀니다.
ittae jwiga goyangiege japigo maratseumnida.

의기양양하게 쥐를 물고 가면서 고양이가 이렇게 말했습니다.
의기양양하게 쥐를 물고 가면서 고양이가 이러케 말햇씀니다.
uigiyangyanghage jwireul mulgo gamyeonseo goyangiga ireoke malhaetseumnida.

고양이 : 요즘은 먹고살려면 적어도 이 개 국어는 해야 돼.
고양이 : 요즈믄 먹꼬살려면 저거도 이 개 구거는 해야 돼.
goyangi : yojeumeun meokgosallyeomyeon jeogeodo i gae gugeoneun haeya dwae.

● 어휘 (ศัพท์) / 문법 (ไวยากรณ์)

고양이 한 마리+가 쥐+를 열심히 쫓+고 있+었+습니다.

쥐+가 고양이+에게 거의 잡히+ㄹ 것 같+았+습니다.

하지만 아슬아슬하+ㄴ 찰나+에 쥐+가 쥐구멍+으로 들어가+(아) 버리+었+습니다.

쥐구멍 앞+에 서성이+던 고양이+가 쪼그리+어 앉+았+습니다.

그러+더니 갑자기 고양이+가 **"멍멍!"** 하+고 짖+어 대+었+습니다.

이 소리+를 듣+고 쥐+는 어리둥절하+였+습니다.

쥐 : "뭐+(이)+지?"

"쫓아오+던 것(거)+이 강아지+이+었+나?"

쥐+는 너무 궁금하+여서 머리+를 살며시 구멍 밖+으로 내밀+었+습니다.

이때 쥐+가 고양이+에게 잡히+고 말+았+습니다.

의기양양하+게 쥐+를 물+고 가+면서 고양이+가 이렇+게 말하+였+습니다.

고양이 : 요즘+은 먹고살+려면 적어도 이 개 국어+는 하+여야 되+어.

고양이 한 마리+가 쥐+를 열심히 쫓+[고 있]+었+습니다.

• **고양이** (คำนาม) : 어두운 곳에서도 사물을 잘 보고 쥐를 잘 잡으며 집 안에서 기르기도 하는 자그마한 동물.
แมว
สัตว์ที่มีขนาดค่อนข้างเล็ก บ้างก็เลี้ยงไว้ในบ้าน จับหนูและมองเห็นวัตถุได้ดีในที่มืด

• **한** (คุณศัพท์) : 하나의.
หนึ่ง
อันหนึ่ง

• **마리** (คำนาม) : 짐승이나 물고기, 벌레 등을 세는 단위.
ตัว(ลักษณนาม)
หน่วยนับสัตว์ ปลา แมลง เป็นต้น

• 가 : 어떤 상태나 상황에 놓인 대상이나 동작의 주체를 나타내는 조사.
คำชี้ประธาน
คำชี้ที่ใช้แสดงสิ่งที่อยู่ในสถานการณ์หรือสภาพใด ๆ หรือผู้ที่เป็นประธานของอากัปกริยา

• **쥐** (คำนาม) : 사람의 집 근처 어두운 곳에서 살며 몸은 진한 회색에 긴 꼬리를 가지고 있는 작은 동물.
หนู
สัตว์ตัวเล็กที่มีหางยาว มีลำตัวสีเทาเข้มและอาศัยอยู่ตามที่มืดบริเวณรอบบ้านของคน

• 를 : 동작이 직접적으로 영향을 미치는 대상을 나타내는 조사.
ไม่พบคำแปล
คำชี้ที่แสดงเป้าหมายที่การกระทำส่งผลกระทบโดยตรง

• **열심히** (คำวิเศษณ์) : 어떤 일에 온 정성을 다하여.
อย่างตั้งใจ, อย่างกระตือรือร้น, อย่างขยันหมั่นเพียร, อย่างมุ่งมั่นพยายาม
ด้วยการเอาใจใส่ทั้งหมดในสิ่งใด

• **쫓다** (คำกริยา) : 앞선 것을 잡으려고 서둘러 뒤를 따르거나 자취를 따라가다.
ไล่, ขับไล่, ไล่ตาม, คล้อยตาม
ไล่ตามหลังหรือตามร่องรอยอย่างเร่งรีบเพื่อจับต้องสิ่งที่อยู่ข้างหน้า

• -고 있다 : 앞의 말이 나타내는 행동이 계속 진행됨을 나타내는 표현.
กำลัง...อยู่
สำนวนที่แสดงว่าการกระทำที่ปรากฏในคำพูดข้างหน้าได้ดำเนินอย่างต่อเนื่อง

• -었- : 사건이 과거에 일어났음을 나타내는 어미.
...แล้ว(อดีตกาล)
วิภัตติปัจจัยที่แสดงว่าเหตุการณ์ได้เกิดขึ้นในอดีต

• -습니다 : (아주높임으로) 현재의 동작이나 상태, 사실을 정중하게 설명함을 나타내는 종결 어미.
วิภัตติปัจจัยลงท้ายประโยคบอกเล่าที่ใช้ในระดับภาษาที่สุภาพมาก
(ใช้ในการยกย่องอย่างมากและเป็นทางการ)วิภัตติปัจจัยลงท้ายประโยคที่แสดงการอธิบายถึงอากัปกิริยา สภาพ หรือข้อเท็จจริงใด ๆ ในปัจจุบันอย่างสุภาพนอบน้อม

쥐+가 고양이+에게 거의 잡히+[ㄹ 것 같]+았+습니다. 잡힐 것 같았습니다

• **쥐** (คำนาม) : 사람의 집 근처 어두운 곳에서 살며 몸은 진한 회색에 긴 꼬리를 가지고 있는 작은 동물.
หนู
สัตว์ตัวเล็กที่มีหางยาว มีลำตัวสีเทาเข้มและอาศัยอยู่ตามที่มืดบริเวณรอบบ้านของคน

• 가 : 어떤 상태나 상황에 놓인 대상이나 동작의 주체를 나타내는 조사.
คำชี้ประธาน
คำชี้ที่ใช้แสดงสิ่งที่อยู่ในสถานการณ์หรือสภาพใด ๆ หรือผู้ที่เป็นประธานของอากัปกริยา

• **고양이** (คำนาม) : 어두운 곳에서도 사물을 잘 보고 쥐를 잘 잡으며 집 안에서 기르기도 하는 자그마한 동물.
แมว
สัตว์ที่มีขนาดค่อนข้างเล็ก บ้างก็เลี้ยงไว้ในบ้าน จับหนูและมองเห็นวัตถุได้ดีในที่มืด

• 에게 : 어떤 행동의 주체이거나 비롯되는 대상임을 나타내는 조사.
จาก
คำชี้ที่แสดงว่าเป็นเป้าหมายที่ถูกเริ่มหรือเป็นส่วนสำคัญของการกระทำใด ๆ

• **거의** (คำวิเศษณ์) : 어떤 상태나 한도에 매우 가깝게.
แทบจะ
อย่างใกล้เคียงกับขอบเขตจำกัดหรือสภาพใด ๆ เป็นอย่างมาก

• **잡히다** (คำกริยา) : 도망가지 못하게 붙들리다.
ถูกจับ
ถูกจับไม่ให้หนีไปได้

• -ㄹ 것 같다 : 추측을 나타내는 표현.
ดูเหมือนว่าจะ..., คงจะ..
สำนวนที่แสดงการคาดคะเน

• -았- : 사건이 과거에 일어났음을 나타내는 어미.
...แล้ว(อดีตกาล)
วิภัตติปัจจัยที่แสดงว่าเหตุการณ์ได้เกิดขึ้นในอดีต

• -습니다 : (아주높임으로) 현재의 동작이나 상태, 사실을 정중하게 설명함을 나타내는 종결 어미.
วิภัตติปัจจัยลงท้ายประโยคบอกเล่าที่ใช้ในระดับภาษาที่สุภาพมาก
(ใช้ในการยกย่องอย่างมากและเป็นทางการ)วิภัตติปัจจัยลงท้ายประโยคที่แสดงการอธิบายถึงอากัปกิริยา สภาพ หรือข้อเท็จจริงใด ๆ ในปัจจุบันอย่างสุภาพนอบน้อม

하지만 아슬아슬하+ㄴ 찰나+에 쥐+가 쥐구멍+으로 들어가+[(아) 버리]+었+습니다.
아슬아슬한 **들어가 버렸습니다**

• **하지만** (คำวิเศษณ์) : 내용이 서로 반대인 두 개의 문장을 이어 줄 때 쓰는 말.
แต่, แต่ว่า
คำที่ใช้เชื่อมประโยคสองประโยคที่มีเนื้อหาขัดแย้งกัน

• **아슬아슬하다** (คำคุณศัพท์) : 일이 잘 안 될까 봐 무서워서 소름이 돋을 정도로 마음이 조마조마하다.
รู้สึกเสียว, รู้สึกหวุดหวิด, รู้สึกสุ่มเสี่ยง, รู้สึกอกสั่นขวัญหาย
ใจหวาดเสียวเพราะกลัวว่างานจะไปได้ไม่ดีจนขนลุก

• -ㄴ : 앞의 말이 관형어의 기능을 하게 만들고 현재의 상태를 나타내는 어미.
...ที่
วิภัตติปัจจัยที่ทำให้คำพูดข้างหน้าทำหน้าที่เป็นคุณศัพท์ขยายนามและแสดงถึงสภาพที่เป็นอยู่ในปัจจุบัน

• **찰나** (คำนาม) : 어떤 일이나 현상이 일어나는 바로 그때.
เวลานั้น, ขณะนั้น, ตอนนั้น, เดี๋ยวนั้น
ขณะนั้นนั่นเองที่ปรากฏการณ์หรือเรื่องใด ๆ เกิดขึ้น

• 에 : 앞말이 시간이나 때임을 나타내는 조사.
ตอน...
คำชี้ที่แสดงว่าคำพูดข้างหน้าเป็นเวลาหรือช่วงเวลา

• **쥐** (คำนาม) : 사람의 집 근처 어두운 곳에서 살며 몸은 진한 회색에 긴 꼬리를 가지고 있는 작은 동물.
หนู
สัตว์ตัวเล็กที่มีหางยาว มีลำตัวสีเทาเข้มและอาศัยอยู่ตามที่มืดบริเวณรอบบ้านของคน

• 가 : 어떤 상태나 상황에 놓인 대상이나 동작의 주체를 나타내는 조사.
คำชี้ประธาน
คำชี้ที่ใช้แสดงสิ่งที่อยู่ในสถานการณ์หรือสภาพใด ๆ หรือผู้ที่เป็นประธานของอากัปกริยา

• **쥐구멍** (คำนาม) : 쥐가 들어가고 나오는 구멍.
รูหนู
รูที่หนูเข้าออก

• 으로 : 움직임의 방향을 나타내는 조사.
ที่...
คำชี้ที่แสดงทิศทางของการเคลื่อนไหว

• **들어가다** (คำกริยา) : 밖에서 안으로 향하여 가다.
เข้าไป, ดิ่งไป, ตรงไป
จากข้างนอกไปยังข้างใน

• -아 버리다 : 앞의 말이 나타내는 행동이 완전히 끝났음을 나타내는 표현.
...แล้ว, ...เสียแล้ว, ...ซะแล้ว
สำนวนที่แสดงการที่การกระทำที่ปรากฏในคำพูดข้างหน้าเสร็จสิ้นอย่างสมบูรณ์

• -었- : 어떤 사건이 과거에 완료되었거나 그 사건의 결과가 현재까지 지속되는 상황을 나타내는 어미.
...แล้ว
วิภัตติปัจจัยที่แสดงว่าเหตุการณ์ใดๆเสร็จสมบูรณ์ไปแล้วในอดีตหรือแสดงสถานการณ์ที่ผลลัพธ์ของเหตุการณ์

• -습니다 : (아주높임으로) 현재의 동작이나 상태, 사실을 정중하게 설명함을 나타내는 종결 어미.
วิภัตติปัจจัยลงท้ายประโยคบอกเล่าที่ใช้ในระดับภาษาที่สุภาพมาก
(ใช้ในการยกย่องอย่างมากและเป็นทางการ)วิภัตติปัจจัยลงท้ายประโยคที่แสดงการอธิบายถึงอากัปกิริยา สภาพ หรือข้อเท็จจริงใด ๆ ในปัจจุบันอย่างสุภาพนอบน้อม

쥐구멍 앞+에 서성이+던 고양이+가 <u>쪼그리+어</u> 앉+았+습니다. **쪼그려**

• **쥐구멍** (คำนาม) : 쥐가 들어가고 나오는 구멍.
รูหนู
รูที่หนูเข้าออก

• **앞** (คำนาม) : 향하고 있는 쪽이나 곳.
หน้า, ด้านหน้า
ด้านหรือที่ที่อยู่ข้างหน้า

• 에 : 앞말이 어떤 장소나 자리임을 나타내는 조사.
ที่...
คำชี้ที่แสดงว่าคำพูดข้างหน้าเป็นตำแหน่งหรือสถานที่ใด ๆ

• **서성이다** (คำกริยา) : 한곳에 서 있지 않고 주위를 왔다 갔다 하다.
เดินเตร่, เดินเตร็ดเตร่, เดินเตรไปเตร่มา
ไม่ยืนอยู่ที่หนึ่ง ๆ แต่เดินไป ๆ มา ๆ บริเวณรอบ ๆ

• -던 : 앞의 말이 관형어의 기능을 하게 만들고 사건이나 동작이 과거에 완료되지 않고 중단되었음을 나타내는 어미.
ที่เคย...
วิภัตติปัจจัยที่แสดงการที่ทำให้คำพูดข้างหน้าทำหน้าที่เป็นคุณศัพท์ขยายนามและหมายความถึงเหตุการณ์หรืออากัปกิริยาไม่เสร็จสมบูรณ์และหยุดชะงักไปในอดีต

• **고양이** (คำนาม) : 어두운 곳에서도 사물을 잘 보고 쥐를 잘 잡으며 집 안에서 기르기도 하는 자그마한 동물.
แมว
สัตว์ที่มีขนาดค่อนข้างเล็ก บ้างก็เลี้ยงไว้ในบ้าน จับหนูและมองเห็นวัตถุได้ดีในที่มืด

• 가 : 어떤 상태나 상황에 놓인 대상이나 동작의 주체를 나타내는 조사.
คำชี้ประธาน
คำชี้ที่ใช้แสดงสิ่งที่อยู่ในสถานการณ์หรือสภาพใด ๆ หรือผู้ที่เป็นประธานของอากัปกริยา

• **쪼그리다** (คำกริยา) : 팔다리를 접거나 모아서 몸을 작게 옴츠리다.
ย่อ, หด, ห่อ
พับหรือรวบรวมแขนขาแล้วทำให้หดตัวเล็ก

• -어 : 앞의 말이 뒤의 말보다 먼저 일어났거나 뒤의 말에 대한 방법이나 수단이 됨을 나타내는 연결 어미.
แล้ว..., แล้วจึง...
วิภัตติปัจจัยเชื่อมระหว่างประโยคที่แสดงการที่คำพูดข้างหน้าเกิดขึ้นก่อนคำพูดข้างหลัง หรือกลายเป็นวิธีการหรือวิธีทำเกี่ยวกับคำพูดข้างหลัง

• **앉다** (คำกริยา) : 윗몸을 바로 한 상태에서 엉덩이에 몸무게를 실어 다른 물건이나 바닥에 몸을 올려놓다.
นั่ง
ใส่น้ำหนักตัวลงไปบนก้นแล้ววางตัวไว้บนสิ่งของอื่นหรือบนพื้นจากในสภาพตรงของร่างกายส่วนบน

• -았- : 어떤 사건이 과거에 완료되었거나 그 사건의 결과가 현재까지 지속되는 상황을 나타내는 어미.
...แล้ว
วิภัตติปัจจัยที่แสดงว่าเหตุการณ์ใดๆเสร็จสมบูรณ์ไปแล้วในอดีตหรือแสดงสถานการณ์ที่ผลลัพธ์ของเหตุการณ์

• -습니다 : (아주높임으로) 현재의 동작이나 상태, 사실을 정중하게 설명함을 나타내는 종결 어미.
วิภัตติปัจจัยลงท้ายประโยคบอกเล่าที่ใช้ในระดับภาษาที่สุภาพมาก
(ใช้ในการยกย่องอย่างมากและเป็นทางการ)วิภัตติปัจจัยลงท้ายประโยคที่แสดงการอธิบายถึงอากัปกิริยา สภาพ หรือข้อเท็จจริงใด ๆ ในปัจจุบันอย่างสุภาพนอบน้อม

그러+더니 갑자기 고양이+가 "멍멍!" 하+고 짖+[어 대]+었+습니다. **짖어 댔습니다**

• **그러다** (คำกริยา) : 앞에서 일어난 일이나 말한 것과 같이 그렇게 하다.
ทำเช่นนั้น, ทำแบบนั้น, ทำอย่างนั้น, ทำตามนั้น
ทำให้เป็นแบบนั้นพร้อมกับเรื่องหรือคำพูดที่เกิดขึ้นก่อนหน้านี้

• -더니 : 과거에 경험하여 알게 된 사실과 다른 새로운 사실이 있음을 나타내는 연결 어미.
...แต่...
วิภัตติปัจจัยเชื่อมระหว่างประโยคที่แสดงการมีข้อเท็จจริงที่ได้ประสบในอดีตจึงได้รู้กับข้อเท็จจริงใหม่อันอื่น

• **갑자기** (คำวิเศษณ์) : 미처 생각할 틈도 없이 빨리.
อย่างไม่ทันรู้ตัว, อย่างกะทันหัน, โดยฉับพลัน, ทันทีทันใด
เร็วอย่างที่ไม่มีแม้แต่เวลาที่จะคิด

• **고양이** (คำนาม) : 어두운 곳에서도 사물을 잘 보고 쥐를 잘 잡으며 집 안에서 기르기도 하는 자그마한 동물.
แมว
สัตว์ที่มีขนาดค่อนข้างเล็ก บ้างก็เลี้ยงไว้ในบ้าน จับหนูและมองเห็นวัตถุได้ดีในที่มืด

• 가 : 어떤 상태나 상황에 놓인 대상이나 동작의 주체를 나타내는 조사.
คำชี้ประธาน
คำชี้ที่ใช้แสดงสิ่งที่อยู่ในสถานการณ์หรือสภาพใด ๆ หรือผู้ที่เป็นประธานของอากัปกริยา

• **멍멍** (คำวิเศษณ์) : 개가 짖는 소리.
โฮ่ง ๆ
เสียงสุนัขเห่า

• **하다** (คำกริยา) : 그런 소리가 나다. 또는 그런 소리를 내다.
เกิดเสียง, ส่งเสียง
เกิดเสียงแบบนั้นขึ้น หรือส่งเสียงแบบดังกล่าว

• -고 : 앞의 말과 뒤의 말이 차례대로 일어남을 나타내는 연결 어미.
...แล้ว...
วิภัตติปัจจัยเชื่อมระหว่างประโยคที่แสดงการเกิดคำพูดในประโยคหน้าและประโยคหลังตามลำดับ

• **짖다** (คำกริยา) : 개가 크게 소리를 내다.
(สุนัข)เห่า
สุนัขส่งเสียงออกมาอย่างดัง

• -어 대다 : 앞의 말이 나타내는 행동을 반복하거나 그 반복되는 행동의 정도가 심함을 나타내는 표현.
เที่ยว...ก็เลย..., ...ไม่หยุด, ...แล้ว...อีก, ...คอยที่จะ...ไม่หยุดหย่อน, ...ถูก...ไม่หยุด ก็เลย...
สำนวนที่แสดงท่าการกระทำที่ปรากฏขึ้นในคำพูดข้างหน้าซ้ำ ๆ หรือแสดงว่าระดับการกระทำที่ซ้ำๆดังกล่าวมีความรุนแรง

• -었- : 사건이 과거에 일어났음을 나타내는 어미.
...แล้ว(อดีตกาล)
วิภัตติปัจจัยที่แสดงว่าเหตุการณ์ได้เกิดขึ้นในอดีต

• -습니다 : (아주높임으로) 현재의 동작이나 상태, 사실을 정중하게 설명함을 나타내는 종결 어미.
วิภัตติปัจจัยลงท้ายประโยคบอกเล่าที่ใช้ในระดับภาษาที่สุภาพมาก
(ใช้ในการยกย่องอย่างมากและเป็นทางการ)วิภัตติปัจจัยลงท้ายประโยคที่แสดงการอธิบายถึงอากัปกิริยา สภาพ หรือข้อเท็จจริงใด ๆ ในปัจจุบันอย่างสุภาพนอบน้อม

이 소리+를 듣+고 쥐+는 어리둥절하+였+습니다.
어리둥절했습니다

• **이** (คุณศัพท์) : 바로 앞에서 이야기한 대상을 가리킬 때 쓰는 말.
นี้
คำที่ใช้ตอนที่เรียกบ่งชี้สิ่งที่ข้างหน้าเองที่พูดถึง

• **소리** (คำนาม) : 물체가 진동하여 생긴 음파가 귀에 들리는 것.
เสียง
การที่หูได้ยินคลื่นเสียงที่เกิดขึ้นจากการสั่นของวัตถุ

• 를 : 동작이 직접적으로 영향을 미치는 대상을 나타내는 조사.
ไม่พบคำแปล
คำชี้ที่แสดงเป้าหมายที่การกระทำส่งผลกระทบโดยตรง

• **듣다** (คำกริยา) : 귀로 소리를 알아차리다.
ฟัง, ได้ยิน
เข้าใจเสียงได้ด้วยหู

• -고 : 앞의 말과 뒤의 말이 차례대로 일어남을 나타내는 연결 어미.
...แล้ว...
วิภัตติปัจจัยเชื่อมระหว่างประโยคที่แสดงการเกิดคำพูดในประโยคหน้าและประโยคหลังตามลำดับ

• **쥐** (คำนาม) : 사람의 집 근처 어두운 곳에서 살며 몸은 진한 회색에 긴 꼬리를 가지고 있는 작은 동물.
หนู
สัตว์ตัวเล็กที่มีหางยาว มีลำตัวสีเทาเข้มและอาศัยอยู่ตามที่มืดบริเวณรอบบ้านของคน

• 는 : 문장 속에서 어떤 대상이 화제임을 나타내는 조사.
...นั้น
คำชี้ที่แสดงว่าเป้าหมายใดๆเป็นหัวเรื่องในประโยค

• **어리둥절하다** (คำคุณศัพท์) : 일이 돌아가는 상황을 잘 알지 못해서 정신이 얼떨떨하다.
งง, งงงัน, งุนงง, งวยงง, มึนงง, ฉงน
งุนงงเพราะไม่รู้สถานการณ์ที่งานดำเนินไป

• -였- : 사건이 과거에 일어났음을 나타내는 어미.
...แล้ว(อดีตกาล)
วิภัตติปัจจัยที่แสดงว่าเหตุการณ์ได้เกิดขึ้นในอดีต

• -습니다 : (아주높임으로) 현재의 동작이나 상태, 사실을 정중하게 설명함을 나타내는 종결 어미.
วิภัตติปัจจัยลงท้ายประโยคบอกเล่าที่ใช้ในระดับภาษาที่สุภาพมาก
(ใช้ในการยกย่องอย่างมากและเป็นทางการ)วิภัตติปัจจัยลงท้ายประโยคที่แสดงการอธิบายถึงอากัปกิริยา สภาพ หรือข้อเท็จจริงใดๆ ในปัจจุบันอย่างสุภาพนอบน้อม

쥐 : 뭐+(이)+지?   뭐지

• **뭐** (คำสรรพนาม) : 모르는 사실이나 사물을 가리키는 말.
อะไร
คำที่บ่งชี้ถึงสิ่งหรือข้อเท็จจริงที่ไม่รู้

• 이다 : 주어가 지시하는 대상의 속성이나 부류를 지정하는 뜻을 나타내는 서술격 조사.
เป็น
คำชี้ภาคแสดงการกที่แสดงความหมายที่กำหนดประเภทหรือคุณสมบัติของเป้าหมายที่ประธานบ่งชี้

• -지 : (두루낮춤으로) 말하는 사람이 듣는 사람에게 친근함을 나타내며 물을 때 쓰는 종결 어미.
...ใช่ไหมล่ะ..., สิ
(ใช้ในการลดระดับอย่างไม่เป็นทางการ)วิภัตติปัจจัยลงท้ายประโยคที่ใช้เมื่อผู้พูดถามไปพร้อมกับการแสดงความสนิทสนมกับผู้ฟัง

쥐 : 쫓아오+던 것(거)+이 강아지+이+었+나?   게 강아지였나

• **쫓아오다** (คำกริยา) : 어떤 사람이나 물체의 뒤를 급히 따라오다.
ไล่ตาม, ไล่ล่า, ตามมา
ตามหลังคนหรือสิ่งใดมาอย่างเร่งรีบ

• -던 : 앞의 말이 관형어의 기능을 하게 만들고 사건이나 동작이 과거에 완료되지 않고 중단되었음을 나타내는 어미.
ที่เคย...
วิภัตติปัจจัยที่แสดงการที่ทำให้คำพูดข้างหน้าทำหน้าที่เป็นคุณศัพท์ขยายนามและหมายความถึงเหตุการณ์หรืออากัปกิริยาไม่เสร็จสมบูรณ์และหยุดชะงักไปในอดีต

• **것** (คำนาม) : 정확히 가리키는 대상이 정해지지 않은 사물이나 사실.
สิ่ง, ของ
สิ่งของหรือข้อเท็จจริงที่เป้าหมายที่หมายถึงอย่างชัดเจนไม่ได้กำหนดไว้

• 이 : 어떤 상태나 상황의 대상이나 동작의 주체를 나타내는 조사.
คำชี้ประธาน
คำชี้ที่ใช้แสดงสิ่งที่อยู่ในสถานการณ์หรือสภาพใด ๆ หรือผู้ที่เป็นประธานของอากัปกริยา

• **강아지** (คำนาม) : 개의 새끼.
ลูกสุนัข ลูกหมา
ลูกสุนัข

• 이다 : 주어가 지시하는 대상의 속성이나 부류를 지정하는 뜻을 나타내는 서술격 조사.
เป็น
คำชี้ภาคแสดงการกที่แสดงความหมายที่กำหนดประเภทหรือคุณสมบัติของเป้าหมายที่ประธานบ่งชี้

• -었- : 사건이 과거에 일어났음을 나타내는 어미.
...แล้ว(อดีตกาล)
วิภัตติปัจจัยที่แสดงว่าเหตุการณ์ได้เกิดขึ้นในอดีต

• -나 : (두루낮춤으로) 물음이나 추측을 나타내는 종결 어미.
...หรือเปล่า
(ใช้ในการลดระดับอย่างไม่เป็นทางการ)วิภัตติปัจจัยลงท้ายประโยคที่แสดงการถามหรือการคาดคะเน

쥐+는 너무 <u>궁금하+여서</u> 머리+를 살며시 구멍 밖+으로 내밀+었+습니다.
궁금해서

• **쥐** (คำนาม) : 사람의 집 근처 어두운 곳에서 살며 몸은 진한 회색에 긴 꼬리를 가지고 있는 작은 동물.
หนู
สัตว์ตัวเล็กที่มีหางยาว มีลำตัวสีเทาเข้มและอาศัยอยู่ตามที่มืดบริเวณรอบบ้านของคน

• 는 : 문장 속에서 어떤 대상이 화제임을 나타내는 조사.
...นั้น
คำชี้ที่แสดงว่าเป้าหมายใดๆเป็นหัวเรื่องในประโยค

• **너무** (คำวิเศษณ์) : 일정한 정도나 한계를 훨씬 넘어선 상태로.
เกินไป, มากเกินไป, เหลือเกิน
ด้วยสภาพที่เกินระดับหรือขอบเขตที่กำหนดเป็นอย่างมาก

• **궁금하다** (คำคุณศัพท์) : 무엇이 무척 알고 싶다.
สงสัย, อยากรู้อยากเห็น
อยากรู้อะไรเป็นอย่างมาก

• -여서 : 이유나 근거를 나타내는 연결 어미.
เพราะ...จึง...
วิภัตติปัจจัยเชื่อมระหว่างประโยคที่แสดงเหตุผลหรือสาเหตุ

• **머리** (คำนาม) : 사람이나 동물의 몸에서 얼굴과 머리털이 있는 부분을 모두 포함한 목 위의 부분.
หัว, ศีรษะ
ส่วนบนของลำคอที่รวมใบหน้าและส่วนที่มีเส้นผมในร่างกายของคนหรือสัตว์

• 를 : 동작이 직접적으로 영향을 미치는 대상을 나타내는 조사.
ไม่พบคำแปล
คำชี้ที่แสดงเป้าหมายที่การกระทำส่งผลกระทบโดยตรง

• **살며시** (คำวิเศษณ์) : 남이 모르도록 조용히 조심스럽게.
อย่างค่อย ๆ, อย่างเงียบ ๆ, อย่างเบา ๆ
ระมัดระวังอย่างเงียบ ๆ เพื่อไม่ให้ผู้อื่นรู้

• **구멍** (คำนาม) : 뚫어지거나 파낸 자리.
รู, ช่อง
ร่องรอยที่ถูกเจาะหรือขุด

• **밖** (คำนาม) : 선이나 경계를 넘어선 쪽.
ด้านนอก, ข้างนอก, ภายนอก
ด้านที่ล้ำเส้นหรืออาณาเขต

• 으로 : 움직임의 방향을 나타내는 조사.
ที่...
คำชี้ที่แสดงทิศทางของการเคลื่อนไหว

• **내밀다** (คำกริยา) : 몸이나 물체의 일부분이 밖이나 앞으로 나가게 하다.
ผลักออกไป, ดันออกไป
ทำให้ส่วนหนึ่งของวัตถุหรือร่างกายออกไปข้างหน้าหรือข้างนอก

• -었- : 사건이 과거에 일어났음을 나타내는 어미.
...แล้ว(อดีตกาล)
วิภัตติปัจจัยที่แสดงว่าเหตุการณ์ได้เกิดขึ้นในอดีต

• -습니다 : (아주높임으로) 현재의 동작이나 상태, 사실을 정중하게 설명함을 나타내는 종결 어미.
วิภัตติปัจจัยลงท้ายประโยคบอกเล่าที่ใช้ในระดับภาษาที่สุภาพมาก
(ใช้ในการยกย่องอย่างมากและเป็นทางการ)วิภัตติปัจจัยลงท้ายประโยคที่แสดงการอธิบายถึงอากัปกิริยา สภาพ หรือข้อเท็จจริงใด ๆ ในปัจจุบันอย่างสุภาพนอบน้อม

이때 쥐+가 고양이+에게 잡히+[고 말]+았+습니다.

• **이때** (คำนาม) : 바로 지금. 또는 바로 앞에서 이야기한 때.
ตอนนี้, เดี๋ยวนี้
ตอนนี้ หรือตอนที่พูดอยู่ก่อนหน้านี้เอง

• **쥐** (คำนาม) : 사람의 집 근처 어두운 곳에서 살며 몸은 진한 회색에 긴 꼬리를 가지고 있는 작은 동물.
หนู
สัตว์ตัวเล็กที่มีหางยาว มีลำตัวสีเทาเข้มและอาศัยอยู่ตามที่มืดบริเวณรอบบ้านของคน

• 가 : 어떤 상태나 상황에 놓인 대상이나 동작의 주체를 나타내는 조사.
คำชี้ประธาน
คำชี้ที่ใช้แสดงสิ่งที่อยู่ในสถานการณ์หรือสภาพใด ๆ หรือผู้ที่เป็นประธานของอากัปกริยา

• **고양이** (คำนาม) : 어두운 곳에서도 사물을 잘 보고 쥐를 잘 잡으며 집 안에서 기르기도 하는 자그마한 동물.
แมว
สัตว์ที่มีขนาดค่อนข้างเล็ก บ้างก็เลี้ยงไว้ในบ้าน จับหนูและมองเห็นวัตถุได้ดีในที่มืด

• 에게 : 어떤 행동의 주체이거나 비롯되는 대상임을 나타내는 조사.
จาก
คำชี้ที่แสดงว่าเป็นเป้าหมายที่ถูกเริ่มหรือเป็นส่วนสำคัญของการกระทำใด ๆ

• **잡히다** (คำกริยา) : 도망가지 못하게 붙들리다.
ถูกจับ
ถูกจับไม่ให้หนีไปได้

• -고 말다 : 앞에 오는 말이 가리키는 행동이 안타깝게도 끝내 일어났음을 나타내는 표현.
ในที่สุดก็..., ท้ายสุดก็..., ในที่สุด
สำนวนที่แสดงว่าในที่สุดการกระทำที่คำพูดข้างหน้าชี้ไว้นั้นได้เกิดขึ้นอย่างน่าเสียดาย

• -았- : 어떤 사건이 과거에 완료되었거나 그 사건의 결과가 현재까지 지속되는 상황을 나타내는 어미.
...แล้ว
วิภัตติปัจจัยที่แสดงว่าเหตุการณ์ใดๆเสร็จสมบูรณ์ไปแล้วในอดีตหรือแสดงสถานการณ์ที่ผลลัพธ์ของเหตุการณ์

• -습니다 : (아주높임으로) 현재의 동작이나 상태, 사실을 정중하게 설명함을 나타내는 종결 어미.
วิภัตติปัจจัยลงท้ายประโยคบอกเล่าที่ใช้ในระดับภาษาที่สุภาพมาก
(ใช้ในการยกย่องอย่างมากและเป็นทางการ)วิภัตติปัจจัยลงท้ายประโยคที่แสดงการอธิบายถึงอากัปกิริยา สภาพ หรือข้อเท็จจริงใด ๆ ในปัจจุบันอย่างสุภาพนอบน้อม

의기양양하+게 쥐+를 물+고 가+면서 고양이+가 이렇+게 <u>말하+였+습니다</u>. **말했습니다**

• **의기양양하다** (คำคุณศัพท์) : 원하던 일을 이루어 만족스럽고 자랑스러운 마음이 얼굴에 나타난 상태이다.
กระหยิ่มใจ, อิ่มอกอิ่มใจ
สภาพที่ปรากฏบนใบหน้าถึงจิตใจที่มีความภาคภูมิใจและพอใจเนื่องจากงานที่คาดหวังประสบความสำเร็จ

• -게 : 앞의 말이 뒤에서 가리키는 일의 목적이나 결과, 방식, 정도 등이 됨을 나타내는 연결 어미.
อย่าง..., ให้...
วิภัตติปัจจัยเชื่อมระหว่างประโยคที่แสดงว่าคำพูดข้างหน้าชี้บอกระดับ วิธีการ ผลลัพธ์หรือวัตถุประสงค์ หรืออื่นๆ ของสิ่งที่อยู่ในเนื้อหาข้างหลัง

• **쥐** (คำนาม) : 사람의 집 근처 어두운 곳에서 살며 몸은 진한 회색에 긴 꼬리를 가지고 있는 작은 동물.
หนู
สัตว์ตัวเล็กที่มีหางยาว มีลำตัวสีเทาเข้มและอาศัยอยู่ตามที่มืดบริเวณรอบบ้านของคน

• 를 : 동작이 직접적으로 영향을 미치는 대상을 나타내는 조사.
ไม่พบคำแปล
คำชี้ที่แสดงเป้าหมายที่การกระทำส่งผลกระทบโดยตรง

• **물다** (คำกริยา) : 윗니와 아랫니 사이에 어떤 것을 끼워 넣고 벌어진 두 이를 다물어 상처가 날 만큼 아주 세게 누르다.
กัด, ขย้ำ
ใส่บางสิ่งลงระหว่างฟันบนและฟันล่าง แล้วกดฟันทั้งสองด้านที่แยกออกจากกันลงอย่างแรงจนได้รับบาดเจ็บ

• -고 : 앞의 말이 나타내는 행동이나 그 결과가 뒤에 오는 행동이 일어나는 동안에 그대로 지속됨을 나타내는 연결 어미.
ไม่พบคำแปล
วิภัตติปัจจัยเชื่อมระหว่างประโยคที่แสดงว่าการกระทำหรือผลลัพธ์ที่ปรากฏในประโยคหน้าถูกดำเนินอย่างต่อเนื่องในช่วงเวลาที่การกระทำในประโยคหลังเกิดขึ้น

• **가다** (คำกริยา) : 한 곳에서 다른 곳으로 장소를 이동하다.
ไป
เคลื่อนออกจากสถานที่แห่งใดแห่งหนึ่งไปยังสถานที่อื่น

• -면서 : 두 가지 이상의 동작이나 상태가 함께 일어남을 나타내는 연결 어미.
ในขณะที่..., พร้อมกันกับ..., พลาง...พลาง..., ...พร้อมทั้ง...
วิภัตติปัจจัยเชื่อมระหว่างประโยคที่ใช้แสดงว่าเกิดอากัปกิริยาหรือสภาพตั้งแต่สองอย่างขึ้นไปพร้อมกัน

• **고양이** (คำนาม) : 어두운 곳에서도 사물을 잘 보고 쥐를 잘 잡으며 집 안에서 기르기도 하는 자그마한 동물.
แมว
สัตว์ที่มีขนาดค่อนข้างเล็ก บ้างก็เลี้ยงไว้ในบ้าน จับหนูและมองเห็นวัตถุได้ดีในที่มืด

• 가 : 어떤 상태나 상황에 놓인 대상이나 동작의 주체를 나타내는 조사.
คำชี้ประธาน
คำชี้ที่ใช้แสดงสิ่งที่อยู่ในสถานการณ์หรือสภาพใด ๆ หรือผู้ที่เป็นประธานของอากัปกริยา

• **이렇다** (คำคุณศัพท์) : 상태, 모양, 성질 등이 이와 같다.
เป็นอย่างนี้, อย่างที่บอก...
สภาพ รูปร่าง ลักษณะ เป็นต้น เหมือนกับเป็นอย่างนี้

• -게 : 앞의 말이 뒤에서 가리키는 일의 목적이나 결과, 방식, 정도 등이 됨을 나타내는 연결 어미.
อย่าง..., ให้...
วิภัตติปัจจัยเชื่อมระหว่างประโยคที่แสดงว่าคำพูดข้างหน้าชี้บอกระดับ วิธีการ ผลลัพธ์หรือวัตถุประสงค์ หรืออื่นๆ ของสิ่งที่อยู่ในเนื้อหาข้างหลัง

• **말하다** (คำกริยา) : 어떤 사실이나 자신의 생각 또는 느낌을 말로 나타내다.
พูด, บอก, กล่าว, เล่า
แสดงข้อเท็จจริงใด ๆ หรือความคิดหรือความรู้สึกของตัวเองเป็นคำพูด

• -였- : 사건이 과거에 일어났음을 나타내는 어미.
...แล้ว(อดีตกาล)
วิภัตติปัจจัยที่แสดงว่าเหตุการณ์ได้เกิดขึ้นในอดีต

• -습니다 : (아주높임으로) 현재의 동작이나 상태, 사실을 정중하게 설명함을 나타내는 종결 어미.
วิภัตติปัจจัยลงท้ายประโยคบอกเล่าที่ใช้ในระดับภาษาที่สุภาพมาก
(ใช้ในการยกย่องอย่างมากและเป็นทางการ)วิภัตติปัจจัยลงท้ายประโยคที่แสดงการอธิบายถึงอากัปกิริยา สภาพ หรือข้อเท็จจริงใด ๆ ในปัจจุบันอย่างสุภาพนอบน้อม

고양이 : 요즘+은 먹고살+려면 적어도 이 개 국어+는 하+[여야 되]+어. **해야 돼**

• **요즘** (คำนาม) : 아주 가까운 과거부터 지금까지의 사이.
ปัจจุบัน, ขณะนี้, สมัยนี้, ในระยะนี้, หมู่นี้, เมื่อไม่นานมานี้, เมื่อเร็ว ๆ นี้, ทุกวันนี้, ล่าสุด
ระยะเวลาตั้งแต่อดีตเมื่อไม่นานมานี้จนถึงปัจจุบัน

• 은 : 문장 속에서 어떤 대상이 화제임을 나타내는 조사.
ตัวชี้หัวเรื่อง
คำชี้ที่แสดงว่าเป้าหมายใด ๆ เป็นหัวข้อเรื่องในประโยค

• **먹고살다** (คำกริยา) : 생계를 유지하다.
หากิน, ทำมาหากิน, เลี้ยงชีพ, ดำรงชีวิต
ทำมาหากินเพื่อให้อยู่รอด

• -려면 : 어떤 행동을 할 의도나 의향이 있는 경우를 가정할 때 쓰는 연결 어미.
ถ้าจะ...
วิภัตติปัจจัยเชื่อมระหว่างประโยคที่ใช้เมื่อสมมุติกรณีที่มีเจตนาหรือความสนใจที่จะทำการกระทำใด ๆ

• **적어도** (คำวิเศษณ์) : 아무리 적게 잡아도.
อย่างน้อย, อย่างน้อย ๆ
แม้จะถือเอาอย่างน้อยสักเท่าไร

• **이** (คุณศัพท์) : 둘의.
2, สอง
ที่เป็นจำนวนสอง

• **개** (คำนาม) : 낱으로 떨어진 물건을 세는 단위.
ชิ้น, แผ่น, ท่อน, ก้อน, อัน, แท่ง, ลูก(ลักษณนาม)
หน่วยนับสิ่งของที่แยกเป็นชิ้น ๆ

• **국어** (คำนาม) : 한 나라의 국민들이 사용하는 말.
ภาษาประจำชาติ, ภาษามาตรฐาน
ภาษาที่ประชาชนของประเทศหนึ่งใช้

• 는 : 강조의 뜻을 나타내는 조사.
...เนี่ยนะ, ...นะ
คำชี้ที่แสดงความหมายของการเน้นย้ำ

• **하다** (คำกริยา) : 어떤 행동이나 동작, 활동 등을 행하다.
ทำ
ทำกิจกรรม การเคลื่อนไหว หรือพฤติกรรมใด ๆ เป็นต้น

• -여야 되다 : 반드시 그럴 필요나 의무가 있음을 나타내는 표현.
ต้อง...ครับ(ค่ะ), จำเป็นต้อง...ครับ(ค่ะ)
สำนวนที่แสดงความจำเป็นหรือการมีหน้าที่ที่จะต้องกระทำอย่างเด็ดขาด

• -어 : (두루낮춤으로) 어떤 사실을 서술하거나 물음, 명령, 권유를 나타내는 종결 어미.
วิภัตติปัจจัยลงท้ายประโยคที่ใช้ในการลดระดับภาษาโดยทั่วไป
(ใช้ในการลดระดับอย่างไม่เป็นทางการ)วิภัตติปัจจัยลงท้ายประโยคที่แสดงการบอกเล่าข้อเท็จจริงใด ๆ หรือการถาม การสั่ง หรือการชักชวน

< 3 단원(บท) >

제목 : 이게 다 엄마 때문이야.

● 본문 (เนื้อหาเดิม)

유치원에 들어간 아이는 치아가 너무 못생겨서 친구들에게 많은 놀림을 받았다.

견디다 못한 아이는 엄마에게 투정을 부렸다.

아이 : 엄마, 이빨이 이상하다고 친구들이 자꾸만 놀려요.

치과에 가서 이빨 교정 좀 해 주세요.

엄마 : 야, 그게 얼마나 비싼데.

아이 : 몰라, 이게 다 엄마 때문이야.

엄마가 날 이렇게 낳았잖아.

그러자 엄마가 하는 한마디.

엄마 : 너 낳았을 때 이빨 없었거든, 이것아!

● 발음 (การออกเสียง)

유치원에 들어간 아이는 치아가 너무 못생겨서 친구들에게 많은 놀림을 받았다.
유치워네 드러간 아이는 치아가 너무 몯쌩겨서 친구드레게 마는 놀리믈 바닫따.
yuchiwone deureogan aineun chiaga neomu motsaenggyeoseo chingudeurege maneun nollimeul badatda.

견디다 못한 아이는 엄마에게 투정을 부렸다.
견디다 모탄 아이는 엄마에게 투정을 부렫따.
gyeondida motan aineun eommaege tujeongeul buryeotda.

아이 : 엄마, 이빨이 이상하다고 친구들이 자꾸만 놀려요.
아이 : 엄마, 이빠리 이상하다고 친구드리 자꾸만 놀려요.
ai : eomma, ippari isanghadago chingudeuri jakkuman nollyeoyo.

치과에 가서 이빨 교정 좀 해 주세요.
치꽈에 가서 이빨 교정 좀 해 주세요.
chigwae gaseo ippal gyojeong jom hae juseyo.

엄마 : 야, 그게 얼마나 비싼데.
엄마 : 야, 그게 얼마나 비싼데.
eomma : ya, geuge eolmana bissande.

아이 : 몰라, 이게 다 엄마 때문이야.
아이 : 몰라, 이게 다 엄마 때무니야.
ai : molla, ige da eomma ttaemuniya.

엄마가 날 이렇게 낳았잖아.
엄마가 날 이러케 나안짜나.
eommaga nal ireoke naatjana.

그러자 엄마가 하는 한마디.
그러자 엄마가 하는 한마디.
geureoja eommaga haneun hanmadi.

엄마 : 너 낳았을 때 이빨 없었거든, 이것아!

엄마 : 너 나아쓸 때 이빨 업썯꺼든, 이거사!

eomma : neo naasseul ttae ippal eopseotgeodeun, igeosa!

● 어휘 (ศัพท์) / 문법 (ไวยากรณ์)

유치원+에 들어가+ㄴ 아이+는 치아+가 너무 못생기+어서 친구+들+에게 많+은 놀림+을 받+았+다.

견디+다 못하+ㄴ 아이+는 엄마+에게 투정+을 부리+었+다.

아이 : 엄마, 이빨+이 이상하+다고 친구+들+이 자꾸만 놀리+어요.

치과+에 가+(아)서 이빨 교정 좀 하+여 주+세요.

엄마 : 야, 그것(그거)+이 얼마나 비싸+ㄴ데.

아이 : 모르(몰ㄹ)+아, 이것(이거)+이 다 엄마 때문+이+야.

엄마+가 나+를 이렇+게 낳+았+잖아.

그리하+자 엄마+가 하+는 한마디.

엄마 : 너 낳+았+을 때 이빨 없+었+거든, 이것+아!

유치원+에 <u>들어가+ㄴ</u> 아이+는 치아+가 너무 <u>못생기+어서</u> 친구+들+에게 많+은 놀림+을 받+았+다. **들어간** **못생겨서**

• **유치원** (คำนาม) : 초등학교 입학 이전의 어린이들을 교육하는 기관 및 시설.
โรงเรียนอนุบาล
สถาบันหรือสถานที่อำนวยความสะดวกที่ให้ความรู้แก่เด็ก ๆ ก่อนที่จะเข้าเรียนในโรงเรียนประถมศึกษา

• 에 : 앞말이 어떤 장소나 자리임을 나타내는 조사.
ที่...
คำชี้ที่แสดงว่าคำพูดข้างหน้าเป็นตำแหน่งหรือสถานที่ใด ๆ

• **들어가다** (คำกริยา) : 어떤 단체의 구성원이 되다.
เข้า, สังกัด
ได้เป็นสมาชิกขององค์กรใด

• -ㄴ : 앞의 말이 관형어의 기능을 하게 만들고 사건이나 동작이 완료되어 그 상태가 유지되고 있음을 나타내는 어미.
ที่..., ...อยู่
วิภัตติปัจจัยที่แสดงการที่ทำให้คำพูดข้างหน้าทำหน้าที่เป็นคุณศัพท์ขยายนามและเหตุการณ์หรืออากัปกิริยานั้นเสร็จสิ้นไปแล้วและยังคงสภาพดังกล่าวอย่างต่อเนื่องอยู่

• **아이** (คำนาม) : 나이가 어린 사람.
เด็ก
คนที่อายุน้อย

• 는 : 문장 속에서 어떤 대상이 화제임을 나타내는 조사.
...นั้น
คำชี้ที่แสดงว่าเป้าหมายใดๆเป็นหัวเรื่องในประโยค

• **치아** (คำนาม) : 음식물을 씹는 일을 하는 기관.
ฟัน
อวัยวะที่ทำงานการบดเคี้ยวอาหาร

• 가 : 어떤 상태나 상황에 놓인 대상이나 동작의 주체를 나타내는 조사.
คำชี้ประธาน
คำชี้ที่ใช้แสดงสิ่งที่อยู่ในสถานการณ์หรือสภาพใด ๆ หรือผู้ที่เป็นประธานของอากัปกริยา

• **너무** (คำวิเศษณ์) : 일정한 정도나 한계를 훨씬 넘어선 상태로.
เกินไป, มากเกินไป, เหลือเกิน
ด้วยสภาพที่เกินระดับหรือขอบเขตที่กำหนดเป็นอย่างมาก

• **못생기다** (คำกริยา) : 생김새가 보통보다 못하다.
ไม่สวย, ไม่หล่อ, น่าเกลียด, ขี้เหร่
รูปร่างหน้าตาด้อยกว่าปกติ

• -어서 : 이유나 근거를 나타내는 연결 어미.
เพราะ...จึง...
วิภัตติปัจจัยเชื่อมระหว่างประโยคที่แสดงเหตุผลหรือสาเหตุ

• **친구** (คำนาม) : 사이가 가까워 서로 친하게 지내는 사람.
เพื่อน, มิตร, มิตรสหาย
คนที่ใช้ชีวิตอย่างสนิทสนมกันเพราะความสัมพันธ์ใกล้ชิดกัน

• 들 : '복수'의 뜻을 더하는 접미사.
พวก..., ...ทั้งหลาย, ที่เป็นพหูพจน์
ปัจจัยที่เพิ่มคำไปในคำเพื่อให้มีความหมายว่า 'พหูพจน์'

• 에게 : 어떤 행동의 주체이거나 비롯되는 대상임을 나타내는 조사.
จาก
คำชี้ที่แสดงว่าเป็นเป้าหมายที่ถูกเริ่มหรือเป็นส่วนสำคัญของการกระทำใด ๆ

• **많다** (คำคุณศัพท์) : 수나 양, 정도 등이 일정한 기준을 넘다.
มาก, เยอะ
จำนวน ปริมาณ ระดับหรือสิ่งใดที่เกินกว่าระดับที่กำหนด

• -은 : 앞의 말이 관형어의 기능을 하게 만들고 현재의 상태를 나타내는 어미.
ที่..., ซึ่ง...
วิภัตติปัจจัยที่ทำให้คำพูดข้างหน้าทำหน้าที่เป็นคุณศัพท์ขยายนามและแสดงถึงสภาพที่เป็นอยู่ในปัจจุบัน

• **놀림** (คำนาม) : 남의 실수나 약점을 잡아 웃음거리로 만드는 일.
การหยอกล้อ, การล้อเล่น, การหยอกเย้า
การนำเอาความผิดพลาดหรือจุดอ่อนของผู้อื่นมาพูดเป็นเรื่องตลกขบขัน

• 을 : 동작이 직접적으로 영향을 미치는 대상을 나타내는 조사.
ไม่พบคำแปล
คำชี้ที่แสดงเป้าหมายที่การกระทำส่งผลกระทบโดยตรง

• **받다** (คำกริยา) : 다른 사람이 하는 행동, 심리적인 작용 등을 당하거나 입다.
ได้รับ
เผชิญกับพฤติกรรมของผู้อื่นหรือได้รับผลกระทบทางด้านจิตใจ เป็นต้น

• -았- : 사건이 과거에 일어났음을 나타내는 어미.
...แล้ว(อดีตกาล)
วิภัตติปัจจัยที่แสดงว่าเหตุการณ์เกิดขึ้นในอดีต

• -다 : 어떤 사건이나 사실, 상태를 서술함을 나타내는 종결 어미.
วิภัตติปัจจัยลงท้ายประโยคบอกเล่า
(ใช้ในการลดระดับอย่างมากและเป็นทางการ)วิภัตติปัจจัยลงท้ายประโยคที่แสดงการบอกเล่าเหตุการณ์ ข้อเท็จจริง หรือสภาพการณ์ใด ๆ

견디+[다 못하]+ㄴ 아이+는 엄마+에게 투정+을 부리+었+다. **견디다 못한** **부렸다**

• **견디다** (คำกริยา) : 힘들거나 어려운 것을 참고 버티어 살아 나가다.
ทน, ทนทาน, อดทน, อดกลั้น
อดทนและอดกลั้นในสิ่งที่ยากหรือลำบากและดำเนินชีวิตต่อไป

• -다 못하다 : 앞의 말이 나타내는 행동을 더 이상 계속할 수 없음을 나타내는 표현.
...ไม่ได้อีก ก็เลย..., ...ไม่ได้แล้ว ก็เลย..., ไม่สามารถ...ได้ ก็เลย...
สำนวนที่แสดงการที่ไม่สามารถทำการกระทำที่คำพูดข้างหน้าแสดงไว้อีกต่อไปได้

• -ㄴ : 앞의 말이 관형어의 기능을 하게 만들고 사건이나 동작이 과거에 일어났음을 나타내는 어미.
ที่..., ...มา
วิภัตติปัจจัยที่แสดงการที่ทำให้คำพูดข้างหน้าทำหน้าที่เป็นคุณศัพท์ขยายนามและเหตุการณ์หรืออากัปกิริยาเกิดได้ขึ้นในอดีตแล้ว

• **아이** (คำนาม) : 나이가 어린 사람.
เด็ก
คนที่อายุน้อย

• 는 : 문장 속에서 어떤 대상이 화제임을 나타내는 조사.
...นั้น
คำชี้ที่แสดงว่าเป้าหมายใดๆเป็นหัวเรื่องในประโยค

• **엄마** (คำนาม) : 격식을 갖추지 않아도 되는 상황에서 어머니를 이르거나 부르는 말.
อ็อมมา : แม่
คำที่กล่าวถึงหรือเรียกคุณแม่ ซึ่งในสถานการณ์ที่ไม่จำเป็นต้องทำตามแบบแผน

• 에게 : 어떤 행동이 미치는 대상임을 나타내는 조사.
แก่, ให้แก่, ให้, ถึง
คำชี้ที่แสดงว่าเป็นเป้าหมายที่การกระทำใด ๆ มีผลต่อ

• **투정** (คำนาม) : 무엇이 모자라거나 마음에 들지 않아 떼를 쓰며 조르는 일.
บ่น, บ่นพึมพำ
การที่เว้าวอนด้วยการเซ้าซี้ เนื่องจากสิ่งใดขาดแคลนหรือไม่ถูกใจ

• 을 : 동작이 직접적으로 영향을 미치는 대상을 나타내는 조사.
ไม่พบคำแปล
คำชี้ที่แสดงเป้าหมายที่การกระทำส่งผลกระทบโดยตรง

• **부리다** (คำกริยา) : 바람직하지 못한 행동이나 성질을 계속 드러내거나 보이다.
แสดงพฤติกรรมที่ไม่เหมาะสม
เปิดเผยหรือแสดงให้เห็นถึงพฤติกรรมหรือนิสัยที่ไม่เหมาะสมอย่างต่อเนื่อง

• -었- : 사건이 과거에 일어났음을 나타내는 어미.
...แล้ว(อดีตกาล)
วิภัตติปัจจัยที่แสดงว่าเหตุการณ์ได้เกิดขึ้นในอดีต

• -다 : 어떤 사건이나 사실, 상태를 서술함을 나타내는 종결 어미.
วิภัตติปัจจัยลงท้ายประโยคบอกเล่า
(ใช้ในการลดระดับอย่างมากและเป็นทางการ)วิภัตติปัจจัยลงท้ายประโยคที่แสดงการบอกเล่าเหตุการณ์ ข้อเท็จจริง หรือสภาพการณ์ใด ๆ

아이 : 엄마, 이빨+이 이상하+다고 친구+들+이 자꾸만 <u>놀리+어요</u>. 놀려요

• **엄마** (คำนาม) : 격식을 갖추지 않아도 되는 상황에서 어머니를 이르거나 부르는 말.
อ็อมมา : แม่
คำที่กล่าวถึงหรือเรียกคุณแม่ ซึ่งในสถานการณ์ที่ไม่จำเป็นต้องทำตามแบบแผน

• **이빨** (คำนาม) : (낮잡아 이르는 말로) 사람이나 동물의 입 안에 있으며, 무엇을 물거나 씹는 데 쓰는 기관.
ฟัน
(คำที่ใช้เรียกอย่างดูหมิ่นดูแคลน) อวัยวะที่อยู่ในปากของสัตว์หรือคน ใช้เคี้ยวหรือกัดอะไร

• 이 : 어떤 상태나 상황의 대상이나 동작의 주체를 나타내는 조사.
ตัวชี้ประธาน
คำชี้ที่ใช้แสดงสิ่งที่อยู่ในสถานการณ์หรือสภาพใด ๆ หรือผู้ที่เป็นประธานของอากัปกริยา

• **이상하다** (คำคุณศัพท์) : 정상적인 것과 다르다.
ผิดปกติ, ผิดแปลก, แปลก, ประหลาด, แปลกประหลาด
ต่างกับสิ่งที่ปกติ

• -다고 : 어떤 행위의 목적, 의도를 나타내거나 어떤 상황의 이유, 원인을 나타내는 연결 어미.
เพราะว่าเป็น..., เพราะเป็น..., บอกว่าเป็น...
วิภัตติปัจจัยเชื่อมระหว่างประโยคที่แสดงจุดประสงค์หรือความตั้งใจของการกระทำใด ๆ หรือแสดงสาเหตุ เหตุผลของสถานการณ์ใด ๆ

• **친구** (คำนาม) : 사이가 가까워 서로 친하게 지내는 사람.
เพื่อน, มิตร, มิตรสหาย
คนที่ใช้ชีวิตอย่างสนิทสนมกันเพราะความสัมพันธ์ใกล้ชิดกัน

• 들 : '복수'의 뜻을 더하는 접미사.
พวก..., ...ทั้งหลาย, ที่เป็นพหูพจน์
ปัจจัยที่เพิ่มคำไปในคำเพื่อให้มีความหมายว่า 'พหูพจน์'

• 이 : 어떤 상태나 상황의 대상이나 동작의 주체를 나타내는 조사.
ตัวชี้ประธาน
คำชี้ที่ใช้แสดงสิ่งที่อยู่ในสถานการณ์หรือสภาพใด ๆ หรือผู้ที่เป็นประธานของอากัปกริยา

• **자꾸만** (คำวิเศษณ์) : (강조하는 말로) 자꾸.
เป็นประจำ, เสมอ ๆ, บ่อย ๆ, เรื่อย ๆ , ...แล้ว...อีก
(คำที่ใช้เน้นย้ำ) บ่อย ๆ
자꾸 (คำวิเศษณ์) : 여러 번 계속하여.
เป็นประจำ, เสมอ ๆ, บ่อย ๆ
ต่อเนื่องหลาย ๆ ครั้ง

• **놀리다** (คำกริยา) : 실수나 약점을 잡아 웃음거리로 만들다.
หยอกเหย้า, ล้อเลียน, ล้อเล่น, หยอกเล่น
เอาสิ่งที่ผิดพลาดหรือข้อด้อยมายั่วเย้าเพื่อความขำขัน

• -어요 : (두루높임으로) 어떤 사실을 서술하거나 질문, 명령, 권유함을 나타내는 종결 어미.
วิภัตติปัจจัยลงท้ายประโยคที่ใช้ในการยกย่องโดยทั่วไป
(ใช้ในการยกย่องอย่างไม่เป็นทางการ) วิภัตติปัจจัยลงท้ายประโยคที่แสดงการบอกเล่า การถาม การสั่ง หรือการชักชวนเรื่องใด ๆ

아이 : 치과+에 가+(아)서 이빨 교정 좀 하+[여 주]+세요. **가서 해 주세요**

• **치과** (คำนาม) : 이와 더불어 잇몸 등의 지지 조직, 구강 등의 질병을 치료하는 의학 분야. 또는 그 분야의 병원.
ทันตแพทยศาสตร์, ศูนย์ทันตกรรม, คลินิกทันตกรรม
แผนกทางแพทยศาสตร์ที่บำบัดรักษาโรคภัยในช่องปาก เนื้อเยื่อค้ำจุน เช่น เหงือก รวมไปถึงฟัน
หรือแผนกของโรงพยาบาลเฉพาะทางดังกล่าว

• 에 : 앞말이 목적지이거나 어떤 행위의 진행 방향임을 나타내는 조사.
ที่...
คำชี้ที่แสดงว่าคำพูดข้างหน้าเป็นทิศทางที่ดำเนินไปของการกระทำใด ๆ หรือเป็นจุดหมายปลายทาง

• **가다** (คำกริยา) : 어떤 목적을 가지고 일정한 곳으로 움직이다.
ไป
มีวัตถุประสงค์ใด ๆ และเคลื่อนที่ไปตามสถานที่ที่กำหนด

• -아서 : 앞의 말과 뒤의 말이 순차적으로 일어남을 나타내는 연결 어미.
แล้ว..., แล้วก็..., และ..
วิภัตติปัจจัยเชื่อมระหว่างประโยคที่แสดงการที่คำพูดในประโยคหน้าและประโยคหลังเกิดขึ้นตามลำดับ

• **이빨** (คำนาม) : (낮잡아 이르는 말로) 사람이나 동물의 입 안에 있으며, 무엇을 물거나 씹는 데 쓰는 기관.
ฟัน
(คำที่ใช้เรียกอย่างดูหมิ่นดูแคลน) อวัยวะที่อยู่ในปากของสัตว์หรือคน ใช้เคี้ยวหรือกัดอะไร

• **교정** (คำนาม) : 고르지 못하거나 틀어지거나 잘못된 것을 바로잡음.
การแก้, การแก้ไข, การจัด, การปรับ, การปรับปรุง, การรักษา, การเยียวยา, การบำบัด
การแก้ไขสิ่งที่ไม่เสมอกัน บิดเบนหรือผิดให้ถูกต้อง

• **좀** (คำวิเศษณ์) : 주로 부탁이나 동의를 구할 때 부드러운 느낌을 주기 위해 넣는 말.
ขอ...หน่อย, ...หน่อย
คำพูดที่ใส่เพื่อให้ความรู้สึกนิ่มนวลส่วนใหญ่ใช้ในตอนที่ขอความเห็นด้วยหรือขอร้อง

• **하다** (คำกริยา) : 어떤 행동이나 동작, 활동 등을 행하다.
ทำ
ทำกิจกรรม การเคลื่อนไหว หรือพฤติกรรมใด ๆ เป็นต้น

• -여 주다 : 남을 위해 앞의 말이 나타내는 행동을 함을 나타내는 표현.
ช่วย..., ช่วย...ให้
สำนวนที่แสดงว่าทำการกระทำที่ปรากฏในคำพูดข้างหน้าเพื่อผู้อื่น

• -세요 : (두루높임으로) 설명, 의문, 명령, 요청의 뜻을 나타내는 종결 어미.
วิภัตติปัจจัยลงท้ายประโยคที่ใช้ในระดับภาษาที่สุภาพโดยทั่วไป
(ใช้ในการยกย่องอย่างไม่เป็นทางการ) วิภัตติปัจจัยลงท้ายประโยคที่แสดงความหมายของการอธิบาย การถาม การสั่ง หรือการขอร้อง

엄마 : 야, <u>그것(그거)+이</u> 얼마나 <u>비싸+ㄴ데</u>. **그게** **비싼데**

• **야** (คำอุทาน) : 놀라거나 반가울 때 내는 소리.
โอ๊ะ
เสียงที่เปล่งออกมาเมื่อมีอาการตกใจหรือดีใจ

• **그것** (คำสรรพนาม) : 앞에서 이미 이야기한 대상을 가리키는 말.
เรื่องนั้น, อันนั้น, สิ่งนั้น
คำที่บ่งชี้ถึงเป้าหมายที่พูดถึงแล้วในก่อนหน้า

• 이 : 앞의 말을 강조하는 뜻을 나타내는 조사.
ตัวชี้ประธาน
คำชี้ที่แสดงความหมายที่เน้นย้ำคำพูดข้างหน้า

• **얼마나** (คำวิเศษณ์) : 상태나 느낌 등의 정도가 매우 크고 대단하게.
สักเท่าไหร่, สักแค่ไหน, เพียงใด
ระดับของความรู้สึกหรือสภาวะ เป็นต้น ซึ่งใหญ่โตและยิ่งใหญ่มาก

• **비싸다** (คำคุณศัพท์) : 물건값이나 어떤 일을 하는 데 드는 비용이 보통보다 높다.
แพง, ราคาสูง
ราคาของสิ่งของหรือค่าใช้จ่ายที่ใช้ในการทำเรื่องใดสูงกว่าปกติ

• -ㄴ데 : (두루낮춤으로) 듣는 사람의 반응을 기대하며 어떤 일에 대해 감탄함을 나타내는 종결 어미.
...นะ
(ใช้ในการลดระดับอย่างไม่เป็นทางการ) วิภัตติปัจจัยลงท้ายประโยคที่แสดงการอุทานเกี่ยวกับเหตุการณ์ใดๆ
โดยคาดหวังปฏิกิริยาของผู้ฟัง

아이 : <u>모르(몰ㄹ)+아</u>, <u>이것(이거)+이</u> 다 엄마 때문+이+야.
몰라 이게

• **모르다** (คำกริยา) : 사람이나 사물, 사실 등을 알지 못하거나 이해하지 못하다.
ไม่รู้จัก, ไม่รู้, ไม่ทราบ, ไม่เข้าใจ
ไม่รู้จักหรือไม่สามารถเข้าใจคน วัตถุ หรือข้อเท็จจริง เป็นต้น

• -아 : (두루낮춤으로) 어떤 사실을 서술하거나 물음, 명령, 권유를 나타내는 종결 어미.
วิภัตติปัจจัยลงท้ายประโยคที่ใช้ในการลดระดับภาษาโดยทั่วไป
(ใช้ในการลดระดับอย่างไม่เป็นทางการ) วิภัตติปัจจัยลงท้ายประโยคที่แสดงการบอกเล่าข้อเท็จจริงใด ๆ หรือการถาม การสั่ง
หรือการชักชวน

• **이것** (คำสรรพนาม) : 바로 앞에서 이야기한 대상을 가리키는 말.
สิ่งนี้, อันนี้
คำที่ใช้เรียกเป้าหมายที่พูดถึงแล้วก่อนหน้า นี้

• 이 : 어떤 상태나 상황의 대상이나 동작의 주체를 나타내는 조사.
ตัวชี้ประธาน
คำชี้ที่ใช้แสดงสิ่งที่อยู่ในสถานการณ์หรือสภาพใด ๆ หรือผู้ที่เป็นประธานของอากัปกริยา

• **다** (คำวิเศษณ์) : 남거나 빠진 것이 없이 모두.
ทั้งหมด, ไม่เหลือ
ทั้งหมดโดยที่ไม่ขาดหายหรือไม่เหลือ

• **엄마** (คำนาม) : 격식을 갖추지 않아도 되는 상황에서 어머니를 이르거나 부르는 말.
อ็อมมา : แม่
คำที่กล่าวถึงหรือเรียกคุณแม่ ซึ่งในสถานการณ์ที่ไม่จำเป็นต้องทำตามแบบแผน

• **때문** (คำนาม) : 어떤 일의 원인이나 이유.
เพราะ, เพราะว่า
เหตุผลหรือสาเหตุของเรื่องใด ๆ

• 이다 : 주어가 지시하는 대상의 속성이나 부류를 지정하는 뜻을 나타내는 서술격 조사.
เป็น
คำชี้ภาคแสดงการกที่แสดงความหมายที่กำหนดประเภทหรือคุณสมบัติของเป้าหมายที่ประธานบ่งชี้

• -야 : (두루낮춤으로) 어떤 사실에 대하여 서술하거나 물음을 나타내는 종결 어미.
วิภัตติปัจจัยลงท้ายประโยคที่ใช้ในการลดระดับภาษาโดยทั่วไป
(ใช้ในการลดระดับอย่างไม่เป็นทางการ) วิภัตติปัจจัยลงท้ายประโยคที่แสดงการบอกเล่าหรือการถามเกี่ยวกับข้อเท็จจริงใด ๆ

아이 : 엄마+가 <u>나+를</u> 이렇+게 낳+았+잖아. 날

• **엄마** (คำนาม) : 격식을 갖추지 않아도 되는 상황에서 어머니를 이르거나 부르는 말.
อ็อมมา : แม่
คำที่กล่าวถึงหรือเรียกคุณแม่ ซึ่งในสถานการณ์ที่ไม่จำเป็นต้องทำตามแบบแผน

• 가 : 어떤 상태나 상황에 놓인 대상이나 동작의 주체를 나타내는 조사.
คำชี้ประธาน
คำชี้ที่ใช้แสดงสิ่งที่อยู่ในสถานการณ์หรือสภาพใด ๆ หรือผู้ที่เป็นประธานของอากัปกริยา

• **나** (คำสรรพนาม) : 말하는 사람이 친구나 아랫사람에게 자기를 가리키는 말.
ฉัน
คำที่คนพูดใช้เรียกตนเองต่อเพื่อนหรือคนที่อายุน้อยกว่า

• 를 : 동작이 간접적인 영향을 미치는 대상이나 목적임을 나타내는 조사.
ไม่พบคำแปล
คำชี้ที่แสดงว่าเป็นเป้าหมายหรือเป็นวัตถุประสงค์ที่การกระทำส่งผลกระทบทางอ้อม

• **이렇다** (คำคุณศัพท์) : 상태, 모양, 성질 등이 이와 같다.
เป็นอย่างนี้, อย่างที่บอก...
สภาพ รูปร่าง ลักษณะ เป็นต้น เหมือนกับเป็นอย่างนี้

• -게 : 앞의 말이 뒤에서 가리키는 일의 목적이나 결과, 방식, 정도 등이 됨을 나타내는 연결 어미.
อย่าง..., ให้...
วิภัตติปัจจัยเชื่อมระหว่างประโยคที่แสดงว่าคำพูดข้างหน้าชี้บอกระดับ วิธีการ ผลลัพธ์หรือวัตถุประสงค์ หรืออื่นๆ
ของสิ่งที่อยู่ในเนื้อหาข้างหลัง

• **낳다** (คำกริยา) : 배 속의 아이, 새끼, 알을 몸 밖으로 내보내다.
คลอด, เกิด, ออก(ไข่), วาง(ไข่)
เด็กที่อยู่ในท้อง ลูกสัตว์ ไข่ออกมาข้างนอกร่างกาย

• -았- : 사건이 과거에 일어났음을 나타내는 어미.
...แล้ว(อดีตกาล)
วิภัตติปัจจัยที่แสดงว่าเหตุการณ์เกิดขึ้นในอดีต

• -잖아 : (두루낮춤으로) 어떤 상황에 대해 말하는 사람이 상대방에게 확인하거나 정정해 주듯이 말함을 나타내는 표현.
...ต่างหาก, ...แล้ว, ก็...แล้วไง
(ใช้ในการลดระดับอย่างไม่เป็นทางการ) สำนวนที่ใช้แสดงการที่ผู้พูดพูดกับอีกฝ่ายเกี่ยวกับสถานการณ์ใดๆเชิงยืนยันให้แน่ใจหรือแก้ไขให้

그리하+자 엄마+가 하+는 한마디. **그러자**

• **그리하다** (คำกริยา) : 앞에서 일어난 일이나 말한 것과 같이 그렇게 하다.
ทำแบบนั้น, ทำอย่างนั้น
กล่าวอ้างถึงเหตุการณ์หรือสิ่งที่เป็นอยู่ก่อนหน้านั้น

• -자 : 앞의 말이 나타내는 동작이 끝난 뒤 곧 뒤의 말이 나타내는 동작이 잇따라 일어남을 나타내는 연결 어미.
ทันทีที่..., ทันทีที่...ก็, พอ...ก็ทันที
วิภัตติปัจจัยเชื่อมระหว่างประโยคที่แสดงการที่หลังจากอากัปกริยาข้างหน้าเสร็จสิ้นแล้วก็เกิดอากัปกริยาข้างหลังขึ้นต่อเนื่องทันที

• **엄마** (คำนาม) : 격식을 갖추지 않아도 되는 상황에서 어머니를 이르거나 부르는 말.
อ็อมมา : แม่
คำที่กล่าวถึงหรือเรียกคุณแม่ ซึ่งในสถานการณ์ที่ไม่จำเป็นต้องทำตามแบบแผน

• 가 : 어떤 상태나 상황에 놓인 대상이나 동작의 주체를 나타내는 조사.
คำชี้ประธาน
คำชี้ที่ใช้แสดงสิ่งที่อยู่ในสถานการณ์หรือสภาพใด ๆ หรือผู้ที่เป็นประธานของอากัปกริยา

• **하다** (คำกริยา) : 다른 사람의 말이나 생각 등을 나타내는 문장을 받아 뒤에 오는 단어를 꾸미는 말.
พูดว่า, กล่าวว่า, คิดว่า
คำที่ขยายคำศัพท์ที่ตามมาหลังประโยคที่บอกถึงความคิดหรือคำพูดของคนอื่นไว้หลังจากที่ตนได้ยิน

• -는 : 앞의 말이 관형어의 기능을 하게 만들고 사건이나 동작이 현재 일어남을 나타내는 어미.
...ที่...
วิภัตติปัจจัยที่แสดงการที่ทำให้คำพูดข้างหน้าทำหน้าที่เป็นคุณศัพท์ขยายนามและเหตุการณ์หรืออากัปกิริยาเกิดขึ้นในปัจจุบัน

• **한마디** (คำนาม) : 짧고 간단한 말.
คำเดียว, คำพูดเดียว
คำพูดที่สั้นและกระชับ

엄마 : 너 낳+았+[을 때] 이빨 없+었+거든, 이것+아!

• **너** (คำสรรพนาม) : 듣는 사람이 친구나 아랫사람일 때, 그 사람을 가리키는 말.
เธอ, แก, เอ็ง
คำที่ใช้เรียกชี้บ่งคนนั้นที่เป็นผู้ฟังในกรณีที่เป็นผู้น้อยหรือเพื่อน

• **낳다** (คำกริยา) : 배 속의 아이, 새끼, 알을 몸 밖으로 내보내다.
คลอด, เกิด, ออก(ไข่), วาง(ไข่)
เด็กที่อยู่ในท้อง ลูกสัตว์ ไข่ออกมาข้างนอกร่างกาย

• -았- : 사건이 과거에 일어났음을 나타내는 어미.
...แล้ว(อดีตกาล)
วิภัตติปัจจัยที่แสดงว่าเหตุการณ์เกิดขึ้นในอดีต

• -을 때 : 어떤 행동이나 상황이 일어나는 동안이나 그 시기 또는 그러한 일이 일어난 경우를 나타내는 표현.
เมื่อ..., ตอน..., ตอนที่...
สำนวนที่ใช้แสดงระยะเวลาหรือช่วงเวลาที่เกิดการกระทำหรือสถานการณ์ใด ๆ หรือแสดงกรณีที่เรื่องดังกล่าวเกิดขึ้น

• **이빨** (คำนาม) : (낮잡아 이르는 말로) 사람이나 동물의 입 안에 있으며, 무엇을 물거나 씹는 데 쓰는 기관.
ฟัน
(คำที่ใช้เรียกอย่างดูหมิ่นดูแคลน) อวัยวะที่อยู่ในปากของสัตว์หรือคน ใช้เคี้ยวหรือกัดอะไร

• **없다** (คำคุณศัพท์) : 사람, 사물, 현상 등이 어떤 곳에 자리나 공간을 차지하고 존재하지 않는 상태이다.
ไม่มี, ปราศจาก, ไร้ซึ่ง...
คน วัตถุหรือปรากฏการณ์ เป็นต้น อยู่ในสภาพที่ไม่ได้ครอบครองที่หรือพื้นที่ในสถานที่ใด ๆ

• -었- : 사건이 과거에 일어났음을 나타내는 어미.
...แล้ว(อดีตกาล)
วิภัตติปัจจัยที่แสดงว่าเหตุการณ์ได้เกิดขึ้นในอดีต

• -거든 : (두루낮춤으로) 앞의 내용에 대해 말하는 사람이 생각한 이유나 원인, 근거를 나타내는 종결 어미.
เพราะ..., เพราะว่า...
(ใช้ในการลดระดับอย่างไม่เป็นทางการ) วิภัตติปัจจัยลงท้ายประโยคที่แสดงหลักฐาน สาเหตุหรือเหตุผลของคนที่พูดเกี่ยวกับเนื้อหาข้างหน้า

• **이것 (คำสรรพนาม)** : (귀엽게 이르는 말로) 이 아이.
หนูคนนี้, เด็กคนนี้
(คำที่ใช้เรียกด้วยความเอ็นดู) เด็กคนนี้

• 아 : 친구나 아랫사람, 동물 등을 부를 때 쓰는 조사.
คำชี้ใช้เรียก(เพื่อน, ผู้น้อย, สัตว์), ...เอ้ย
คำชี้ที่ใช้เมื่อเรียกเพื่อนหรือผู้น้อย สัตว์ เป็นต้น

< 4 단원(บท) >

제목 : 아빠, 물 좀 갖다주세요.

● 본문 (เนื้อหาเดิม)

늦은 오후 방에 늘어져 있던 아들은 시원한 물 한 잔이 먹고 싶어졌다.

그러나 꼼짝하기도 싫은 아들은 거실에서 텔레비전을 보고 계시던 아빠에게 큰 소리로 말했다.

아들 : 아빠, 물 좀 갖다주세요.

아빠 : 냉장고에 있으니까 네가 꺼내 먹어.

십 분 후

아들 : 아빠, 물 좀 갖다주세요.

아빠 : 네가 직접 가서 마시라니까.

아빠의 목소리는 점점 짜증이 섞이면서 톤이 높아지고 있었다.

그러나 이에 굴하지 않고 아들은 또 다시 외쳤다.

아들 : 아빠, 물 좀 갖다주세요.

아빠 : 네가 갖다 먹으라고.

한 번만 더 부르면 혼내 주러 간다.

아빠는 이제 단단히 화가 나셨다.

하지만 아들은 지칠 줄 모르고 다시 십 분 후에 이렇게 말했다.

아들 : 아빠, 저 혼내러 오실 때 물 좀 갖다주세요.

● 발음 (การออกเสียง)

늦은 오후 방에 늘어져 있던 아들은 시원한 물 한 잔이 먹고 싶어졌다.
느즌 오후 방에 느러저 읻떤 아드른 시원한 물 한 자니 먹꼬 시퍼젇따.
neujeun ohu bange neureojeo itdeon adeureun siwonhan mul han jani meokgo sipeojeotda.

그러나 꼼짝하기도 싫은 아들은 거실에서 텔레비전을 보고 계시던 아빠에게 큰 소리로 말했다.
그러나 꼼짜카기도 시른 아드른 거시레서 텔레비저늘 보고 계시던 아빠에게 큰 소리로 말핻따.
geureona kkomjjakagido sireun adeureun geosireseo tellebijeoneul bogo gyesideon appaege keun soriro malhaetda.

아들 : 아빠, 물 좀 갖다주세요.
아들 : 아빠, 물 좀 갇따주세요.
adeul : appa, mul jom gatdajuseyo.

아빠 : 냉장고에 있으니까 네가 꺼내 먹어.
아빠 : 냉장고에 이쓰니까 네가 꺼내 머거.
appa : naengjanggoe isseunikka nega kkeonae meogeo.

십 분 후
십 분 후
sip bun hu

아들 : 아빠, 물 좀 갖다주세요.
아들 : 아빠, 물 좀 갇따주세요.
adeul : appa, mul jom gatdajuseyo.

아빠 : 네가 직접 가서 마시라니까.
아빠 : 네가 직쩝 가서 마시라니까.
appa : nega jikjeop gaseo masiranikka.

아빠의 목소리는 점점 짜증이 섞이면서 톤이 높아지고 있었다.
아빠의 목쏘리는 점점 짜증이 서끼면서 토니 노파지고 이썯따.
appaui moksorineun jeomjeom jjajeungi seokkimyeonseo toni nopajigo isseotda.

그러나 이에 굴하지 않고 아들은 또 다시 외쳤다.
그러나 이에 굴하지 안코 아드른 또 다시 외첟따.
geureona ie gulhaji anko adeureun tto dasi oecheotda.

아들 : 아빠, 물 좀 갖다주세요.
아들 : 아빠, 물 좀 갇따주세요.
adeul : appa, mul jom gatdajuseyo.

아빠 : 네가 갖다 먹으라고.
아빠 : 네가 갇따 머그라고.
appa : nega gatda meogeurago.

한 번만 더 부르면 혼내 주러 간다.
한 번만 더 부르면 혼내 주러 간다.
han beonman deo bureumyeon honnae jureo ganda.

아빠는 이제 단단히 화가 나셨다.
아빠는 이제 단단히 화가 나셛따.
appaneun ije dandanhi hwaga nasyeotda.

하지만 아들은 지칠 줄 모르고 다시 십 분 후에 이렇게 말했다.
하지만 아드른 지칠 쭐 모르고 다시 십 분 후에 이러케 말핻따.
hajiman adeureun jichil jul moreugo dasi sip bun hue ireoke malhaetda.

아들 : 아빠, 저 혼내러 오실 때 물 좀 갖다주세요.
아들 : 아빠, 저 혼내러 오실 때 물 좀 갇따주세요.
adeul : appa, jeo honnaereo osil ttae mul jom gatdajuseyo.

● 어휘 (ศัพท์) / 문법 (ไวยากรณ์)

늦+은 오후 방+에 늘어지+어 있+던 아들+은 시원하+ㄴ 물 한 잔+이 먹+고 싶+어지+었+다.

그러나 꼼짝하+기+도 싫+은 아들+은 거실+에서 텔레비전+을 보+고 계시+던 아빠+에게 크+ㄴ 소리+로 말하+였+다.

아들 : 아빠, 물 좀 갖다주+세요.

아빠 : 냉장고+에 있+으니까 네+가 꺼내+(어) 먹+어.

십 분 후

아들 : 아빠, 물 좀 갖다주+세요.

아빠 : 네+가 직접 가+(아)서 마시+라니까.

아빠+의 목소리+는 점점 짜증+이 섞이+면서 톤+이 높아지+고 있+었+다.

그러나 이에 굴하+지 않+고 아들+은 또 다시 외치+었+다.

아들 : 아빠, 물 좀 갖다주+세요.

아빠 : 네+가 갖+다 먹+으라고.

한 번+만 더 부르+면 혼내+(어) 주+러 가+ㄴ다.

아빠+는 이제 단단히 화+가 나+시+었+다.

하지만 아들+은 지치+ㄹ 줄 모르+고 다시 십 분 후+에 이렇+게 말하+였+다.

아들 : 아빠, 저 혼내+러 오+시+ㄹ 때 물 좀 갖다주+세요.

늦+은 오후 방+에 늘어지+[어 있]+던 아들+은 시원하+ㄴ 물 한 잔+이 먹+[고 싶]+[어지]+었+다. **늘어져 있던 시원한 먹고 싶어졌다**

• **늦다** (คำคุณศัพท์) : 적당한 때를 지나 있다. 또는 시기가 한창인 때를 지나 있다.
ช้า, สาย
ผ่านช่วงเวลาที่เหมาะสม หรือผ่านช่วงเวลาที่เป็นระดับสูงสุด

• -은 : 앞의 말이 관형어의 기능을 하게 만들고 현재의 상태를 나타내는 어미.
ที่..., ซึ่ง...
วิภัตติปัจจัยที่ทำให้คำพูดข้างหน้าทำหน้าที่เป็นคุณศัพท์ขยายนามและแสดงถึงสภาพที่เป็นอยู่ในปัจจุบัน

• **오후** (คำนาม) : 정오부터 해가 질 때까지의 동안.
บ่าย, หลังเที่ยง
ช่วงตั้งแต่เที่ยงจนถึงพระอาทิตย์ตก

• **방** (คำนาม) : 사람이 살거나 일을 하기 위해 벽을 둘러서 막은 공간.
ห้อง
พื้นที่ที่สร้างขึ้นโดยกั้นผนังรอบ เพื่อให้คนพักอาศัยหรือทำงาน

• 에 : 앞말이 어떤 장소나 자리임을 나타내는 조사.
ที่...
คำชี้ที่แสดงว่าคำพูดข้างหน้าเป็นตำแหน่งหรือสถานที่ใด ๆ

• **늘어지다** (คำกริยา) : 몸을 마음껏 펴거나 근심 걱정 없이 쉬다.
ยืด, ผ่อนคลาย
แผ่ตัวตามใจหรือพักผ่อนโดยไร้ความกังวล

• -어 있다 : 앞의 말이 나타내는 상태가 계속됨을 나타내는 표현.
...อยู่
สำนวนที่แสดงว่าสภาพที่คำพูดข้างหน้าแสดงไว้นั้นดำเนินอยู่อย่างต่อเนื่อง

• -던 : 앞의 말이 관형어의 기능을 하게 만들고 사건이나 동작이 과거에 완료되지 않고 중단되었음을 나타내는 어미.
ที่เคย...
วิภัตติปัจจัยที่แสดงการที่ทำให้คำพูดข้างหน้าทำหน้าที่เป็นคุณศัพท์ขยายนามและหมายความถึงเหตุการณ์หรืออากัปกิริยาไม่เสร็จสมบูรณ์และหยุดชะงักไปในอดีต

• **아들** (คำนาม) : 남자인 자식.
ลูกชาย
ลูกที่เป็นผู้ชาย

• 은 : 문장 속에서 어떤 대상이 화제임을 나타내는 조사.
ตัวชี้หัวเรื่อง
คำชี้ที่แสดงว่าเป้าหมายใด ๆ เป็นหัวข้อเรื่องในประโยค

• **시원하다** (คำคุณศัพท์) : 음식이 먹기 좋을 정도로 차고 산뜻하거나, 속이 후련할 정도로 뜨겁다.
โล่ง, โปร่ง
อาหารที่เย็นสดชื่นพอเหมาะแก่การรับประทาน หรือร้อนจนทำให้รู้สึกโล่ง

• -ㄴ : 앞의 말이 관형어의 기능을 하게 만들고 현재의 상태를 나타내는 어미.
ที่..., ซึ่ง...
วิภัตติปัจจัยที่ทำให้คำพูดข้างหน้าทำหน้าที่เป็นคุณศัพท์ขยายนามและแสดงถึงสภาพที่เป็นอยู่ในปัจจุบัน

• **물** (คำนาม) : 강, 호수, 바다, 지하수 등에 있으며 순수한 것은 빛깔, 냄새, 맛이 없고 투명한 액체.
น้ำ
ของเหลวใสบริสุทธิ์ที่ไม่มีสี ไม่มีกลิ่น ไม่มีรส อยู่ในแม่น้ำ ทะเลสาบ ทะเล หรือน้ำใต้ดิน เป็นต้น

• **한** (คุณศัพท์) : 하나의.
หนึ่ง
อันหนึ่ง

• **잔** (คำนาม) : 음료나 술 등을 담은 그릇을 기준으로 그 분량을 세는 단위.
ถ้วย, แก้ว(ลักษณนาม)
หน่วยนับจำนวนที่มีแก้วใส่เครื่องดื่ม เหล้า เป็นต้น เป็นเกณฑ์

• 이 : 어떤 상태나 상황의 대상이나 동작의 주체를 나타내는 조사.
ตัวชี้ประธาน
คำชี้ที่ใช้แสดงสิ่งที่อยู่ในสถานการณ์หรือสภาพใด ๆ หรือผู้ที่เป็นประธานของอากัปกริยา

• **먹다** (คำกริยา) : 액체로 된 것을 마시다.
กิน, ดื่ม
ดื่มสิ่งที่เป็นของเหลว

• -고 싶다 : 앞의 말이 나타내는 행동을 하기를 원함을 나타내는 표현.
อยาก..., ต้องการ...
สำนวนที่แสดงความต้องการที่จะกระทำสิ่งที่ปรากฏในคำพูดข้างหน้า

• -어지다 : 앞에 오는 말이 나타내는 대로 행동하게 되거나 그 상태로 됨을 나타내는 표현.
...แล้ว
สำนวนที่แสดงว่าได้ทำการกระทำตามที่คำพูดข้างหน้าแสดงไว้หรือจะกลายเป็นสภาพดังกล่าว

• -었- : 어떤 사건이 과거에 완료되었거나 그 사건의 결과가 현재까지 지속되는 상황을 나타내는 어미.
...แล้ว
วิภัตติปัจจัยที่แสดงว่าเหตุการณ์ใดๆเสร็จสมบูรณ์ไปแล้วในอดีตหรือแสดงสถานการณ์ที่ผลลัพธ์ของเหตุการณ์ดังกล่าวต่อเนื่องจนถึงปัจจุบัน

• -다 : 어떤 사건이나 사실, 상태를 서술함을 나타내는 종결 어미.
วิภัตติปัจจัยลงท้ายประโยคบอกเล่า
วิภัตติปัจจัยลงท้ายประโยคที่แสดงการบอกเล่าเหตุการณ์ ข้อเท็จจริง หรือสภาพการณ์ใด ๆ

그러나 꼼짝하+기+도 싫+은 아들+은 거실+에서 텔레비전+을 보+[고 계시]+던 아빠+에게 크+ㄴ 큰 소리+로 말하+였+다. 말했다

• **그러나** (คำวิเศษณ์) : 앞의 내용과 뒤의 내용이 서로 반대될 때 쓰는 말.
แต่, แต่ว่า, แต่ทว่า
คำที่ใช้เมื่อเนื้อหาของประโยคหน้าและประโยคหลังขัดแย้งกัน

• **꼼짝하다** (คำกริยา) : 몸이 느리게 조금씩 움직이다. 또는 몸을 느리게 조금씩 움직이다.
ขยับ, เขยื้อน, ขยับเขยื้อน, เคลื่อนไหว, ไหวติง
ร่างกายขยับทีละนิดอย่างช้า ๆ หรือทำให้ร่างกายขยับทีละนิดอย่างช้า ๆ

• -기 : 앞의 말이 명사의 기능을 하게 하는 어미.
การ...
วิภัตติปัจจัยที่ทำให้คำข้างหน้ามีหน้าที่เป็นคำนาม

• 도 : 극단적인 경우를 들어 다른 경우는 말할 것도 없음을 나타내는 조사.
แม้แต่..., แม้แต่จะ..
คำชี้ที่แสดงว่าไม่ต้องพูดถึงกรณีอื่นโดยยกกรณีที่สุดขีด

• **싫다** (คำคุณศัพท์) : 어떤 일을 하고 싶지 않다.
ไม่ชอบ, ไม่อยาก
ไม่อยากทำสิ่งใด ๆ

• -은 : 앞의 말이 관형어의 기능을 하게 만들고 현재의 상태를 나타내는 어미.
ที่..., ซึ่ง...
วิภัตติปัจจัยที่ทำให้คำพูดข้างหน้าทำหน้าที่เป็นคุณศัพท์ขยายนามและแสดงถึงสภาพที่เป็นอยู่ในปัจจุบัน

• **아들** (คำนาม) : 남자인 자식.
ลูกชาย
ลูกที่เป็นผู้ชาย

• 은 : 문장 속에서 어떤 대상이 화제임을 나타내는 조사.
ตัวชี้หัวเรื่อง
คำชี้ที่แสดงว่าเป้าหมายใด ๆ เป็นหัวข้อเรื่องในประโยค

• **거실** (คำนาม) : 서양식 집에서, 가족이 모여서 생활하거나 손님을 맞는 중심 공간.
ห้องรับแขก, ห้องนั่งเล่น
ที่ว่างส่วนกลางของบ้านแบบตะวันตกที่คนในครอบครัวใช้ร่วมกันหรือใช้ต้อนรับแขก

• 에서 : 앞말이 행동이 이루어지고 있는 장소임을 나타내는 조사.
ที่...
คำชี้ที่แสดงว่าคำพูดข้างหน้าเป็นสถานที่ที่การกระทำบรรลุผล

• **텔레비전** (คำนาม) : 방송국에서 전파로 보내오는 영상과 소리를 받아서 보여 주는 기계.
โทรทัศน์, ทีวี
เครื่องที่มีหน้าที่เปลี่ยนคลื่นแม่เหล็กไฟฟ้าหรือคลื่นวิทยุที่ได้รับจากสถานีโทรทัศน์หรือวิทยุให้เป็นเสียงและภาพ

• 을 : 동작이 직접적으로 영향을 미치는 대상을 나타내는 조사.
ไม่พบคำแปล
คำชี้ที่แสดงเป้าหมายที่การกระทำส่งผลกระทบโดยตรง

• **보다** (คำกริยา) : 눈으로 대상을 즐기거나 감상하다.
ดู, ชม
เพลิดเพลินหรือชมวัตถุด้วยตา

• -고 계시다 : (높임말로) 앞의 말이 나타내는 행동이 계속 진행됨을 나타내는 표현.
กำลัง...อยู่
(คำยกย่อง) สำนวนที่แสดงว่าการกระทำที่คำพูดข้างหน้าแสดงไว้นั้นดำเนินอย่างต่อเนื่อง

• -던 : 앞의 말이 관형어의 기능을 하게 만들고 사건이나 동작이 과거에 완료되지 않고 중단되었음을 나타내는 어미.
ที่เคย...
วิภัตติปัจจัยที่แสดงการที่ทำให้คำพูดข้างหน้าทำหน้าที่เป็นคุณศัพท์ขยายนามและหมายความถึงเหตุการณ์หรืออากัปกิริยาไม่เสร็จสมบูรณ์และหยุดชะงักไปในอดีต

• **아빠** (คำนาม) : 격식을 갖추지 않아도 되는 상황에서 아버지를 이르거나 부르는 말.
อาปา : พ่อ
คำที่กล่าวถึงหรือเรียกคุณพ่อ ในสถานการณ์ที่ไม่จำเป็นต้องทำตามแบบแผน

• 에게 : 어떤 행동이 미치는 대상임을 나타내는 조사.
แก่, ให้แก่, ให้, ถึง
คำชี้ที่แสดงว่าเป็นเป้าหมายที่การกระทำใด ๆ มีผลต่อ

• **크다** (คำคุณศัพท์) : 소리의 세기가 강하다.
ดัง, ดังก้อง
ความดังของเสียงสูง

• -ㄴ : 앞의 말이 관형어의 기능을 하게 만들고 현재의 상태를 나타내는 어미.
ที่..., ซึ่ง...
วิภัตติปัจจัยที่ทำให้คำพูดข้างหน้าทำหน้าที่เป็นคุณศัพท์ขยายนามและแสดงถึงสภาพที่เป็นอยู่ในปัจจุบัน

• **소리** (คำนาม) : 사람의 목에서 나는 목소리.
เสียง, เสียงพูด, น้ำเสียง, กระแสเสียง
เสียงที่เกิดขึ้นภายในลำคอของมนุษย์

• 로 : 어떤 일의 방법이나 방식을 나타내는 조사.
โดย..., ด้วย...
คำชี้ที่แสดงวิธีการหรือวิธีทางของงานใด ๆ

• **말하다** (คำกริยา) : 어떤 사실이나 자신의 생각 또는 느낌을 말로 나타내다.
พูด, บอก, กล่าว, เล่า
แสดงข้อเท็จจริงใด ๆ หรือความคิดหรือความรู้สึกของตัวเองเป็นคำพูด

• -였- : 어떤 사건이 과거에 완료되었거나 그 사건의 결과가 현재까지 지속되는 상황을 나타내는 어미.
...แล้ว
วิภัตติปัจจัยที่แสดงว่าเหตุการณ์ใดๆเสร็จสมบูรณ์ไปแล้วในอดีตหรือแสดงสถานการณ์ที่ผลลัพธ์ของเหตุการณ์ดังกล่าวต่อเนื่องจนถึงปัจจุบัน

• -다 : 어떤 사건이나 사실, 상태를 서술함을 나타내는 종결 어미.
วิภัตติปัจจัยลงท้ายประโยคบอกเล่า
วิภัตติปัจจัยลงท้ายประโยคที่แสดงการบอกเล่าเหตุการณ์ ข้อเท็จจริง หรือสภาพการณ์ใด ๆ

아들 : 아빠, 물 좀 갖다주+세요.

• **아빠** (คำนาม) : 격식을 갖추지 않아도 되는 상황에서 아버지를 이르거나 부르는 말.
อาปา : พ่อ
คำที่กล่าวถึงหรือเรียกคุณพ่อ ในสถานการณ์ที่ไม่จำเป็นต้องทำตามแบบแผน

• **물** (คำนาม) : 강, 호수, 바다, 지하수 등에 있으며 순수한 것은 빛깔, 냄새, 맛이 없고 투명한 액체.
น้ำ
ของเหลวใสบริสุทธิ์ที่ไม่มีสี ไม่มีกลิ่น ไม่มีรส อยู่ในแม่น้ำ ทะเลสาบ ทะเล หรือน้ำใต้ดิน เป็นต้น

• **좀** (คำวิเศษณ์) : 주로 부탁이나 동의를 구할 때 부드러운 느낌을 주기 위해 넣는 말.
ขอ...หน่อย, ...หน่อย
คำพูดที่ใส่เพื่อให้ความรู้สึกนิ่มนวลส่วนใหญ่ใช้ในตอนที่ขอความเห็นด้วยหรือขอร้อง

• **갖다주다** (คำกริยา) : 무엇을 가지고 와서 주다.
นำมาให้
นำสิ่งใดมาให้

• -세요 : (두루높임으로) 설명, 의문, 명령, 요청의 뜻을 나타내는 종결 어미.
วิภัตติปัจจัยลงท้ายประโยคที่ใช้ในระดับภาษาที่สุภาพโดยทั่วไป
(ใช้ในการยกย่องอย่างไม่เป็นทางการ) วิภัตติปัจจัยลงท้ายประโยคที่แสดงความหมายของการอธิบาย การถาม การสั่ง หรือการขอร้อง

아빠 : 냉장고+에 있+으니까 네+가 <u>꺼내+(어)</u> 먹+어. 꺼내

• **냉장고** (คำนาม) : 음식을 상하지 않게 하거나 차갑게 하려고 낮은 온도에서 보관하는 상자 모양의 기계.
ตู้เย็น, เครื่องทำความเย็น
เครื่องทำความเย็นอุณหภูมิต่ำใช้เก็บรักษาสิ่งที่มีรูปแบบกล่อง เพื่อไม่ให้อาหารเสียหรือทำให้อาหารเย็น

• 에 : 앞말이 어떤 장소나 자리임을 나타내는 조사.
ที่...
คำชี้ที่แสดงว่าคำพูดข้างหน้าเป็นตำแหน่งหรือสถานที่ใด ๆ

• **있다** (คำคุณศัพท์) : 무엇이 어떤 곳에 자리나 공간을 차지하고 존재하는 상태이다.
มี, มีอยู่ร่วม, ครอบคลุม
อะไรมีสภาพที่มีอยู่จริงและครอบครองในพื้นที่หรือสถานที่ใด ๆ

• -으니까 : 뒤에 오는 말에 대하여 앞에 오는 말이 원인이나 근거, 전제가 됨을 강조하여 나타내는 연결 어미.
เพราะ..., เพราะว่า...
วิภัตติปัจจัยเชื่อมระหว่างประโยคที่แสดงโดยตอกย้ำว่าคำพูดที่อยู่ข้างหน้าจะกลายเป็นเหตุผล สาเหตุหรือเงื่อนไขเกี่ยวกับคำพูดตามมาข้างหลัง

• **네** (คำสรรพนาม) : '너'에 조사 '가'가 붙을 때의 형태.
เธอ
รูปแบบของคำว่า '너' ที่ตามด้วยคำชี้ '가'
너 (คำสรรพนาม) : 듣는 사람이 친구나 아랫사람일 때, 그 사람을 가리키는 말.
เธอ, แก, เอ็ง
คำที่ใช้เรียกชี้บ่งคนนั้นที่เป็นผู้ฟังในกรณีที่เป็นผู้น้อยหรือเพื่อน

• 가 : 어떤 상태나 상황에 놓인 대상이나 동작의 주체를 나타내는 조사.
ตัวชี้ประธาน
คำชี้ที่ใช้แสดงสิ่งที่อยู่ในสถานการณ์หรือสภาพใด ๆ หรือผู้ที่เป็นประธานของอากัปกริยา

• **꺼내다** (คำกริยา) : 안에 있는 물건을 밖으로 나오게 하다.
นำออกมา, หยิบออก, เอาออกมา
ทำให้สิ่งของที่อยู่ข้างในออกมาข้างนอก

• -어 : 앞의 말이 뒤의 말보다 먼저 일어났거나 뒤의 말에 대한 방법이나 수단이 됨을 나타내는 연결 어미.
แล้ว..., แล้วจึง...
วิภัตติปัจจัยเชื่อมระหว่างประโยคที่แสดงการที่คำพูดข้างหน้าเกิดขึ้นก่อนคำพูดข้างหลัง หรือกลายเป็นวิธีการหรือวิธีทำเกี่ยวกับคำพูดข้างหลัง

• **먹다** (คำกริยา) : 액체로 된 것을 마시다.
กิน, ดื่ม
ดื่มสิ่งที่เป็นของเหลว

• -어 : (두루낮춤으로) 어떤 사실을 서술하거나 물음, 명령, 권유를 나타내는 종결 어미.
วิภัตติปัจจัยลงท้ายประโยคที่ใช้ในการลดระดับภาษาโดยทั่วไป
(ใช้ในการลดระดับอย่างไม่เป็นทางการ) วิภัตติปัจจัยลงท้ายประโยคที่แสดงการบอกเล่าข้อเท็จจริงใด ๆ หรือการถาม การสั่ง หรือการชักชวน

십 분 후

• **십** (คุณศัพท์) : 열의.
10, สิบ
ที่เป็นจำนวนสิบ

• **분** (คำนาม) : 한 시간의 60분의 1을 나타내는 시간의 단위.
นาที(หน่วยวัดเวลา)
หน่วยของเวลาที่แสดงค่าเป็น 1 ส่วน 60 ของหนึ่งชั่วโมง

• **후** (คำนาม) : 얼마만큼 시간이 지나간 다음.
หลังจาก, หลังจากนั้น
หลังจากที่เวลาผ่านไปได้ระยะหนึ่ง

아들 : 아빠, 물 좀 갖다주+세요.

• **아빠** (คำนาม) : 격식을 갖추지 않아도 되는 상황에서 아버지를 이르거나 부르는 말.
อาปา : พ่อ
คำที่กล่าวถึงหรือเรียกคุณพ่อ ในสถานการณ์ที่ไม่จำเป็นต้องทำตามแบบแผน

• **물** (คำนาม) : 강, 호수, 바다, 지하수 등에 있으며 순수한 것은 빛깔, 냄새, 맛이 없고 투명한 액체.
น้ำ
ของเหลวใสบริสุทธิ์ที่ไม่มีสี ไม่มีกลิ่น ไม่มีรส อยู่ในแม่น้ำ ทะเลสาบ ทะเล หรือน้ำใต้ดิน เป็นต้น

• **좀** (คำวิเศษณ์) : 주로 부탁이나 동의를 구할 때 부드러운 느낌을 주기 위해 넣는 말.
ขอ...หน่อย, ...หน่อย
คำพูดที่ใส่เพื่อให้ความรู้สึกนิ่มนวลส่วนใหญ่ใช้ในตอนที่ขอความเห็นด้วยหรือขอร้อง

• **갖다주다** (คำกริยา) : 무엇을 가지고 와서 주다.
นำมาให้
นำสิ่งใดมาให้

• -세요 : (두루높임으로) 설명, 의문, 명령, 요청의 뜻을 나타내는 종결 어미.
วิภัตติปัจจัยลงท้ายประโยคที่ใช้ในระดับภาษาที่สุภาพโดยทั่วไป
(ใช้ในการยกย่องอย่างไม่เป็นทางการ) วิภัตติปัจจัยลงท้ายประโยคที่แสดงความหมายของการอธิบาย การถาม การสั่ง หรือการขอร้อง

아빠 : 네+가 직접 가+(아)서 마시+라니까. 가서

• **네** (คำสรรพนาม) : '너'에 조사 '가'가 붙을 때의 형태.
เธอ
รูปแบบของคำว่า '너' ที่ตามด้วยคำชี้ '가'
너 (คำสรรพนาม) : 듣는 사람이 친구나 아랫사람일 때, 그 사람을 가리키는 말.
เธอ, แก, เอ็ง
คำที่ใช้เรียกชี้บ่งคนนั้นที่เป็นผู้ฟังในกรณีที่เป็นผู้น้อยหรือเพื่อน

• 가 : 어떤 상태나 상황에 놓인 대상이나 동작의 주체를 나타내는 조사.
ตัวชี้ประธาน
คำชี้ที่ใช้แสดงสิ่งที่อยู่ในสถานการณ์หรือสภาพใด ๆ หรือผู้ที่เป็นประธานของอากัปกริยา

• **직접** (คำวิเศษณ์) : 중간에 다른 사람이나 물건 등이 끼어들지 않고 바로.
โดยตรง
โดยตรง โดยที่ไม่มีบุคคลอื่นหรือสิ่งอื่นเข้ามาแทรกแซงระหว่างกลาง

• **가다** (คำกริยา) : 한 곳에서 다른 곳으로 장소를 이동하다.
ไป
เคลื่อนออกจากสถานที่แห่งใดแห่งหนึ่งไปยังสถานที่อื่น

• -아서 : 앞의 말과 뒤의 말이 순차적으로 일어남을 나타내는 연결 어미.
แล้ว..., แล้วก็..., และ..
วิภัตติปัจจัยเชื่อมระหว่างประโยคที่แสดงการที่คำพูดในประโยคหน้าและประโยคหลังเกิดขึ้นตามลำดับ

• **마시다** (คำกริยา) : 물 등의 액체를 목구멍으로 넘어가게 하다.
ดื่ม, กิน
ทำให้ของเหลว น้ำ เป็นต้น ผ่านลำคอไป

• -라니까 : (아주낮춤으로) 가볍게 꾸짖으면서 반복해서 명령하는 뜻을 나타내는 종결 어미.
บอกให้...ไง
(ใช้ในการลดระดับอย่างมากและเป็นทางการ) วิภัตติปัจจัยลงท้ายประโยคที่แสดงความหมายสั่งซ้ำ ๆ พร้อมทั้งตำหนิเบา ๆ

아빠+의 목소리+는 점점 짜증+이 섞이+면서 톤+이 높아지+[고 있]+었+다.

- **아빠** (คำนาม) : 격식을 갖추지 않아도 되는 상황에서 아버지를 이르거나 부르는 말.
  อาปา : พ่อ
  คำที่กล่าวถึงหรือเรียกคุณพ่อ ในสถานการณ์ที่ไม่จำเป็นต้องทำตามแบบแผน

- 의 : 앞의 말이 뒤의 말에 대하여 소유, 소속, 소재, 관계, 기원, 주체의 관계를 가짐을 나타내는 조사.
  ของ...
  คำชี้ที่แสดงว่าคำพูดข้างหน้ามีความสัมพันธ์กับประธาน แหล่งกำเนิด ความสัมพันธ์ วัตถุดิบ การสังกัด การเป็นเจ้าของต่อคำพูดข้างหลัง

- **목소리** (คำนาม) : 사람의 목구멍에서 나는 소리.
  เสียง, น้ำเสียง
  เสียงที่ออกมาจากลำคอของคน

- 는 : 문장 속에서 어떤 대상이 화제임을 나타내는 조사.
  ...นั้น
  คำชี้ที่แสดงว่าเป้าหมายใดๆเป็นหัวเรื่องในประโยค

- **점점** (คำวิเศษณ์) : 시간이 지남에 따라 정도가 조금씩 더.
  ค่อย ๆ, เรื่อย ๆ, ทุกที ๆ
  ระดับที่เปลี่ยนแปลงที่สนิดตามเวลาที่ผ่านพ้นไป

- **짜증** (คำนาม) : 마음에 들지 않아서 화를 내거나 싫은 느낌을 겉으로 드러내는 일. 또는 그런 성미.
  ความหงุดหงิด, ความรำคาญ, ความโมโห
  การแสดงความรู้สึกที่ไม่ชอบหรือโกรธเพราะไม่พอใจออกมาภายนอก หรือนิสัยที่เป็นเช่นนั้น

- 이 : 어떤 상태나 상황의 대상이나 동작의 주체를 나타내는 조사.
  ตัวชี้ประธาน
  คำชี้ที่ใช้แสดงสิ่งที่อยู่ในสถานการณ์หรือสภาพใด ๆ หรือผู้ที่เป็นประธานของอากัปกริยา

- **섞이다** (คำกริยา) : 어떤 말이나 행동에 다른 말이나 행동이 함께 나타나다.
  ร่วม, ร่วมด้วย
  คำพูดหรือการกระทำอื่นแสดงออกมาด้วยกันกับคำพูดหรือการกระทำบางอย่าง

- -면서 : 두 가지 이상의 동작이나 상태가 함께 일어남을 나타내는 연결 어미.
  ในขณะที่..., พร้อมกันกับ..., พลาง...พลาง..., ...พร้อมทั้ง...
  วิภัตติปัจจัยเชื่อมระหว่างประโยคที่ใช้แสดงว่าเกิดอากัปกิริยาหรือสภาพตั้งแต่สองอย่างขึ้นไปพร้อมกัน

- **톤** (คำนาม) : 전체적으로 느껴지는 분위기나 말투.
  โทนเสียง, น้ำเสียง
  สำเนียงหรือบรรยากาศที่รู้สึกได้ทั้งหมด

• 이 : 어떤 상태나 상황의 대상이나 동작의 주체를 나타내는 조사.
ตัวชี้ประธาน
คำชี้ที่ใช้แสดงสิ่งที่อยู่ในสถานการณ์หรือสภาพใด ๆ หรือผู้ที่เป็นประธานของอากัปกริยา

• **높아지다** (คำกริยา) : 이전보다 더 높은 정도나 수준, 지위에 이르다.
(ระดับ, มาตรฐาน, สถานะ)สูงขึ้น
ถึงระดับ มาตรฐาน สถานะที่สูงกว่าเดิม

• -고 있다 : 앞의 말이 나타내는 행동이 계속 진행됨을 나타내는 표현.
กำลัง...อยู่
สำนวนที่แสดงว่าการกระทำที่ปรากฏในคำพูดข้างหน้าได้ดำเนินอย่างต่อเนื่อง

• -었- : 어떤 사건이 과거에 완료되었거나 그 사건의 결과가 현재까지 지속되는 상황을 나타내는 어미.
...แล้ว
วิภัตติปัจจัยที่แสดงว่าเหตุการณ์ใดๆเสร็จสมบูรณ์ไปแล้วในอดีตหรือแสดงสถานการณ์ที่ผลลัพธ์ของเหตุการณ์ดังกล่าวต่อเนื่องจนถึงปัจจุบัน

• -다 : 어떤 사건이나 사실, 상태를 서술함을 나타내는 종결 어미.
วิภัตติปัจจัยลงท้ายประโยคบอกเล่า
วิภัตติปัจจัยลงท้ายประโยคที่แสดงการบอกเล่าเหตุการณ์ ข้อเท็จจริง หรือสภาพการณ์ใด ๆ

그러나 이에 굴하+[지 않]+고 아들+은 또 다시 외치+었+다.
외쳤다

• **그러나** (คำวิเศษณ์) : 앞의 내용과 뒤의 내용이 서로 반대될 때 쓰는 말.
แต่, แต่ว่า, แต่ทว่า
คำที่ใช้เมื่อเนื้อหาของประโยคหน้าและประโยคหลังขัดแย้งกัน

• **이에** (คำวิเศษณ์) : 이러한 내용에 곧.
จึง, ดังนั้น, ดังนั้น...จึง, เพราะฉะนั้น
ซึ่งในเนื้อหาเช่นนี้คือ

• **굴하다** (คำกริยา) : 어떤 힘이나 어려움 앞에서 자신의 의지를 굽히다.
ยอมแพ้, ยอมจำนน, ยอม, ท้อถอย
ล้มเลิกความตั้งใจของตนเองต่อกำลังหรือความยากลำบากใด ๆ

• -지 않다 : 앞의 말이 나타내는 행위나 상태를 부정하는 뜻을 나타내는 표현.
ไม่...
สำนวนที่ใช้แสดงความหมายปฏิเสธการกระทำหรือสภาพที่ปรากฏในคำพูดข้างหน้า

• -고 : 앞의 말이 나타내는 행동이나 그 결과가 뒤에 오는 행동이 일어나는 동안에 그대로 지속됨을 나타내는 연결 어미.
ไม่พบคำแปล
วิภัตติปัจจัยเชื่อมระหว่างประโยคที่แสดงว่าการกระทำหรือผลลัพธ์ที่ปรากฏในประโยคหน้าถูกดำเนินอย่างต่อเนื่องในช่วงเวลาที่การกระทำในประโยคหลังเกิดขึ้น

• **아들** (คำนาม) : 남자인 자식.
ลูกชาย
ลูกที่เป็นผู้ชาย

• 은 : 문장 속에서 어떤 대상이 화제임을 나타내는 조사.
ตัวชี้หัวเรื่อง
คำชี้ที่แสดงว่าเป้าหมายใด ๆ เป็นหัวข้อเรื่องในประโยค

• **또** (คำวิเศษณ์) : 어떤 일이나 행동이 다시.
อีก
งานหรือการกระทำใดอีกครั้งหนึ่ง

• **다시** (คำวิเศษณ์) : 같은 말이나 행동을 반복해서 또.
อีก, อีกครั้ง, ซ้ำอีกครั้ง
อีกครั้งโดยทำซ้ำหรือพูดเรื่องเดิมซ้ำ

• **외치다** (คำกริยา) : 큰 소리를 지르다.
ตะโกน, ร้องตะโกน, ร้องเรียก, เรียกร้อง
ตะโกนส่งเสียงดัง

• -었- : 어떤 사건이 과거에 완료되었거나 그 사건의 결과가 현재까지 지속되는 상황을 나타내는 어미.
...แล้ว
วิภัตติปัจจัยที่แสดงว่าเหตุการณ์ใดๆเสร็จสมบูรณ์ไปแล้วในอดีตหรือแสดงสถานการณ์ที่ผลลัพธ์ของเหตุการณ์ดังกล่าวต่อเนื่องจนถึงปัจจุบัน

• -다 : 어떤 사건이나 사실, 상태를 서술함을 나타내는 종결 어미.
วิภัตติปัจจัยลงท้ายประโยคบอกเล่า
วิภัตติปัจจัยลงท้ายประโยคที่แสดงการบอกเล่าเหตุการณ์ ข้อเท็จจริง หรือสภาพการณ์ใด ๆ

아들 : 아빠, 물 좀 갖다주+세요.

• **아빠** (คำนาม) : 격식을 갖추지 않아도 되는 상황에서 아버지를 이르거나 부르는 말.
อาปา : พ่อ
คำที่กล่าวถึงหรือเรียกคุณพ่อ ในสถานการณ์ที่ไม่จำเป็นต้องทำตามแบบแผน

• **물** (คำนาม) : 강, 호수, 바다, 지하수 등에 있으며 순수한 것은 빛깔, 냄새, 맛이 없고 투명한 액체.
น้ำ
ของเหลวใสบริสุทธิ์ที่ไม่มีสี ไม่มีกลิ่น ไม่มีรส อยู่ในแม่น้ำ ทะเลสาบ ทะเล หรือน้ำใต้ดิน เป็นต้น

• **좀** (คำวิเศษณ์) : 주로 부탁이나 동의를 구할 때 부드러운 느낌을 주기 위해 넣는 말.
ขอ...หน่อย, ...หน่อย
คำพูดที่ใส่เพื่อให้ความรู้สึกนิ่มนวลส่วนใหญ่ใช้ในตอนที่ขอความเห็นด้วยหรือขอร้อง

• **갖다주다** (คำกริยา) : 무엇을 가지고 와서 주다.
นำมาให้
นำสิ่งใดมาให้

• -세요 : (두루높임으로) 설명, 의문, 명령, 요청의 뜻을 나타내는 종결 어미.
วิภัตติปัจจัยลงท้ายประโยคที่ใช้ในระดับภาษาที่สุภาพโดยทั่วไป
(ใช้ในการยกย่องอย่างไม่เป็นทางการ) วิภัตติปัจจัยลงท้ายประโยคที่แสดงความหมายของการอธิบาย การถาม การสั่ง หรือการขอร้อง

아빠 : 네+가 갖+다 먹+으라고.

• **네** (คำสรรพนาม) : '너'에 조사 '가'가 붙을 때의 형태.
เธอ
รูปแบบของคำว่า '너' ที่ตามด้วยคำชี้ '가'
너 (คำสรรพนาม) : 듣는 사람이 친구나 아랫사람일 때, 그 사람을 가리키는 말.
เธอ, แก, เอ็ง
คำที่ใช้เรียกชี้บ่งคนนั้นที่เป็นผู้ฟังในกรณีที่เป็นผู้น้อยหรือเพื่อน

• 가 : 어떤 상태나 상황에 놓인 대상이나 동작의 주체를 나타내는 조사.
ตัวชี้ประธาน
คำชี้ที่ใช้แสดงสิ่งที่อยู่ในสถานการณ์หรือสภาพใด ๆ หรือผู้ที่เป็นประธานของอากัปกริยา

• **갖다** (คำกริยา) : 무엇을 손에 쥐거나 몸에 지니다.
ถือ
จับสิ่งใดที่มือหรือทำให้มีอยู่ที่ร่างกาย

• -다 : 어떤 행동이 진행되는 중에 다른 행동이 나타남을 나타내는 연결 어미.
พลาง, แล้ว..., ระหว่าง
วิภัตติปัจจัยเชื่อมระหว่างประโยคที่แสดงการกระทำอื่นเกิดขึ้นในระหว่างที่การกระทำใด ๆ กำลังดำเนินอยู่

• **먹다** (คำกริยา) : 액체로 된 것을 마시다.
กิน, ดื่ม
ดื่มสิ่งที่เป็นของเหลว

• -으라고 : (두루낮춤으로) 말하는 사람의 생각이나 주장을 듣는 사람에게 강조하여 말함을 나타내는 종결 어미.

ให้..., บอกให้...

(ใช้ในการลดระดับอย่างไม่เป็นทางการ) วิภัตติปัจจัยลงท้ายประโยคที่แสดงการพูดเน้นย้ำความคิดหรือจุดยืนของผู้พูดให้กับผู้ฟัง

아빠 : 한 번+만 더 부르+면 혼내+[(어) 주]+러 가+ㄴ다. 혼내 주러 간다

• **한** (คุณศัพท์) : 하나의.

หนึ่ง

อันหนึ่ง

• **번** (คำนาม) : 일의 횟수를 세는 단위.

ครั้ง(ลักษณนาม)

หน่วยนับจำนวนของเหตุการณ์

• 만 : 앞의 말이 어떤 것에 대한 조건임을 나타내는 조사.

แค่..., เพียง..., เพียงแค่...

คำชี้ที่แสดงว่าคำพูดข้างหน้าเป็นเงื่อนไขเกี่ยวกับสิ่งใด ๆ

• **더** (คำวิเศษณ์) : 보태어 계속해서.

อีก, อีกต่อไป

เพิ่มเติมและทำต่อไปเรื่อย ๆ

• **부르다** (คำกริยา) : 말이나 행동으로 다른 사람을 오라고 하거나 주의를 끌다.

เรียก, ร้องเรียก, ตะโกน, ตะโกนเรียก, เรียกให้มา

ทำให้คนอื่นมาหรือดึงดูดความสนใจด้วยคำพูดหรือการกระทำ

• -면 : 뒤에 오는 말에 대한 근거나 조건이 됨을 나타내는 연결 어미.

ถ้า...

วิภัตติปัจจัยเชื่อมระหว่างประโยคที่แสดงถึงการที่กลายเป็นสาเหตุหรือเงื่อนไขเกี่ยวกับคำพูดตามมาข้างหลัง

• **혼내다** (คำกริยา) : 심하게 꾸지람을 하거나 벌을 주다.

ดุด่า, ต่อว่า, ลงโทษ, ทำโทษ, เอ็ดตะโร

ลงโทษหรือต่อว่าอย่างรุนแรง

• -어 주다 : 남을 위해 앞의 말이 나타내는 행동을 함을 나타내는 표현.

ช่วย..., ช่วย...ให้

สำนวนที่แสดงว่าทำการกระทำที่ปรากฏในคำพูดข้างหน้าเพื่อผู้อื่น

• -러 : 가거나 오거나 하는 동작의 목적을 나타내는 연결 어미.
ไป...เพื่อ..., มา...เพื่อ...
วิภัตติปัจจัยเชื่อมระหว่างประโยคที่แสดงจุดประสงค์ของการเคลื่อนไหวไปหรือมา

• **가다** (คำกริยา) : 어떤 목적을 가지고 일정한 곳으로 움직이다.
ไป
มีวัตถุประสงค์ใด ๆ และเคลื่อนที่ไปตามสถานที่ที่กำหนด

• -ㄴ다 : (아주낮춤으로) 현재 사건이나 사실을 서술함을 나타내는 종결 어미.
ไม่พบคำแปล
(ใช้ในการลดระดับอย่างมากและเป็นทางการ) วิภัตติปัจจัยลงท้ายประโยคที่แสดงการบอกเล่าเหตุการณ์หรือข้อเท็จจริงในปัจจุบัน

아빠+는 이제 단단히 화+가 <u>나+시+었+다</u>. **나셨다**

• **아빠** (คำนาม) : 격식을 갖추지 않아도 되는 상황에서 아버지를 이르거나 부르는 말.
อาปา : พ่อ
คำที่กล่าวถึงหรือเรียกคุณพ่อ ในสถานการณ์ที่ไม่จำเป็นต้องทำตามแบบแผน

• 는 : 문장 속에서 어떤 대상이 화제임을 나타내는 조사.
...นั้น
คำชี้ที่แสดงว่าเป้าหมายใดๆเป็นหัวเรื่องในประโยค

• **이제** (คำวิเศษณ์) : 말하고 있는 바로 이때에.
ตอนนี้, ขณะนี้
ตอนนี้ในขณะที่พูด

• **단단히** (คำวิเศษณ์) : 보통보다 더 심하게.
อย่างรุนแรง, อย่างหนักหนา
อย่างหนักหนามากกว่าปกติ

• **화** (คำนาม) : 몹시 못마땅하거나 노여워하는 감정.
ความโกธร, ความโมโห
ความรู้สึกที่ไม่พอใจหรือโมโหเป็นอย่างมาก

• 가 : 어떤 상태나 상황에 놓인 대상이나 동작의 주체를 나타내는 조사.
ตัวชี้ประธาน
คำชี้ที่ใช้แสดงสิ่งที่อยู่ในสถานการณ์หรือสภาพใด ๆ หรือผู้ที่เป็นประธานของอากัปกริยา

• **나다** (คำกริยา) : 어떤 감정이나 느낌이 생기다.
เกิด, มี, ออก
อารมณ์หรือความรู้สึกใดได้เกิดขึ้น

• -시- : 높이고자 하는 인물과 관계된 소유물이나 신체의 일부가 문장의 주어일 때 그 인물을 높이는 뜻을 나타내는 어미.
วิภัตติปัจจัยที่แสดงการยกย่องประธานในประโยค
วิภัตติปัจจัยที่ใช้แสดงความหมายว่ายกย่องบุคคลนั้น
เมื่อสิ่งของหรือร่างกายบางส่วนที่เกี่ยวข้องกับผู้ที่จะยกย่องเป็นประธานของประโยค

• -었- : 어떤 사건이 과거에 완료되었거나 그 사건의 결과가 현재까지 지속되는 상황을 나타내는 어미.
...แล้ว
วิภัตติปัจจัยที่แสดงว่าเหตุการณ์ใดๆเสร็จสมบูรณ์ไปแล้วในอดีตหรือแสดงสถานการณ์ที่ผลลัพธ์ของเหตุการณ์ดังกล่าวต่อเนื่องจนถึงปัจจุบัน

• -다 : 어떤 사건이나 사실, 상태를 서술함을 나타내는 종결 어미.
วิภัตติปัจจัยลงท้ายประโยคบอกเล่า
วิภัตติปัจจัยลงท้ายประโยคที่แสดงการบอกเล่าเหตุการณ์ ข้อเท็จจริง หรือสภาพการณ์ใด ๆ

하지만 아들+은 지치+[ㄹ 줄] 모르+고 다시 십 분 후+에 이렇+게 말하+였+다.
지칠 줄 **말했다**

• **하지만** (คำวิเศษณ์) : 내용이 서로 반대인 두 개의 문장을 이어 줄 때 쓰는 말.
แต่, แต่ว่า
คำที่ใช้เชื่อมประโยคสองประโยคที่มีเนื้อหาขัดแย้งกัน

• **아들** (คำนาม) : 남자인 자식.
ลูกชาย
ลูกที่เป็นผู้ชาย

• 은 : 문장 속에서 어떤 대상이 화제임을 나타내는 조사.
ตัวชี้หัวเรื่อง
คำชี้ที่แสดงว่าเป้าหมายใด ๆ เป็นหัวข้อเรื่องในประโยค

• **지치다** (คำกริยา) : 힘든 일을 하거나 어떤 일에 시달려서 힘이 없다.
เหนื่อย, เหนื่อยล้า, เหนื่อยอ่อน, อ่อนเพลีย, เมื่อยล้า, หมดแรง, อ่อนแรง
ทำงานที่ยากลำบากหรือได้รับความลำบากเพราะเรื่องใด ๆ จนไม่มีแรง

• -ㄹ 줄 : 어떤 사실이나 상태에 대해 알고 있거나 모르고 있음을 나타내는 표현.
(รู้)ว่า..., (ไม่รู้)ว่า..., (รู้)ว่าจะ..., (ไม่รู้)ว่าจะ..
สำนวนที่แสดงการที่รู้หรือไม่รู้เกี่ยวกับสภาพหรือข้อเท็จจริงใด ๆ อยู่แล้ว

• **모르다** (คำกริยา) : 느끼지 않다.
ไม่รู้สึก
ไม่รู้สึก

• -고 : 앞의 말이 나타내는 행동이나 그 결과가 뒤에 오는 행동이 일어나는 동안에 그대로 지속됨을 나타내는 연결 어미.
ไม่พบคำแปล
วิภัตติปัจจัยเชื่อมระหว่างประโยคที่แสดงว่าการกระทำหรือผลลัพธ์ที่ปรากฏในประโยคหน้าถูกดำเนินอย่างต่อเนื่องในช่วงเวลาที่การกระทำในประโยคหลังเกิดขึ้น

• **다시** (คำวิเศษณ์) : 같은 말이나 행동을 반복해서 또.
อีก, อีกครั้ง, ซ้ำอีกครั้ง
อีกครั้งโดยทำซ้ำหรือพูดเรื่องเดิมซ้ำ

• **십** (คุณศัพท์) : 열의.
10, สิบ
ที่เป็นจำนวนสิบ

• **분** (คำนาม) : 한 시간의 60분의 1을 나타내는 시간의 단위.
นาที(หน่วยวัดเวลา)
หน่วยของเวลาที่แสดงค่าเป็น 1 ส่วน 60 ของหนึ่งชั่วโมง

• **후** (คำนาม) : 얼마만큼 시간이 지나간 다음.
หลังจาก, หลังจากนั้น
หลังจากที่เวลาผ่านไปได้ระยะหนึ่ง

• 에 : 앞말이 시간이나 때임을 나타내는 조사.
ตอน...
คำชี้ที่แสดงว่าคำพูดข้างหน้าเป็นเวลาหรือช่วงเวลา

• **이러하다** (คำคุณศัพท์) : 상태, 모양, 성질 등이 이와 같다.
เป็นอย่างนี้, อย่างที่บอก...
สภาพ รูปร่าง ลักษณะ เป็นต้น เหมือนกับเป็นอย่างนี้

• -게 : 앞의 말이 뒤에서 가리키는 일의 목적이나 결과, 방식, 정도 등이 됨을 나타내는 연결 어미.
อย่าง..., ให้...
วิภัตติปัจจัยเชื่อมระหว่างประโยคที่แสดงว่าคำพูดข้างหน้าชี้บอกระดับ วิธีการ ผลลัพธ์หรือวัตถุประสงค์ หรืออื่นๆ ของสิ่งที่อยู่ในเนื้อหาข้างหลัง

• **말하다** (คำกริยา) : 어떤 사실이나 자신의 생각 또는 느낌을 말로 나타내다.
พูด, บอก, กล่าว, เล่า
แสดงข้อเท็จจริงใด ๆ หรือความคิดหรือความรู้สึกของตัวเองเป็นคำพูด

• -였- : 어떤 사건이 과거에 완료되었거나 그 사건의 결과가 현재까지 지속되는 상황을 나타내는 어미.
...แล้ว
วิภัตติปัจจัยที่แสดงว่าเหตุการณ์ใดๆเสร็จสมบูรณ์ไปแล้วในอดีตหรือแสดงสถานการณ์ที่ผลลัพธ์ของเหตุการณ์ดังกล่าวต่อเนื่องจนถึงปัจจุบัน

• -다 : 어떤 사건이나 사실, 상태를 서술함을 나타내는 종결 어미.
วิภัตติปัจจัยลงท้ายประโยคบอกเล่า
วิภัตติปัจจัยลงท้ายประโยคที่แสดงการบอกเล่าเหตุการณ์ ข้อเท็จจริง หรือสภาพการณ์ใด ๆ

아들 : 아빠, 저 혼내+러 오+시+[ㄹ 때] 물 좀 갖다주+세요. 오실 때

• **아빠** (คำนาม) : 격식을 갖추지 않아도 되는 상황에서 아버지를 이르거나 부르는 말.
อาปา : พ่อ
คำที่กล่าวถึงหรือเรียกคุณพ่อ ในสถานการณ์ที่ไม่จำเป็นต้องทำตามแบบแผน

• **저** (คำสรรพนาม) : 말하는 사람이 듣는 사람에게 자신을 낮추어 가리키는 말.
ดิฉัน, ผม, กระผม
คำที่ผู้พูดบ่งชี้ตนเองโดยลดฐานะให้ต่ำลงต่อผู้ฟัง

• **혼내다** (คำกริยา) : 심하게 꾸지람을 하거나 벌을 주다.
ดุด่า, ต่อว่า, ลงโทษ, ทำโทษ, เอ็ดตะโร
ลงโทษหรือต่อว่าอย่างรุนแรง

• -러 : 가거나 오거나 하는 동작의 목적을 나타내는 연결 어미.
ไป...เพื่อ..., มา...เพื่อ...
วิภัตติปัจจัยเชื่อมระหว่างประโยคที่แสดงจุดประสงค์ของการเคลื่อนไหวไปหรือมา

• **오다** (คำกริยา) : 무엇이 다른 곳에서 이곳으로 움직이다.
มา
สิ่งใดเคลื่อนไหวจากที่หนึ่งไปยังอีกที่

• -시- : 어떤 동작이나 상태의 주체를 높이는 뜻을 나타내는 어미.
วิภัตติปัจจัยที่แสดงการยกย่องประธานในประโยค
วิภัตติปัจจัยที่ใช้แสดงความหมายซึ่งยกย่องประธานของอากัปกิริยาหรือสภาพใด ๆ

• -ㄹ 때 : 어떤 행동이나 상황이 일어나는 동안이나 그 시기 또는 그러한 일이 일어난 경우를 나타내는 표현.
เมื่อ..., ตอน..., ตอนที่...
สำนวนที่แสดงระยะเวลาหรือเวลาที่กระทำการใดๆหรือเกิดสถานการณ์ใดๆหรือแสดงกรณีที่เรื่องดังกล่าวเกิดขึ้น

• **물** (คำนาม) : 강, 호수, 바다, 지하수 등에 있으며 순수한 것은 빛깔, 냄새, 맛이 없고 투명한 액체.
น้ำ
ของเหลวใสบริสุทธิ์ที่ไม่มีสี ไม่มีกลิ่น ไม่มีรส อยู่ในแม่น้ำ ทะเลสาบ ทะเล หรือน้ำใต้ดิน เป็นต้น

• **좀** (คำวิเศษณ์) : 주로 부탁이나 동의를 구할 때 부드러운 느낌을 주기 위해 넣는 말.
ขอ...หน่อย, ...หน่อย
คำพูดที่ใส่เพื่อให้ความรู้สึกนิ่มนวลส่วนใหญ่ใช้ในตอนที่ขอความเห็นด้วยหรือขอร้อง

• **갖다주다** (คำกริยา) : 무엇을 가지고 와서 주다.
นำมาให้
นำสิ่งใดมาให้

• -세요 : (두루높임으로) 설명, 의문, 명령, 요청의 뜻을 나타내는 종결 어미.
วิภัตติปัจจัยลงท้ายประโยคที่ใช้ในระดับภาษาที่สุภาพโดยทั่วไป
(ใช้ในการยกย่องอย่างไม่เป็นทางการ) วิภัตติปัจจัยลงท้ายประโยคที่แสดงความหมายของการอธิบาย การถาม การสั่ง หรือการขอร้อง

< 5 단원(บท) >

제목 : 이해가 안 가네요.

● 본문 (เนื้อหาเดิม)

화창한 오후, 앞을 못 보는 시각 장애인이 자신을 안전하게 인도해 줄 개와 함께 지하철역으로 향하고 있었다.

그런데 한참 길을 걷다가 개가 한쪽 다리를 들더니 맹인의 바지에 오줌을 싸는 것이었다.

그러자 그 맹인이 갑자기 주머니에서 과자를 꺼내더니 개에게 주려고 했다.

이때 지나가던 행인이 그 광경을 지켜보다 맹인에게 한마디 했다.

행인 : 저기요, 선생님 잠깐만요.

맹인 : 무슨 일이시죠?

행인 : 아니, 방금 개가 당신 바지에 오줌을 쌌는데 왜 과자를 줍니까?
저 같으면 개 머리를 한 대 때렸을 텐데 이해가 안 가네요.

맹인 : 개한테 과자를 줘야 머리가 어디 있는지 알 수 있잖아요.

● 발음 (การออกเสียง)

화창한 오후, 앞을 못 보는 시각 장애인이 자신을 안전하게 인도해 줄 개와 함께 지하철역으로 향하고
화창한 오후, 아플 몯 보는 시각 장애이니 자시늘 안전하게 인도해 줄 개와 함께 지하철려그로 향하고
hwachanghan ohu, apeul mot boneun sigak jangaeini jasineul anjeonhage indohae jul gaewa hamkke jihacheollyeogeuro hyanghago

있었다.
이썯따.
isseotda.

그런데 한참 길을 걷다가 개가 한쪽 다리를 들더니 맹인의 바지에 오줌을 싸는 것이었다.
그런데 한참 기를 걷따가 개가 한쪽 다리를 들더니 맹인의 바지에 오주믈 싸는 거시얻따.
geureonde hancham gireul geotdaga gaega hanjjok darireul deuldeoni maenginui bajie ojumeul ssaneun geosieotda.

그러자 그 맹인이 갑자기 주머니에서 과자를 꺼내더니 개에게 주려고 했다.
그러자 그 맹이니 갑짜기 주머니에서 과자를 꺼내더니 개에게 주려고 핻따.
geureoja geu maengini gapjagi jumeonieseo gwajareul kkeonaedeoni gaeege juryeogo haetda.

이때 지나가던 행인이 그 광경을 지켜보다 맹인에게 한마디 했다.
이때 지나가던 행이니 그 광경을 지켜보다 맹이네게 한마디 핻따.
ittae jinagadeon haengini geu gwanggyeongeul jikyeoboda maenginege hanmadi haetda.

행인 : 저기요, 선생님 잠깐만요.
행인 : 저기요, 선생님 잠깐마뇨.
haengin : jeogiyo, seonsaengnim jamkkanmanyo.

맹인 : 무슨 일이시죠?
맹인 : 무슨 이리시죠?
maengin : museun irisijyo?

행인 : 아니, 방금 개가 당신 바지에 오줌을 쌌는데 왜 과자를 줍니까?
행인 : 아니, 방금 개가 당신 바지에 오주믈 싼는데 왜 과자를 줌니까?
haengin : ani, banggeum gaega dangsin bajie ojumeul ssanneunde wae gwajareul jumnikka?

저 같으면 개 머리를 한 대 때렸을 텐데 이해가 안 가네요.
저 가트면 개 머리를 한 대 때려쓸 텐데 이해가 안 가네요.
jeo gateumyeon gae meorireul han dae ttaeryeosseul tende ihaega an ganeyo.

맹인 : 개한테 과자를 줘야 머리가 어디 있는지 알 수 있잖아요.
맹인 : 개한테 과자를 줘야 머리가 어디 인는지 알 쑤 읻짜나요.
maengin : gaehante gwajareul jwoya meoriga eodi inneunji al su itjanayo.

● 어휘 (ศัพท์) / 문법 (ไวยากรณ์)

화창하+ㄴ 오후, 앞+을 못 보+는 시각 장애인+이 자신+을 안전하+게 인도하+여 주+ㄹ 개+와 함께 지하철역+으로 향하+고 있+었+다.

그런데 한참 길+을 걷+다가 개+가 한쪽 다리+를 들+더니 맹인+의 바지+에 오줌+을 싸+는 것+이+었+다.

그리하+자 그 맹인+이 갑자기 주머니+에서 과자+를 꺼내+더니 개+에게 주+려고 하+였+다.

이때 지나가+던 행인+이 그 광경+을 지켜보+다 맹인+에게 한마디 하+였+다.

행인 : 저기, 선생님 잠깐+만+요.

맹인 : 무슨 일+이+시+죠?

행인 : 아니, 방금 개+가 선생님 바지+에 오줌+을 싸+았+는데 왜 과자+를 주+ㅂ니까?

저 같+으면 개 머리+를 한 대 때리+었+을 텐데 이해+가 안 가+네요.

맹인 : 개+한테 과자+를 주+어야 머리+가 어디 있+는지 알(아)+ㄹ 수 있+잖아요.

화창하+ㄴ 오후, 앞+을 못 보+는 시각 장애인+이 자신+을 안전하+게 인도하+[여 주]+ㄹ 개+와 함께 **화창한** **인도해 줄** 지하철역+으로 향하+[고 있]+었+다.

• **화창하다** (คำคุณศัพท์) : 날씨가 맑고 따뜻하며 바람이 부드럽다.
(อากาศ)ดี, แจ่มใส, สดชื่น, สดใส, อบอุ่น, ปลอดโปร่ง
อากาศแจ่มใส อบอุ่น แสลมพัดนุ่มนวล

• -ㄴ : 앞의 말이 관형어의 기능을 하게 만들고 현재의 상태를 나타내는 어미.
...ที่
วิภัตติปัจจัยที่ทำให้คำพูดข้างหน้าทำหน้าที่เป็นคุณศัพท์ขยายนามและแสดงถึงสภาพที่เป็นอยู่ในปัจจุบัน

• **오후** (คำนาม) : 정오부터 해가 질 때까지의 동안.
บ่าย, หลังเที่ยง
ช่วงตั้งแต่เที่ยงจนถึงพระอาทิตย์ตก

• **앞** (คำนาม) : 향하고 있는 쪽이나 곳.
หน้า, ด้านหน้า
ด้านหรือที่ที่อยู่ข้างหน้า

• 을 : 동작이 직접적으로 영향을 미치는 대상을 나타내는 조사.
ไม่พบคำแปล
คำชี้ที่แสดงเป้าหมายที่การกระทำส่งผลกระทบโดยตรง

• **못** (คำวิเศษณ์) : 동사가 나타내는 동작을 할 수 없게.
...ไม่ได้, ทำไม่ได้
กริยาไม่สามามารถแสดงการเคลื่อนไหวได้

• **보다** (คำกริยา) : 눈으로 대상의 존재나 겉모습을 알다.
มอง, ดู, เห็น
รู้ถึงลักษณะภายนอกหรือการมีอยู่ของวัตถุด้วยตา

• -는 : 앞의 말이 관형어의 기능을 하게 만들고 사건이나 동작이 현재 일어남을 나타내는 어미.
...ที่...
วิภัตติปัจจัยที่แสดงการที่ทำให้คำพูดข้างหน้าทำหน้าที่เป็นคุณศัพท์ขยายนามและเหตุการณ์หรืออากัปกิริยาเกิดขึ้นในปัจจุบัน

• **시각 장애인** (คำนาม) : 눈이 멀어서 앞을 보지 못하는 사람.
ผู้พิการทางสายตา
คนที่ไม่สามารถมองเห็นได้ เนื่องจากตาบอด
시각 (คำนาม) : 물체의 모양이나 움직임, 빛깔 등을 보는 눈의 감각.
การเห็น, การมองเห็น, การรับรู้ภาพ, สมรรถภาพในการมอง, ประสิทธิภาพในการมอง
การรับสัมผัสทางตาที่มองแสง การเคลื่อนไหวหรือรูปร่างของวัตถุ เป็นต้น
장애인 (คำนาม) : 몸에 장애가 있거나 정신적으로 부족한 점이 있어 일상생활이나 사회생활이 어려운 사람.
คนพิการ
คนที่มีสภาพร่างกายพิการหรือจิตใจบกพร่องทำให้ยากที่จะใช้ชีวิตประจำวันหรือใช้ชีวิตในสังคมได้

• 이 : 어떤 상태나 상황의 대상이나 동작의 주체를 나타내는 조사.
ตัวชี้ประธาน
คำชี้ที่ใช้แสดงสิ่งที่อยู่ในสถานการณ์หรือสภาพใด ๆ หรือผู้ที่เป็นประธานของอาการกริยา

• **자신** (คำนาม) : 바로 그 사람.
ตัวเอง, ตนเอง
ตัวบุคคลดังกล่าว

• 을 : 동작이 간접적인 영향을 미치는 대상이나 목적임을 나타내는 조사.
ไม่พบคำแปล
คำชี้ที่แสดงว่าเป็นเป้าหมายหรือเป็นวัตถุประสงค์ที่การกระทำส่งผลกระทบทางอ้อม

• **안전하다** (คำคุณศัพท์) : 위험이 생기거나 사고가 날 염려가 없다.
ปลอดภัย, ไม่มีอันตราย, ไร้อุบัติเหตุ, มีสวัสดิภาพ
ไม่มีความห่วงกังวลว่าจะเกิดอันตรายหรือจะเกิดอุบัติเหตุ

• -게 : 앞의 말이 뒤에서 가리키는 일의 목적이나 결과, 방식, 정도 등이 됨을 나타내는 연결 어미.
อย่าง..., ให้...
วิภัตติปัจจัยเชื่อมระหว่างประโยคที่แสดงว่าคำพูดข้างหน้าชี้บอกระดับ วิธีการ ผลลัพธ์หรือวัตถุประสงค์ หรืออื่นๆ ของสิ่งที่อยู่ในเนื้อหาข้างหลัง

• **인도하다** (คำกริยา) : 길이나 장소를 안내하다.
นำ, แนะนำ
แนะนำเส้นทางหรือสถานที่

• -여 주다 : 남을 위해 앞의 말이 나타내는 행동을 함을 나타내는 표현.
ช่วย..., ช่วย...ให้
สำนวนที่แสดงว่าทำการกระทำที่ปรากฏในคำพูดข้างหน้าเพื่อผู้อื่น

• -ㄹ : 앞의 말이 관형어의 기능을 하게 만들고 추측, 예정, 의지, 가능성 등을 나타내는 어미.
ที่จะ..
วิภัตติปัจจัยที่ทำให้คำข้างหน้าทำหน้าที่เป็นคุณศัพท์ขยายนาม และแสดงความเป็นไปได้ ความตั้งใจ ความคาดหมาย การคาดคะเน เป็นต้น

• **개** (คำนาม) : 냄새를 잘 맡고 귀가 매우 밝으며 영리하고 사람을 잘 따라 사냥이나 애완 등의 목적으로 기르는 동물.
สุนัข, หมา
สัตว์ที่ดมกลิ่นเก่ง หูดีมาก ซื่อสัตย์และเชื่อฟังคน เลี้ยงไว้เพื่อวัตถุประสงค์ในการล่าสัตว์หรือเป็นสัตว์เลี้ยง เป็นต้น

• 와 : 어떤 일을 함께 하는 대상임을 나타내는 조사.
กับ...
คำชี้ที่แสดงว่าเป็นเป้าหมายที่ทำเรื่องใด ๆ ด้วยกัน

• **함께** (คำวิเศษณ์) : 여럿이서 한꺼번에 같이.
ด้วยกัน, ร่วมกัน
หลาย ๆ คนทำร่วมกันในคราวเดียวกัน

• **지하철역** (คำนาม) : 지하철을 타고 내리는 곳.
สถานีรถไฟใต้ดิน
สถานที่ที่ขึ้นและลงรถไฟใต้ดิน

• 으로 : 움직임의 방향을 나타내는 조사.
ที่...
คำชี้ที่แสดงทิศทางของการเคลื่อนไหว

• **향하다** (คำกริยา) : 어떤 목적이나 목표로 나아가다.
มุ่งสู่, ตรงสู่
มุ่งไปสู่เป้าหมายหรือจุดประสงค์ใด

• -고 있다 : 앞의 말이 나타내는 행동이 계속 진행됨을 나타내는 표현.
กำลัง...อยู่
สำนวนที่แสดงว่าการกระทำที่ปรากฏในคำพูดข้างหน้าได้ดำเนินอย่างต่อเนื่อง

• -었- : 사건이 과거에 일어났음을 나타내는 어미.
...แล้ว(อดีตกาล)
วิภัตติปัจจัยที่แสดงว่าเหตุการณ์ได้เกิดขึ้นในอดีต

• -다 : 어떤 사건이나 사실, 상태를 서술함을 나타내는 종결 어미.
วิภัตติปัจจัยลงท้ายประโยคบอกเล่า
วิภัตติปัจจัยลงท้ายประโยคที่แสดงการบอกเล่าเหตุการณ์ ข้อเท็จจริง หรือสภาพการณ์ใด ๆ

그런데 한참 길+을 걷+다가 개+가 한쪽 다리+를 들+더니 맹인+의 바지+에 오줌+을

싸+[는 것]+이+었+다.

• **그런데** (คำวิเศษณ์) : 이야기를 앞의 내용과 관련시키면서 다른 방향으로 바꿀 때 쓰는 말.
แต่, แต่ว่า
คำที่ใช้ตอนเปลี่ยนทิศทางไปยังทิศทางอื่นโดยที่ทำให้เนื้อเรื่องมีสัมพันธ์กับเนื้อหาข้างหน้า

• **한참** (คำนาม) : 시간이 꽤 지나는 동안.
ช่วงเวลาหนึ่ง, ระยะเวลาหนึ่ง
ช่วงที่เวลาผ่านไปนาน

• **길** (คำนาม) : 사람이나 차 등이 지나다닐 수 있게 땅 위에 일정한 너비로 길게 이어져 있는 공간.
ทาง, ถนน, หนทาง, ถนนหนทาง
พื้นที่ซึ่งเชื่อมต่อกันยาวอยู่เป็นแนวกว้างสม่ำเสมอบนพื้นดินซึ่งทำให้คนหรือรถ เป็นต้น ผ่านไปมาได้

• 을 : 동작이 직접적으로 영향을 미치는 대상을 나타내는 조사.
ไม่พบคำแปล
คำชี้ที่แสดงเป้าหมายที่การกระทำส่งผลกระทบโดยตรง

• **걷다** (คำกริยา) : 바닥에서 발을 번갈아 떼어 옮기면서 움직여 위치를 옮기다.
เดิน
เคลื่อนที่เปลี่ยนตำแหน่งโดยยกเท้าก้าวสลับไปบนพื้น

• -다가 : 어떤 행동이나 상태 등이 중단되고 다른 행동이나 상태로 바뀜을 나타내는 연결 어미.
แล้ว..., แล้วก็..., ...ก็...
วิภัตติปัจจัยเชื่อมระหว่างประโยคที่แสดงการกระทำหรือสภาพใด ๆ เป็นต้น ถูกหยุดชะงักและเปลี่ยนเป็นการกระทำหรือสภาพอื่น

• **개** (คำนาม) : 냄새를 잘 맡고 귀가 매우 밝으며 영리하고 사람을 잘 따라 사냥이나 애완 등의 목적으로 기르는 동물.
สุนัข, หมา
สัตว์ที่ดมกลิ่นเก่ง หูดีมาก ซื่อสัตย์และเชื่อฟังคน เลี้ยงไว้เพื่อวัตถุประสงค์ในการล่าสัตว์หรือเป็นสัตว์เลี้ยง เป็นต้น

• 가 : 어떤 상태나 상황에 놓인 대상이나 동작의 주체를 나타내는 조사.
ตัวชี้ประธาน
คำชี้ที่ใช้แสดงสิ่งที่อยู่ในสถานการณ์หรือสภาพใด ๆ หรือผู้ที่เป็นประธานของอากัปกริยา

• **한쪽** (คำนาม) : 어느 한 부분이나 방향.
ด้านหนึ่ง, ทางหนึ่ง, ทิศหนึ่ง, ด้านใดด้านหนึ่ง, ทางใดทางหนึ่ง, ทิศใดทิศหนึ่ง
ส่วนใดส่วนหนึ่งหรือทิศทางใดทิศทางหนึ่ง

• **다리** (คำนาม) : 사람이나 동물의 몸통 아래에 붙어, 서고 걷고 뛰는 일을 하는 신체 부위.
ขา
ส่วนของร่างกายที่ทำหน้าที่ยืน เดินและวิ่งโดยติดกับส่วนล่างของลำตัวคนหรือสัตว์

• 를 : 동작이 직접적으로 영향을 미치는 대상을 나타내는 조사.
ไม่พบคำแปล
คำชี้ที่แสดงเป้าหมายที่การกระทำส่งผลกระทบโดยตรง

• **들다** (คำกริยา) : 아래에 있는 것을 위로 올리다.
ยก, ชู
ยกสิ่งของที่อยู่ด้านล่างขึ้นไว้ข้างบน

• -더니 : 과거의 사실이나 상황에 뒤이어 어떤 사실이나 상황이 일어남을 나타내는 연결 어미.
พอ...ก็...
วิภัตติปัจจัยเชื่อมระหว่างประโยคที่แสดงการที่ข้อเท็จจริงหรือสถานการณ์ใด ๆ เกิดขึ้นต่อเนื่องจากข้อเท็จจริงหรือสถานการณ์ในอดีต

• **맹인** (คำนาม) : 눈이 먼 사람.
คนตาบอด
คนตาบอด

• 의 : 앞의 말이 뒤의 말에 대하여 소유, 소속, 소재, 관계, 기원, 주체의 관계를 가짐을 나타내는 조사.
ของ...
คำชี้ที่แสดงว่าคำพูดข้างหน้ามีความสัมพันธ์กับประธาน แหล่งกำเนิด ความสัมพันธ์ วัตถุดิบ การสังกัด การเป็นเจ้าของต่อคำพูดข้างหลัง

• **바지** (คำนาม) : 위는 통으로 되고 아래는 두 다리를 넣을 수 있게 갈라진, 몸의 아랫부분에 입는 옷.
กางเกง
เสื้อผ้าที่สวมใส่ส่วนล่างของร่างกาย ด้านบนเป็นทรงกระบอกส่วนด้านล่างแยกออกเพื่อให้ขาทั้งสองข้างสามารถใส่เข้าไปได้

• 에 : 앞말이 어떤 행위나 작용이 미치는 대상임을 나타내는 조사.
แก่..., ที่..., ที่ใน(บน)...
คำชี้ที่แสดงว่าคำพูดข้างหน้าเป็นเป้าหมายที่การทำงานหรือการกระทำใด ๆ มีผลต่อ

• **오줌** (คำนาม) : 혈액 속의 노폐물과 수분이 요도를 통하여 몸 밖으로 배출되는, 누렇고 지린내가 나는 액체.
น้ำปัสสาวะ, น้ำฉี่
ของเหลวสีเหลือง ๆ และมีกลิ่นฉุน เป็นของเสียกับน้ำที่อยู่ในเลือดที่ขับออกมานอกร่างกายทางท่อปัสสาวะ

• 을 : 동작이 직접적으로 영향을 미치는 대상을 나타내는 조사.
ไม่พบคำแปล
คำชี้ที่แสดงเป้าหมายที่การกระทำส่งผลกระทบโดยตรง

• **싸다** (คำกริยา) : 똥이나 오줌을 누다.
ขับถ่าย, ปลดปล่อย
ขับถ่ายอุจจาระหรือปัสสาวะ

• -는 것 : 명사가 아닌 것을 문장에서 명사처럼 쓰이게 하거나 '이다' 앞에 쓰일 수 있게 할 때 쓰는 표현.
การ..., การที่..., สิ่งที่...
สำนวนที่ทำให้คำที่ไม่ใช่คำนามใช้เหมือนคำนามในประโยคหรือทำให้ใช้วางไว้หน้า '이다' ได้

• 이다 : 주어가 지시하는 대상의 속성이나 부류를 지정하는 뜻을 나타내는 서술격 조사.
เป็น
คำชี้ภาคแสดงการกที่แสดงความหมายที่กำหนดประเภทหรือคุณสมบัติของเป้าหมายที่ประธานบ่งชี้

• -었- : 사건이 과거에 일어났음을 나타내는 어미.
...แล้ว(อดีตกาล)
วิภัตติปัจจัยที่แสดงว่าเหตุการณ์ได้เกิดขึ้นในอดีต

• -다 : 어떤 사건이나 사실, 상태를 서술함을 나타내는 종결 어미.
วิภัตติปัจจัยลงท้ายประโยคบอกเล่า
วิภัตติปัจจัยลงท้ายประโยคที่แสดงการบอกเล่าเหตุการณ์ ข้อเท็จจริง หรือสภาพการณ์ใด ๆ

그리하+자 그 맹인+이 갑자기 주머니+에서 과자+를 꺼내+더니 개+에게 주+[려고 하]+였+다. **그러자** **주려고 했다**

• **그리하다** (คำกริยา) : 앞에서 일어난 일이나 말한 것과 같이 그렇게 하다.
ทำแบบนั้น, ทำอย่างนั้น
กล่าวอ้างถึงเหตุการณ์หรือสิ่งที่เป็นอยู่ก่อนหน้านั้น

• -자 : 앞의 말이 나타내는 동작이 끝난 뒤 곧 뒤의 말이 나타내는 동작이 잇따라 일어남을 나타내는 연결 어미.
ทันทีที่..., ทันทีที่...ก็, พอ...ก็ทันที
วิภัตติปัจจัยเชื่อมระหว่างประโยคที่แสดงการที่หลังจากอากัปกริยาข้างหน้าเสร็จสิ้นแล้วก็เกิดอากัปกริยาข้างหลังขึ้นต่อเนื่องทันที

• **그** (คุณศัพท์) : 앞에서 이미 이야기한 대상을 가리킬 때 쓰는 말.
นั้น, นั่น
คำที่ใช้เมื่อบ่งชี้ถึงเป้าหมายที่ได้พูดถึงมาแล้วในก่อนหน้า

• **맹인** (คำนาม) : 눈이 먼 사람.
คนตาบอด
คนตาบอด

• 이 : 어떤 상태나 상황의 대상이나 동작의 주체를 나타내는 조사.
ตัวชี้ประธาน
คำชี้ที่ใช้แสดงสิ่งที่อยู่ในสถานการณ์หรือสภาพใด ๆ หรือผู้ที่เป็นประธานของอากัปกริยา

• **갑자기** (คำวิเศษณ์) : 미처 생각할 틈도 없이 빨리.
อย่างไม่ทันรู้ตัว, อย่างกะทันหัน, โดยฉับพลัน, ทันทีทันใด
เร็วอย่างที่ไม่มีแม้แต่เวลาที่จะคิด

• **주머니** (คำนาม) : 옷에 천 등을 덧대어 돈이나 물건 등을 넣을 수 있도록 만든 부분.
กระเป๋าเสื้อ
ส่วนที่ทำเพิ่มเติมผ้า เป็นต้น ที่เสื้อผ้า ให้ใส่ของหรือเงิน เป็นต้น ได้

• 에서 : 앞말이 어떤 일의 출처임을 나타내는 조사.
จาก...
คำชี้ที่แสดงว่าคำพูดข้างหน้าเป็นแหล่งที่มาของเรื่องใด ๆ

• **과자** (คำนาม) : 밀가루나 쌀가루 등에 우유, 설탕 등을 넣고 반죽하여 굽거나 튀긴 간식.
ขนม, ขนมอบ, ขนมทอด, ขนมกินเล่น
ขนมกินเล่นที่ทำจากการนำนม น้ำตาล เป็นต้น ใส่ลงในแป้งสาลีหรือแป้งข้าวจ้าว เป็นต้น แล้วนวดให้เข้ากัน
จากนั้นนำไปอบหรือทอด

• 를 : 동작이 직접적으로 영향을 미치는 대상을 나타내는 조사.
ไม่พบคำแปล
คำชี้ที่แสดงเป้าหมายที่การกระทำส่งผลกระทบโดยตรง

• **꺼내다** (คำกริยา) : 안에 있는 물건을 밖으로 나오게 하다.
นำออกมา, หยิบออก, เอาออกมา
ทำให้สิ่งของที่อยู่ข้างในออกมาข้างนอก

• -더니 : 과거의 사실이나 상황에 뒤이어 어떤 사실이나 상황이 일어남을 나타내는 연결 어미.
พอ...ก็...
วิภัตติปัจจัยเชื่อมระหว่างประโยคที่แสดงการที่ข้อเท็จจริงหรือสถานการณ์ใด ๆ
เกิดขึ้นต่อเนื่องจากข้อเท็จจริงหรือสถานการณ์ในอดีต

• **개** (คำนาม) : 냄새를 잘 맡고 귀가 매우 밝으며 영리하고 사람을 잘 따라 사냥이나 애완 등의 목적으로 기르는 동물.
สุนัข, หมา
สัตว์ที่ดมกลิ่นเก่ง หูดีมาก ซื่อสัตย์และซื่อฟังคน เลี้ยงไว้เพื่อวัตถุประสงค์ในการล่าสัตว์หรือเป็นสัตว์เลี้ยง เป็นต้น

• 에게 : 어떤 행동이 미치는 대상임을 나타내는 조사.
แก่, ให้แก่, ให้, ถึง
คำชี้ที่แสดงว่าเป็นเป้าหมายที่การกระทำใด ๆ มีผลต่อ

• **주다** (คำกริยา) : 물건 등을 남에게 건네어 가지거나 쓰게 하다.
ให้, มอบ, ยื่นให้, มอบให้
ให้สิ่งของ เป็นต้น แก่คนอื่นเพื่อทำให้ใช้หรือมีไว้

• -려고 하다 : 앞의 말이 나타내는 일이 곧 일어날 것 같거나 시작될 것임을 나타내는 표현.
กำลังจะ...แล้ว
สำนวนที่แสดงว่าเรื่องที่ปรากฏในคำพูดข้างหน้าจะเริ่มต้นขึ้นหรือเหมือนจะเกิดขึ้นในไม่ช้า

• -였- : 사건이 과거에 일어났음을 나타내는 어미.
...แล้ว(อดีตกาล)
วิภัตติปัจจัยที่แสดงว่าเหตุการณ์ได้เกิดขึ้นในอดีต

• -다 : 어떤 사건이나 사실, 상태를 서술함을 나타내는 종결 어미.
วิภัตติปัจจัยลงท้ายประโยคบอกเล่า
วิภัตติปัจจัยลงท้ายประโยคที่แสดงการบอกเล่าเหตุการณ์ ข้อเท็จจริง หรือสภาพการณ์ใด ๆ

이때 지나가+던 행인+이 그 광경+을 지켜보+다 맹인+에게 한마디 하+였+다. **했다**

• **이때** (คำนาม) : 바로 지금. 또는 바로 앞에서 이야기한 때.
ตอนนี้, เดี๋ยวนี้
ตอนนี้ หรือตอนที่พูดอยู่ก่อนหน้านี้เอง

• **지나가다** (คำกริยา) : 어떤 대상의 주위를 지나쳐 가다.
ผ่านไป
ผ่านไปบริเวณรอบของเป้าหมายใด

• -던 : 앞의 말이 관형어의 기능을 하게 만들고 사건이나 동작이 과거에 완료되지 않고 중단되었음을 나타내는 어미.
ที่เคย...
วิภัตติปัจจัยที่แสดงการที่ทำให้คำพูดข้างหน้าทำหน้าที่เป็นคุณศัพท์ขยายนามและหมายความถึงเหตุการณ์หรืออาการกิริยาไม่เสร็จสมบูรณ์และหยุดชะงักไปในอดีต

• **행인** (คำนาม) : 길을 가는 사람.
คนเดินทาง, ผู้สัญจร
คนที่เดินไปตามเส้นทาง

• 이 : 어떤 상태나 상황의 대상이나 동작의 주체를 나타내는 조사.
ตัวชี้ประธาน
คำชี้ที่ใช้แสดงสิ่งที่อยู่ในสถานการณ์หรือสภาพใด ๆ หรือผู้ที่เป็นประธานของอาการกริยา

• **그** (คุณศัพท์) : 앞에서 이미 이야기한 대상을 가리킬 때 쓰는 말.
นั้น, นั่น
คำที่ใช้เมื่อบ่งชี้ถึงเป้าหมายที่ได้พูดถึงมาแล้วในก่อนหน้า

• **광경** (คำนาม) : 어떤 일이나 현상이 벌어지는 장면 또는 모양.
ภาพ, ภาพเหตุการณ์, ฉาก, ทิวทัศน์
ภาพปรากฏหรือลักษณะที่เรื่องหรือปรากฏการณ์ใด ๆ เกิดขึ้น

• 을 : 동작이 직접적으로 영향을 미치는 대상을 나타내는 조사.
ไม่พบคำแปล
คำชี้ที่แสดงเป้าหมายที่การกระทำส่งผลกระทบโดยตรง

• **지켜보다** (คำกริยา) : 사물이나 모습 등을 주의를 기울여 보다.
จับตาดู, จ้องมองดู, เฝ้ามอง
จับตาดูอย่างระมัดระวัง เช่น ลักษณะท่าทางหรือสิ่งของ เป็นต้น

• -다 : 어떤 행동이 진행되는 중에 다른 행동이 나타남을 나타내는 연결 어미.
พลาง, แล้ว..., ระหว่าง
วิภัตติปัจจัยเชื่อมระหว่างประโยคที่แสดงการกระทำอื่นเกิดขึ้นในระหว่างที่การกระทำใด ๆ กำลังดำเนินอยู่

• **맹인** (คำนาม) : 눈이 먼 사람.
คนตาบอด
คนตาบอด

• 에게 : 어떤 행동이 미치는 대상임을 나타내는 조사.
แก่, ให้แก่, ให้, ถึง
คำชี้ที่แสดงว่าเป็นเป้าหมายที่การกระทำใด ๆ มีผลต่อ

• **한마디** (คำนาม) : 짧고 간단한 말.
คำเดียว, คำพูดเดียว
คำพูดที่สั้นและกระชับ

• **하다** (คำกริยา) : 어떤 행동이나 동작, 활동 등을 행하다.
ทำ
ทำกิจกรรม การเคลื่อนไหว หรือพฤติกรรมใด ๆ เป็นต้น

• -였- : 사건이 과거에 일어났음을 나타내는 어미.
...แล้ว(อดีตกาล)
วิภัตติปัจจัยที่แสดงว่าเหตุการณ์ได้เกิดขึ้นในอดีต

• -다 : 어떤 사건이나 사실, 상태를 서술함을 나타내는 종결 어미.
วิภัตติปัจจัยลงท้ายประโยคบอกเล่า
วิภัตติปัจจัยลงท้ายประโยคที่แสดงการบอกเล่าเหตุการณ์ ข้อเท็จจริง หรือสภาพการณ์ใด ๆ

행인 : 저기, 선생님 잠깐+만+요.

• **저기** (คำอุทาน) : 말을 꺼내기 어색하고 편하지 않을 때에 쓰는 말.
เอ่อ, คือ
คำที่ใช้ตอนรู้สึกแปลกและไม่สบายใจในการจะเริ่มเรื่องพูด

• **선생님** (คำนาม) : (높이는 말로) 나이가 어지간히 든 사람을 대접하여 이르는 말.
ซอนแซงนิม, ท่าน...
(คำสุภาพ) คำที่กล่าวถึงโดยให้การยกย่องคนที่มีอายุมากพอสมควร

• **잠깐** (คำนาม) : 아주 짧은 시간 동안.
สักครู่, ประเดี๋ยว, ชั่วครู่, ชั่วประเดี๋ยว, สักประเดี๋ยว
ในช่วงระยะเวลาสั้นมาก

• 만 : 무엇을 강조하는 뜻을 나타내는 조사.
แค่..., แค่...เท่านั้น
คำชี้ที่แสดงความหมายเน้นย้ำสิ่งใด ๆ

• 요 : 높임의 대상인 상대방에게 존대의 뜻을 나타내는 조사.
ค่ะ/ครับ, คะ/ครับ
คำชี้ที่แสดงความหมายของการยกย่องแก่ฝ่ายตรงข้ามที่เป็นสถานะสูง

맹인 : 무슨 일+이+시+죠?

• **무슨** (คุณศัพท์) : 확실하지 않거나 잘 모르는 일, 대상, 물건 등을 물을 때 쓰는 말.
อะไร
คำที่ใช้ถามเหตุการณ์ เป้าหมายหรือสิ่งของ เป็นต้น ที่ไม่แน่ใจหรือไม่รู้

• **일** (คำนาม) : 해결하거나 처리해야 할 문제나 사항.
เรื่อง
ปัญหาหรือสภาพที่จะต้องแก้ไขหรือจัดการ

• 이다 : 주어가 지시하는 대상의 속성이나 부류를 지정하는 뜻을 나타내는 서술격 조사.
เป็น
คำชี้ภาคแสดงการกที่แสดงความหมายที่กำหนดประเภทหรือคุณสมบัติของเป้าหมายที่ประธานบ่งชี้

• -시- : 어떤 동작이나 상태의 주체를 높이는 뜻을 나타내는 어미.
วิภัตติปัจจัยที่แสดงการยกย่องประธานในประโยค
วิภัตติปัจจัยที่ใช้แสดงความหมายซึ่งยกย่องประธานของอาการกิริยาหรือสภาพใด ๆ

• -죠 : (두루높임으로) 말하는 사람이 듣는 사람에게 친근함을 나타내며 물을 때 쓰는 종결 어미.
...ล่ะ(ครับ)
(ใช้ในการยกย่องอย่างไม่เป็นทางการ) วิภัตติปัจจัยลงท้ายประโยคเมื่อผู้พูดถามไปพร้อมกับการแสดงความสนิทสนมกับผู้ฟัง

행인 : 아니, 방금 개+가 선생님 바지+에 오줌+을 <u>싸+았+는데</u> 왜 과자+를 <u>주+ㅂ니까</u>? 싼는데 줍니까

• **아니** (คำอุทาน) : 놀라거나 감탄스러울 때, 또는 의심스럽고 이상할 때 하는 말.
โอ๊ะ, โอ๊ย
คำที่พูดเมื่อตกใจหรือประหลาดใจ หรือใช้พูดเมื่อสงสัยและรู้สึกแปลก

• **방금** (คำวิเศษณ์) : 말하고 있는 시점보다 바로 조금 전에.
เมื่อสักครู่, เมื่อตะกี้นี้, เพิ่ง
ก่อนหน้าเวลาที่กำลังพูดอยู่ไม่นาน

• **개** (คำนาม) : 냄새를 잘 맡고 귀가 매우 밝으며 영리하고 사람을 잘 따라 사냥이나 애완 등의 목적으로 기르는 동물.
สุนัข, หมา
สัตว์ที่ดมกลิ่นเก่ง หูดีมาก ซื่อสัตย์และเชื่อฟังคน เลี้ยงไว้เพื่อวัตถุประสงค์ในการล่าสัตว์หรือเป็นสัตว์เลี้ยง เป็นต้น

• 가 : 어떤 상태나 상황에 놓인 대상이나 동작의 주체를 나타내는 조사.
ตัวชี้ประธาน
คำชี้ที่ใช้แสดงสิ่งที่อยู่ในสถานการณ์หรือสภาพใด ๆ หรือผู้ที่เป็นประธานของอากัปกริยา

• **선생님** (คำนาม) : (높이는 말로) 나이가 어지간히 든 사람을 대접하여 이르는 말.
ซอนแซงนิม, ท่าน...
(คำสุภาพ) คำที่กล่าวถึงโดยให้การยกย่องคนที่มีอายุมากพอสมควร

• **바지** (คำนาม) : 위는 통으로 되고 아래는 두 다리를 넣을 수 있게 갈라진, 몸의 아랫부분에 입는 옷.
กางเกง
เสื้อผ้าที่สวมใส่ส่วนล่างของร่างกาย ด้านบนเป็นทรงกระบอกส่วนด้านล่างแยกออกเพื่อให้ขาทั้งสองข้างสามารถใส่เข้าไปได้

• 에 : 앞말이 어떤 행위나 작용이 미치는 대상임을 나타내는 조사.
แก่..., ที่..., ที่ใน(บน)...
คำชี้ที่แสดงว่าคำพูดข้างหน้าเป็นเป้าหมายที่การทำงานหรือการกระทำใด ๆ มีผลต่อ

• **오줌** (คำนาม) : 혈액 속의 노폐물과 수분이 요도를 통하여 몸 밖으로 배출되는, 누렇고 지린내가 나는 액체.
น้ำปัสสาวะ, น้ำฉี่
ของเหลวสีเหลือง ๆ และมีกลิ่นฉุน เป็นของเสียกับน้ำที่อยู่ในเลือดที่ขับออกมานอกร่างกายทางท่อปัสสาวะ

• 을 : 동작이 직접적으로 영향을 미치는 대상을 나타내는 조사.
ไม่พบคำแปล
คำชี้ที่แสดงเป้าหมายที่การกระทำส่งผลกระทบโดยตรง

• **싸다** (คำกริยา) : 똥이나 오줌을 누다.
ขับถ่าย, ปลดปล่อย
ขับถ่ายอุจจาระหรือปัสสาวะ

• -았- : 어떤 사건이 과거에 완료되었거나 그 사건의 결과가 현재까지 지속되는 상황을 나타내는 어미.
...แล้ว
วิภัตติปัจจัยที่แสดงว่าเหตุการณ์ใดๆเสร็จสมบูรณ์ไปแล้วในอดีตหรือแสดงสถานการณ์ที่ผลลัพธ์ของเหตุการณ์ดังกล่าวต่อเนื่องจนถึงปัจจุบัน

• -는데 : 뒤의 말을 하기 위하여 그 대상과 관련이 있는 상황을 미리 말함을 나타내는 연결 어미.
ก็...นะ ว่าแต่...
วิภัตติปัจจัยเชื่อมระหว่างประโยคที่แสดงการพูดสถานการณ์ที่เกี่ยวกับเป้าหมายนั้น ๆ ไว้ล่วงหน้าเพื่อที่จะพูดต่อเนื่อง

• **왜** (คำวิเศษณ์) : 무슨 이유로. 또는 어째서.
ทำไม, ด้วยเหตุใด, เพราะอะไร
ด้วยเหตุผลอันใด หรือเพราะอะไร

• **과자** (คำนาม) : 밀가루나 쌀가루 등에 우유, 설탕 등을 넣고 반죽하여 굽거나 튀긴 간식.
ขนม, ขนมอบ, ขนมทอด, ขนมกินเล่น
ขนมกินเล่นที่ทำจากการนำนม น้ำตาล เป็นต้น ใส่ลงในแป้งสาลีหรือแป้งข้าวจ้าว เป็นต้น แล้วนวดให้เข้ากัน จากนั้นนำไปอบหรือทอด

• 를 : 동작이 직접적으로 영향을 미치는 대상을 나타내는 조사.
ไม่พบคำแปล
คำชี้ที่แสดงเป้าหมายที่การกระทำส่งผลกระทบโดยตรง

• **주다** (คำกริยา) : 물건 등을 남에게 건네어 가지거나 쓰게 하다.
ให้, มอบ, ยื่นให้, มอบให้
ให้สิ่งของ เป็นต้น แก่คนอื่นเพื่อทำให้ใช้หรือมีไว้

• -ㅂ니까 : (아주높임으로) 말하는 사람이 듣는 사람에게 정중하게 물음을 나타내는 종결 어미.
...ไหมคะ(ครับ), ...หรือเปล่าคะ(ครับ), ...เหรอคะ(ครับ)
(ใช้ในการยกย่องอย่างมากและเป็นทางการ) วิภัตติปัจจัยลงท้ายประโยคที่แสดงการที่ผู้พูดถามผู้ฟังอย่างสุภาพ

행인 : 저 같+으면 개 머리+를 한 대 <u>때리+었+[을 텐데]</u> 이해+가 안 가+네요.
때렸을 텐데

• **저** (คำสรรพนาม) : 말하는 사람이 듣는 사람에게 자신을 낮추어 가리키는 말.
ดิฉัน, ผม, กระผม
คำที่ผู้พูดบ่งชี้ตนเองโดยลดฐานะให้ต่ำลงต่อผู้ฟัง

• **같다** (คำคุณศัพท์) : '어떤 상황이나 조건이라면'의 뜻을 나타내는 말.
หากเป็น
คำที่ใช้แสดงความหมายว่า 'หากเป็นเงื่อนไขหรือสถานการณ์ใด ๆ'

• -으면 : 뒤에 오는 말에 대한 근거나 조건이 됨을 나타내는 연결 어미.
ถ้า...ก็...
วิภัตติปัจจัยเชื่อมระหว่างประโยคที่แสดงถึงการที่กลายเป็นสาเหตุหรือเงื่อนไขเกี่ยวกับคำพูดตามมาข้างหลัง

• **개** (คำนาม) : 냄새를 잘 맡고 귀가 매우 밝으며 영리하고 사람을 잘 따라 사냥이나 애완 등의 목적으로 기르는 동물.
สุนัข, หมา
สัตว์ที่ดมกลิ่นเก่ง หูดีมาก ซื่อสัตย์และเชื่อฟังคน เลี้ยงไว้เพื่อวัตถุประสงค์ในการล่าสัตว์หรือเป็นสัตว์เลี้ยง เป็นต้น

• **머리** (คำนาม) : 사람이나 동물의 몸에서 얼굴과 머리털이 있는 부분을 모두 포함한 목 위의 부분.
หัว, ศีรษะ
ส่วนบนของลำคอที่รวมใบหน้าและส่วนที่มีเส้นผมในร่างกายของคนหรือสัตว์

• 를 : 동작이 직접적으로 영향을 미치는 대상을 나타내는 조사.
ไม่พบคำแปล
คำชี้ที่แสดงเป้าหมายที่การกระทำส่งผลกระทบโดยตรง

• **한** (คุณศัพท์) : 하나의.
หนึ่ง
อันหนึ่ง

• **대** (คำนาม) : 때리는 횟수를 세는 단위.
ที(ลักษณนาม)
หน่วยนับจำนวนครั้งที่ตี

• **때리다** (คำกริยา) : 손이나 손에 든 물건으로 아프게 치다.
ตี, ตบ, ต่อย, ชก, ทุบ
ตีให้เจ็บด้วยมือหรือสิ่งของที่ถืออยู่ในมือ

• -었- : 사건이 과거에 일어났음을 나타내는 어미.
...แล้ว(อดีตกาล)
วิภัตติปัจจัยที่แสดงว่าเหตุการณ์ได้เกิดขึ้นในอดีต

• -을 텐데 : 앞에 오는 말에 대하여 말하는 사람의 강한 추측을 나타내면서 그와 관련되는 내용을 이어 말할 때 쓰는 표현.
น่าจะต้อง..., คงจะ..., น่าจะ..แต่
สำนวนที่ใช้เมื่อเวลาแสดงการคาดการณ์ที่หนักแน่นของผู้พูดเกี่ยวกับคำพูดข้างหน้า พร้อมกับพูดเนื้อความที่เกี่ยวข้องกับเรื่องนั้น ๆ

• **이해** (คำนาม) : 무엇이 어떤 것인지를 앎. 또는 무엇이 어떤 것이라고 받아들임.
ความเข้าใจ, การรู้
ความตระหนักรู้ว่าอะไรเป็นสิ่งใด หรือการยอมรับว่าอะไรเป็นสิ่งใด

• 가 : 어떤 상태나 상황에 놓인 대상이나 동작의 주체를 나타내는 조사.
คำชี้ประธาน
คำชี้ที่ใช้แสดงสิ่งที่อยู่ในสถานการณ์หรือสภาพใด ๆ หรือผู้ที่เป็นประธานของอากัปกริยา

• **안** (คำวิเศษณ์) : 부정이나 반대의 뜻을 나타내는 말.
ไม่
คำที่แสดงความหมายถึงการปฏิเสธหรือการต่อต้าน

• **가다** (คำกริยา) : 어떤 것에 대해 생각이나 이해가 되다.
...ออก
นึกออกหรือเข้าใจเกี่ยวกับสิ่งใด ๆ

• -네요 : (두루높임으로) 말하는 사람이 직접 경험하여 새롭게 알게 된 사실에 대해 감탄함을 나타낼 때 쓰는 표현.
...จังค่ะ(ครับ)
(ใช้ในการยกย่องอย่างไม่เป็นทางการ) สำนวนที่ใช้เมื่อแสดงการอุทานเกี่ยวกับสิ่งที่ผู้พูดเพิ่งรู้เมื่อได้ประสบด้วยตนเอง

맹인 : 개+한테 과자+를 주+어야 머리+가 어디 있+는지 알(아)+[ㄹ 수 있]+잖아요.
줘야 **알 수 있잖아요**

• **개** (คำนาม) : 냄새를 잘 맡고 귀가 매우 밝으며 영리하고 사람을 잘 따라 사냥이나 애완 등의 목적으로 기르는 동물.
สุนัข, หมา
สัตว์ที่ดมกลิ่นเก่ง หูดีมาก ซื่อสัตย์และเชื่อฟังคน เลี้ยงไว้เพื่อวัตถุประสงค์ในการล่าสัตว์หรือเป็นสัตว์เลี้ยง เป็นต้น

• 한테 : 어떤 행동이 미치는 대상임을 나타내는 조사.
แก่, ให้แก่, ให้, ถึง
คำชี้ที่แสดงว่าเป็นเป้าหมายที่การกระทำใดๆไปถึง

• **과자** (คำนาม) : 밀가루나 쌀가루 등에 우유, 설탕 등을 넣고 반죽하여 굽거나 튀긴 간식.
ขนม, ขนมอบ, ขนมทอด, ขนมกินเล่น
ขนมกินเล่นที่ทำจากการนำนม น้ำตาล เป็นต้น ใส่ลงในแป้งสาลีหรือแป้งข้าวจ้าว เป็นต้น แล้วนวดให้เข้ากัน จากนั้นนำไปอบหรือทอด

• 를 : 동작이 직접적으로 영향을 미치는 대상을 나타내는 조사.
ไม่พบคำแปล
คำชี้ที่แสดงเป้าหมายที่การกระทำส่งผลกระทบโดยตรง

• **주다** (คำกริยา) : 물건 등을 남에게 건네어 가지거나 쓰게 하다.
ให้, มอบ, ยื่นให้, มอบให้
ให้สิ่งของ เป็นต้น แก่คนอื่นเพื่อทำให้ใช้หรือมีไว้

• -어야 : 앞에 오는 말이 뒤에 오는 말에 대한 필수적인 조건임을 나타내는 연결 어미.
ต้อง...จึงจะ..
วิภัตติปัจจัยเชื่อมระหว่างประโยคที่แสดงการที่คำพูดในประโยคหน้าเป็นเงื่อนไขที่จำเป็นเกี่ยวกับคำพูดในประโยคหลัง

• **머리** (คำนาม) : 사람이나 동물의 몸에서 얼굴과 머리털이 있는 부분을 모두 포함한 목 위의 부분.
หัว, ศีรษะ
ส่วนบนของลำคอที่รวมใบหน้าและส่วนที่มีเส้นผมในร่างกายของคนหรือสัตว์

• 가 : 어떤 상태나 상황에 놓인 대상이나 동작의 주체를 나타내는 조사.
ตัวชี้ประธาน
คำชี้ที่ใช้แสดงสิ่งที่อยู่ในสถานการณ์หรือสภาพใด ๆ หรือผู้ที่เป็นประธานของอากัปกริยา

• **어디** (คำสรรพนาม) : 모르는 곳을 가리키는 말.
ไหน, ที่ไหน
คำที่ใช้แสดงถึงสถานที่ที่ไม่รู้

• **있다** (คำคุณศัพท์) : 무엇이 어떤 곳에 자리나 공간을 차지하고 존재하는 상태이다.
มี, มีอยู่ร่วม, ครอบคลุม
อะไรมีสภาพที่มีอยู่จริงและครอบครองในพื้นที่หรือสถานที่ใด ๆ

• -는지 : 뒤에 오는 말의 내용에 대한 막연한 이유나 판단을 나타내는 연결 어미.
...หรือไม่ จึง..., ...หรือเปล่า จึง...
วิภัตติปัจจัยเชื่อมระหว่างประโยคที่แสดงเหตุผลหรือการวินิจฉัยที่ไม่แน่ชัด เกี่ยวกับเนื้อหาในประโยคหลัง

• **알다** (คำกริยา) : 교육이나 경험, 생각 등을 통해 사물이나 상황에 대한 정보 또는 지식을 갖추다.
รู้, ทราบ
มีความรู้หรือรู้ข้อมูลที่เกี่ยวกับสถานการณ์หรือสิ่งต่าง ๆ โดยผ่านความคิด ประสบการณ์หรือการศึกษา เป็นต้น

• -ㄹ 수 있다 : 어떤 행동이나 상태가 가능함을 나타내는 표현.
น่า(จะ), อาจ(จะ), คง(จะ), เป็นไปได้, มีสิทธิ์
สำนวนที่แสดงว่าการกระทำหรือสภาพใด ๆ อาจเกิดขึ้นได้

• -잖아요 : (두루높임으로) 어떤 상황에 대해 말하는 사람이 상대방에게 확인하거나 정정해 주듯이 말함을 나타내는 표현.
...นะคะ/ครับ, ก็...ยังไงหล่ะคะ/ครับ
(ใช้ในการยกย่องอย่างไม่เป็นทางการ) สำนวนที่ใช้แสดงการที่ผู้พูดพูดกับอีกฝ่ายเกี่ยวกับสถานการณ์ใดๆเชิงยืนยันให้แน่ใจหรือแก้ไขให้

< 6 단원(บท) >

제목 : 왜 아버지 직업을 수산업이라고 적었니?

● 본문 (เนื้อหาเดิม)

서울의 한 초등학교에서 가정 환경 조사를 실시하였다.

담임 선생님이 학생들이 제출한 자료를 꼼꼼히 살펴보고 있었다.

잠시 후 고개를 갸우뚱거리시더니 한 학생에게 물었다.

선생님 : 아버님이 선장이시니?

학생 : 아뇨.

선생님 : 그럼 어부시니?

학생 : 아니요.

선생님 : 그럼 양식 사업하시니?

학생 : 아닌데요.

선생님 : 그런데 왜 아버지 직업을 수산업이라고 적었니?

학생 : 우리 아버지는 학교 앞에서 붕어빵을 구우시거든요.

맛있어서 엄청 많이 팔려요.

선생님도 한번 드셔 보실래요?

● 발음 (การออกเสียง)

서울의 한 초등학교에서 가정 환경 조사를 실시하였다.
서울의 한 초등학꾜에서 가정 환경 조사를 실씨하엳따.
seourui han chodeunghakgyoeseo gajeong hwangyeong josareul silsihayeotda.

담임 선생님이 학생들이 제출한 자료를 꼼꼼히 살펴보고 있었다.
다밈 선생니미 학쌩드리 제출한 자료를 꼼꼼히 살펴보고 이썯따.
damim seonsaengnimi haksaengdeuri jechulhan jaryoreul kkomkkomhi salpyeobogo isseotda.

잠시 후 고개를 갸우뚱거리시더니 한 학생에게 물었다.
잠시 후 고개를 갸우뚱거리시더니 한 학쌩에게 무럳따.
jamsi hu gogaereul gyauttunggeorisideoni han haksaengege mureotda.

선생님 : 아버님이 선장이시니?
선생님 : 아버니미 선장이시니?
seonsaengnim : abeonimi seonjangisini?

학생 : 아뇨.
학쌩 : 아뇨.
haksaeng : anyo.

선생님 : 그럼 어부시니?
선생님 : 그럼 어부시니?
seonsaengnim : geureom eobusini?

학생 : 아니요.
학쌩 : 아니요.
haksaeng : aniyo.

선생님 : 그럼 양식 사업하시니?
선생님 : 그럼 양식 사어파시니?
seonsaengnim : geureom yangsik saeopasini?

학생 : 아닌데요.
학쌩 : 아닌데요.
haksaeng : anindeyo.

선생님 : 그런데 왜 아버지 직업을 수산업이라고 적었니?
선생님 : 그런데 왜 아버지 지거블 수사너비라고 저건니?
seonsaengnim : geureonde wae abeoji jigeobeul susaneobirago jeogeonni?

학생 : 우리 아버지는 학교 앞에서 붕어빵을 구우시거든요.
학쌩 : 우리 아버지는 학꾜 아페서 붕어빵을 구우시거드뇨.
haksaeng : uri abeojineun hakgyo apeseo bungeoppangeul guusigeodeunyo.

맛있어서 엄청 많이 팔려요.
마시써서 엄청 마니 팔려요.
masisseoseo eomcheong mani pallyeoyo.

선생님도 한번 드셔 보실래요?
선생님도 한번 드셔 보실래요?
seonsaengnimdo hanbeon deusyeo bosillaeyo?

● 어휘 (ศัพท์) / 문법 (ไวยากรณ์)

서울+의 한 초등학교+에서 가정 환경 조사+를 실시하+였+다.

담임 선생+님+이 학생+들+이 제출하+ㄴ 자료+를 꼼꼼히 살펴보+고 있+었+다.

잠시 후 고개+를 갸우뚱거리+시+더니 한 학생+에게 묻(물)+었+다.

선생님 : 아버님+이 선장+이+시+니?

학생: 아뇨.

선생님 : 그럼 어부+(이)+시+니?

학생 : 아니요.

선생님 : 그럼 양식 사업하+시+니?

학생 : 아니+ㄴ데요.

선생님 : 그런데 왜 아버지 직업+을 수산업+이라고 적+었+니?

학생 : 우리 아버지+는 학교 앞+에서 붕어빵+을 굽(구우)+시+거든요.

맛있+어서 엄청 많이 팔리+어요.

선생님+도 한번 들(드)+시+어 보+시+ㄹ래요?

서울+의 한 초등학교+에서 가정 환경 조사+를 실시하+였+다.

• **서울** (คำนาม) : 한반도 중앙에 있는 특별시. 한국의 수도이자 정치, 경제, 산업, 사회, 문화, 교통의 중심지이다. 북한산, 관악산 등의 산에 둘러싸여 있고 가운데로는 한강이 흐른다.
ซออุล
กรุงโซล : เมืองปกครองพิเศษที่อยู่กลางคาบสมุทรเกาหลี เป็นเมืองหลวงของเกาหลีและเป็นศูนย์กลางด้านการเมือง เศรษฐกิจ อุตสาหกรรม สังคม วัฒนธรรม การคมนาคม ถูกล้อมรอบด้วยภูเขาพูคัน ภูเขาควานัก เป็นต้น และมีแม่น้ำฮันไหลผ่านกลาง

• 의 : 앞의 말이 뒤의 말에 대하여 소유, 소속, 소재, 관계, 기원, 주체의 관계를 가짐을 나타내는 조사.
ของ...
คำชี้ที่แสดงว่าคำพูดข้างหน้ามีความสัมพันธ์กับประธาน แหล่งกำเนิด ความสัมพันธ์ วัตถุดิบ การสังกัด การเป็นเจ้าของต่อคำพูดข้างหลัง

• **한** (คุณศัพท์) : 여럿 중 하나인 어떤.
อันหนึ่ง, สิ่งหนึ่ง, บางอัน, หนึ่ง
สิ่งใด ๆ ซึ่งเป็นหนึ่งในท่ามกลางหลายสิ่ง

• **초등학교** (คำนาม) : 학교 교육의 첫 번째 단계로 만 여섯 살에 입학하여 육 년 동안 기본 교육을 받는 학교.
โรงเรียนประถมศึกษา
โรงเรียนลำดับแรกที่ให้การศึกษาขั้นพื้นฐานในโรงเรียนระยะเวลาหกปี เข้าเรียนได้ตั้งแต่อายุ 6 ปีบริบูรณ์

• 에서 : 앞말이 주어임을 나타내는 조사.
ที่..., คำชี้ประธาน
คำชี้ที่แสดงว่าคำพูดข้างหน้าเป็นประธาน

• **가정 환경** (คำนาม) : 가정의 분위기나 조건.
สภาพของครอบครัว, สถานภาพของครอบครัว, ฐานะของครอบครัว
เงื่อนไขหรือบรรยากาศของครอบครัว

• **조사** (คำนาม) : 어떤 일이나 사물의 내용을 알기 위하여 자세히 살펴보거나 찾아봄.
การสำรวจ, การตรวจสอบ, การตรวจหา
การลองค้นหาหรือพิจารณาอย่างละเอียดเพื่อให้รู้เนื้อหาของวัตถุหรือเรื่องใด ๆ

• 를 : 동작이 직접적으로 영향을 미치는 대상을 나타내는 조사.
ไม่พบคำแปล
คำชี้ที่แสดงเป้าหมายที่การกระทำส่งผลกระทบโดยตรง

• **실시하다** (คำกริยา) : 어떤 일이나 법, 제도 등을 실제로 행하다.
ปฏิบัติ, ดำเนินการ
ปฏิบัติจริง เช่น งาน กฎหมาย ระบบ เป็นต้น

• -였- : 어떤 사건이 과거에 완료되었거나 그 사건의 결과가 현재까지 지속되는 상황을 나타내는 어미.
...แล้ว(อดีตกาล), ยังคง...(อดีตกาล)
วิภัตติปัจจัยที่แสดงว่าเหตุการณ์ใดๆเสร็จสมบูรณ์ไปแล้วในอดีตหรือแสดงสถานการณ์ที่ผลลัพธ์ของเหตุการณ์ดังกล่าวต่อเนื่องจนถึงปัจจุบัน

• -다 : 어떤 사건이나 사실, 상태를 서술함을 나타내는 종결 어미.
วิภัตติปัจจัยลงท้ายประโยคบอกเล่า
วิภัตติปัจจัยลงท้ายประโยคที่แสดงการบอกเล่าเหตุการณ์ ข้อเท็จจริง หรือสภาพการณ์ใด ๆ

담임 선생+님+이 학생+들+이 <u>제출하+ㄴ</u> 자료+를 꼼꼼히 살펴보+[고 있]+었+다. **제출한**

• **담임 선생** (คำนาม) : 한 반이나 한 학년을 책임지고 맡아서 가르치는 선생님.
ครูประจำชั้น, อาจารย์ประจำชั้น
ครูที่สอนโดยรับภาระด้วยการรับผิดชอบในหนึ่งชั้นเรียนหรือหนึ่งห้องเรียน

• 님 : '높임'의 뜻을 더하는 접미사.
คุณ..., ท่าน...
ปัจจัยที่ใช้เพิ่มความหมายของคำว่า 'การยกย่อง'

• 이 : 어떤 상태나 상황의 대상이나 동작의 주체를 나타내는 조사.
ตัวชี้ประธาน
คำชี้ที่ใช้แสดงสิ่งที่อยู่ในสถานการณ์หรือสภาพใด ๆ หรือผู้ที่เป็นประธานของอากัปกริยา

• **학생** (คำนาม) : 학교에 다니면서 공부하는 사람.
นักเรียน
บุคคลที่ไปโรงเรียนเพื่อศึกษาเล่าเรียน

• 들 : '복수'의 뜻을 더하는 접미사.
พวก..., ...ทั้งหลาย, ที่เป็นพหูพจน์
ปัจจัยที่เพิ่มคำไปในคำเพื่อให้มีความหมายว่า 'พหูพจน์'

• 이 : 어떤 상태나 상황의 대상이나 동작의 주체를 나타내는 조사.
ตัวชี้ประธาน
คำชี้ที่ใช้แสดงสิ่งที่อยู่ในสถานการณ์หรือสภาพใด ๆ หรือผู้ที่เป็นประธานของอากัปกริยา

• **제출하다** (คำกริยา) : 어떤 안건이나 의견, 서류 등을 내놓다.
เสนอ, ยื่น, ส่ง
เสนอข้อเสนอ ความคิดเห็นหรือเอกสารใด ๆ เป็นต้น

• -ㄴ : 앞의 말이 관형어의 기능을 하게 만들고 사건이나 동작이 완료되어 그 상태가 유지되고 있음을 나타내는 어미.
ที่..., ...อยู่
วิภัตติปัจจัยที่แสดงการที่ทำให้คำพูดข้างหน้าทำหน้าที่เป็นคุณศัพท์ขยายนามและเหตุการณ์หรืออาการกริยานั้นเสร็จสิ้นไปแล้วและยังคงสภาพดังกล่าวอย่างต่อเนื่องอยู่

• **자료** (คำนาม) : 연구나 조사를 하는 데 기본이 되는 재료.
ข้อมูล
ข้อมูลที่เป็นพื้นฐานในการวิจัยค้นคว้าหรือสำรวจ

• 를 : 동작이 직접적으로 영향을 미치는 대상을 나타내는 조사.
ไม่พบคำแปล
คำชี้ที่แสดงเป้าหมายที่การกระทำส่งผลกระทบโดยตรง

• **꼼꼼히** (คำวิเศษณ์) : 빈틈이 없이 자세하고 차분하게.
อย่างระมัดระวัง, อย่างพิถีพิถัน, อย่างกวดขัน, อย่างละเอียด, อย่างละเอียดรอบคอบ
อย่างสุขุมและละเอียดโดยไม่มีความสะเพร่า

• **살펴보다** (คำกริยา) : 여기저기 빠짐없이 자세히 보다.
พิจารณา, พิจารณาดู
ดูอย่างละเอียดทั่วถึงโดยไม่ให้ขาดตกบกพร่อง

• -고 있다 : 앞의 말이 나타내는 행동이 계속 진행됨을 나타내는 표현.
กำลัง...อยู่
สำนวนที่แสดงว่าการกระทำที่ปรากฏในคำพูดข้างหน้าได้ดำเนินอย่างต่อเนื่อง

• -었- : 어떤 사건이 과거에 완료되었거나 그 사건의 결과가 현재까지 지속되는 상황을 나타내는 어미.
...แล้ว
วิภัตติปัจจัยที่แสดงว่าเหตุการณ์ใดๆเสร็จสมบูรณ์ไปแล้วในอดีตหรือแสดงสถานการณ์ที่ผลลัพธ์ของเหตุการณ์ดังกล่าวต่อเนื่องจนถึงปัจจุบัน

• -다 : 어떤 사건이나 사실, 상태를 서술함을 나타내는 종결 어미.
วิภัตติปัจจัยลงท้ายประโยคบอกเล่า
วิภัตติปัจจัยลงท้ายประโยคที่แสดงการบอกเล่าเหตุการณ์ ข้อเท็จจริง หรือสภาพการณ์ใด ๆ

잠시 후 고개+를 갸우뚱거리+시+더니 한 학생+에게 묻(물)+었+다. 물었다

• **잠시** (คำนาม) : 잠깐 동안.
สักครู่, ประเดี๋ยว, ชั่วครู่, ชั่วคราว, ชั่วขณะ
ในช่วงเวลาชั่วครู่

• **후** (คำนาม) : 얼마만큼 시간이 지나간 다음.
หลังจาก, หลังจากนั้น
หลังจากที่เวลาผ่านไปได้ระยะหนึ่ง

• **고개** (คำนาม) : 목을 포함한 머리 부분.
ต้นคอ, ศีรษะ, หัว
ส่วนศีรษะที่รวมคอ

• 를 : 동작이 직접적으로 영향을 미치는 대상을 나타내는 조사.
ไม่พบคำแปล
คำชี้ที่แสดงเป้าหมายที่การกระทำส่งผลกระทบโดยตรง

• **갸우뚱거리다** (คำกริยา) : 물체가 자꾸 이쪽저쪽으로 기울어지며 흔들리다. 또는 그렇게 하다.
เอียงไปเอียงมา, เอนไปเอนมา, แกว่งไปแกว่งมา
วัตถุเอียงและแกว่งไกวไปทางโน้นทางนี้อยู่เรื่อย ๆ หรือทำให้เป็นเช่นดังกล่าว

• -시- : 어떤 동작이나 상태의 주체를 높이는 뜻을 나타내는 어미.
วิภัตติปัจจัยที่แสดงการยกย่องประธานในประโยค
วิภัตติปัจจัยที่ใช้แสดงความหมายซึ่งยกย่องประธานของอาการกิริยาหรือสภาพใด ๆ

• -더니 : 과거의 사실이나 상황에 뒤이어 어떤 사실이나 상황이 일어남을 나타내는 연결 어미.
พอ...ก็...
วิภัตติปัจจัยเชื่อมระหว่างประโยคที่แสดงการที่ข้อเท็จจริงหรือสถานการณ์ใด ๆ
เกิดขึ้นต่อเนื่องจากข้อเท็จจริงหรือสถานการณ์ในอดีต

• **한** (คุณศัพท์) : 여럿 중 하나인 어떤.
อันหนึ่ง, สิ่งหนึ่ง, บางอัน, หนึ่ง
สิ่งใด ๆ ซึ่งเป็นหนึ่งในท่ามกลางหลายสิ่ง

• **학생** (คำนาม) : 학교에 다니면서 공부하는 사람.
นักเรียน
บุคคลที่ไปโรงเรียนเพื่อศึกษาเล่าเรียน

• 에게 : 어떤 행동이 미치는 대상임을 나타내는 조사.
แก่, ให้แก่, ให้, ถึง
คำชี้ที่แสดงว่าเป็นเป้าหมายที่การกระทำใด ๆ มีผลต่อ

• **묻다** (คำกริยา) : 대답이나 설명을 요구하며 말하다.
ถาม, ซัก
พูดเรียกร้องให้ตอบหรืออธิบาย

• -었- : 어떤 사건이 과거에 완료되었거나 그 사건의 결과가 현재까지 지속되는 상황을 나타내는 어미.
...แล้ว
วิภัตติปัจจัยที่แสดงว่าเหตุการณ์ใดๆเสร็จสมบูรณ์ไปแล้วในอดีตหรือแสดงสถานการณ์ที่ผลลัพธ์ของเหตุการณ์ดังกล่าวต่อเนื่องจนถึงปัจจุบัน

• -다 : 어떤 사건이나 사실, 상태를 서술함을 나타내는 종결 어미.
วิภัตติปัจจัยลงท้ายประโยคบอกเล่า
วิภัตติปัจจัยลงท้ายประโยคที่แสดงการบอกเล่าเหตุการณ์ ข้อเท็จจริง หรือสภาพการณ์ใด ๆ

선생님 : 아버님+이 선장+이+시+니? **학생: 아뇨.**

• **아버님 (คำนาม)** : (높임말로) 자기를 낳아 준 남자를 이르거나 부르는 말.
อาบอนิม : คุณพ่อ
(คำยกย่อง) คำที่กล่าวถึงหรือเรียกผู้ชายที่ให้กำเนิดตนเอง

• 이 : 어떤 상태나 상황의 대상이나 동작의 주체를 나타내는 조사.
ตัวชี้ประธาน
คำชี้ที่ใช้แสดงสิ่งที่อยู่ในสถานการณ์หรือสภาพใด ๆ หรือผู้ที่เป็นประธานของอากัปกริยา

• **선장 (คำนาม)** : 배에 탄 선원들을 감독하고, 배의 항해와 사무를 책임지는 사람.
กัปตันเรือ
คนที่กำกับลูกเรือบนเรือและรับผิดชอบเกี่ยวกับการเดินเรือและงานธุรการบนเรือ

• 이다 : 주어가 지시하는 대상의 속성이나 부류를 지정하는 뜻을 나타내는 서술격 조사.
เป็น
คำชี้ภาคแสดงการกที่แสดงความหมายที่กำหนดประเภทหรือคุณสมบัติของเป้าหมายที่ประธานบ่งชี้

• -시- : 어떤 동작이나 상태의 주체를 높이는 뜻을 나타내는 어미.
วิภัตติปัจจัยที่แสดงการยกย่องประธานในประโยค
วิภัตติปัจจัยที่ใช้แสดงความหมายซึ่งยกย่องประธานของอากัปกิริยาหรือสภาพใด ๆ

• -니 : (아주낮춤으로) 물음을 나타내는 종결 어미.
...ไหม, ...หรือเปล่า, ...เหรอ
(ใช้ในการลดระดับอย่างมากและเป็นทางการ) วิภัตติปัจจัยลงท้ายประโยคที่แสดงการถาม

• **아뇨 (คำอุทาน)** : 윗사람이 묻는 말에 대하여 부정하며 대답할 때 쓰는 말.
ไม่ครับ(ค่ะ), ไม่ใช่ครับ(ค่ะ), เปล่าครับ(ค่ะ)
คำที่ใช้ตอบปฏิเสธคำถามที่บุคคลที่มีตำแหน่งสูงกว่าได้ถาม

선생님 : 그럼 어부+(이)+시+니?
어부시니

학생 : 아니요.

- **그럼** (คำวิเศษณ์) : 앞의 내용을 받아들이거나 그 내용을 바탕으로 하여 새로운 주장을 할 때 쓰는 말.
  อย่างนั้น, ถ้าเช่นนั้น, ถ้าอย่างนั้น, งั้น
  คำที่ใช้เมื่อยอมรับเนื้อหาข้างหน้าหรือใช้เนื้อหานั้นๆ เป็นพื้นฐานแล้วยืนกรานเรื่องใหม่

- **어부** (คำนาม) : 물고기를 잡는 일을 직업으로 하는 사람.
  ชาวประมง, คนจับปลา, คนหาปลา
  ผู้ที่ทำงานจับปลาเป็นอาชีพ

- 이다 : 주어가 지시하는 대상의 속성이나 부류를 지정하는 뜻을 나타내는 서술격 조사.
  เป็น
  คำชี้ภาคแสดงการกที่แสดงความหมายที่กำหนดประเภทหรือคุณสมบัติของเป้าหมายที่ประธานบ่งชี้

- -시- : 어떤 동작이나 상태의 주체를 높이는 뜻을 나타내는 어미.
  วิภัตติปัจจัยที่แสดงการยกย่องประธานในประโยค
  วิภัตติปัจจัยที่ใช้แสดงความหมายซึ่งยกย่องประธานของอากัปกิริยาหรือสภาพใด ๆ

- -니 : (아주낮춤으로) 물음을 나타내는 종결 어미.
  ...ไหม, ...หรือเปล่า, ...เหรอ
  (ใช้ในการลดระดับอย่างมากและเป็นทางการ) วิภัตติปัจจัยลงท้ายประโยคที่แสดงการถาม

- **아니요** (คำอุทาน) : 윗사람이 묻는 말에 대하여 부정하며 대답할 때 쓰는 말.
  ไม่ใช่ครับ, ไม่ใช่ค่ะ, ไม่ใช่, ไม่, ไม่เป็นเช่นนั้น, เปล่า
  คำที่ใช้เมื่อตอบปฏิเสธเกี่ยวกับคำถามของผู้อาวุโส

선생님 : 그럼 양식 사업하+시+니?

학생 : 아니+ㄴ데요.
아닌데요

- **그럼** (คำวิเศษณ์) : 앞의 내용을 받아들이거나 그 내용을 바탕으로 하여 새로운 주장을 할 때 쓰는 말.
  อย่างนั้น, ถ้าเช่นนั้น, ถ้าอย่างนั้น, งั้น
  คำที่ใช้เมื่อยอมรับเนื้อหาข้างหน้าหรือใช้เนื้อหานั้นๆ เป็นพื้นฐานแล้วยืนกรานเรื่องใหม่

• **양식** (คำนาม) : 물고기, 김, 미역, 버섯 등을 인공적으로 길러서 번식하게 함.
การเลี้ยง, การเพาะปลูก, การเลี้ยงแพร่พันธุ์, การเลี้ยงแพร่พันธุ์, การทำให้ผสมพันธุ์
การเลี้ยงปลา สาหร่ายโนริ สาหร่ายวากาเมะ เห็ด เป็นต้น แบบผสมเทียมและทำให้แพร่พันธุ์

• **사업하다** (คำกริยา) : 경제적 이익을 얻기 위하여 어떤 조직을 경영하다.
ประกอบกิจการ, ดำเนินธุรกิจ, ทำการค้า
บริหารองค์กรใด ๆ เพื่อให้ได้รับผลประโยชน์ทางการเงิน

• -시- : 어떤 동작이나 상태의 주체를 높이는 뜻을 나타내는 어미.
วิภัตติปัจจัยที่แสดงการยกย่องประธานในประโยค
วิภัตติปัจจัยที่ใช้แสดงความหมายซึ่งยกย่องประธานของอาการกิริยาหรือสภาพใด ๆ

• -니 : (아주낮춤으로) 물음을 나타내는 종결 어미.
...ไหม, ...หรือเปล่า, ...เหรอ
(ใช้ในการลดระดับอย่างมากและเป็นทางการ) วิภัตติปัจจัยลงท้ายประโยคที่แสดงการถาม

• **아니다** (คำคุณศัพท์) : 어떤 사실이나 내용을 부정하는 뜻을 나타내는 말.
ไม่, ไม่ใช่
คำที่แสดงความหมายเชิงปฏิเสธเนื้อหาหรือข้อเท็จจริงใด ๆ

• -ㄴ데요 : (두루높임으로) 어떤 상황을 전달하여 듣는 사람의 반응을 기대함을 나타내는 표현.
...นะครับ(คะ)
(ใช้ในการยกย่องอย่างไม่เป็นทางการ) สำนวนที่แสดงการถ่ายทอดสถานการณ์ใดๆและคาดหวังปฏิกิริยาโต้ตอบจากผู้ฟัง

선생님 : 그런데 왜 아버지 직업+을 수산업+이라고 적+었+니?

• **그런데** (คำวิเศษณ์) : 이야기를 앞의 내용과 관련시키면서 다른 방향으로 바꿀 때 쓰는 말.
แต่, แต่ว่า
คำที่ใช้ตอนเปลี่ยนทิศทางไปยังทิศทางอื่นโดยที่ทำให้เนื้อเรื่องมีสัมพันธ์กับเนื้อหาข้างหน้า

• **왜** (คำวิเศษณ์) : 무슨 이유로. 또는 어째서.
ทำไม, ด้วยเหตุใด, เพราะอะไร
ด้วยเหตุผลอันใด หรือเพราะอะไร

• **아버지** (คำนาม) : 자기를 낳아 준 남자를 이르거나 부르는 말.
อาบอจี : พ่อ
คำที่กล่าวถึงหรือเรียกผู้ชายที่ให้กำเนิดตนเอง

• **직업** (คำนาม) : 보수를 받으면서 일정하게 하는 일.
อาชีพ, วิชาชีพ, งาน
งานที่ทำเป็นประจำโดยได้รับค่าตอบแทน

• 을 : 동작이 직접적으로 영향을 미치는 대상을 나타내는 조사.
ไม่พบคำแปล
คำชี้ที่แสดงเป้าหมายที่การกระทำส่งผลกระทบโดยตรง

• **수산업** (คำนาม) : 바다나 강 등의 물에서 나는 생물을 잡거나 기르거나 가공하는 등의 산업.
การประมง, อุตสาหกรรมการประมง
อุตสาหกรรมจำพวก การแปรรูป การเพาะเลี้ยง การจับสิ่งมีชีวิตที่ได้มาจากน้ำ เช่น แม่น้ำหรือทะเล

• 이라고 : 앞의 말이 원래 말해진 그대로 인용됨을 나타내는 조사.
ว่า...
คำชี้ที่แสดงการอ้างอิงคำข้างหน้าตามเดิมที่พูดไว้

• **적다** (คำกริยา) : 어떤 내용을 글로 쓰다.
เขียน, จด, บันทึก
เขียนเนื้อหาใดเป็นตัวอักษร

• -었- : 어떤 사건이 과거에 완료되었거나 그 사건의 결과가 현재까지 지속되는 상황을 나타내는 어미.
...แล้ว
วิภัตติปัจจัยที่แสดงว่าเหตุการณ์ใดๆเสร็จสมบูรณ์ไปแล้วในอดีตหรือแสดงสถานการณ์ที่ผลลัพธ์ของเหตุการณ์ดังกล่าวต่อเนื่องจนถึงปัจจุบัน

• -니 : (아주낮춤으로) 물음을 나타내는 종결 어미.
...ไหม, ...หรือเปล่า, ...เหรอ
(ใช้ในการลดระดับอย่างมากและเป็นทางการ) วิภัตติปัจจัยลงท้ายประโยคที่แสดงการถาม

학생 : 우리 아버지+는 학교 앞+에서 붕어빵+을 <u>굽(구우)+시+거든요</u>.
구우시거든요

• **우리** (คำสรรพนาม) : 말하는 사람이 자기보다 높지 않은 사람에게 자기와 관련된 것을 친근하게 나타낼 때 쓰는 말.
ของเรา, ของพวกเรา
คำที่ใช้เมื่อผู้พูดแสดงสิ่งที่เกี่ยวข้องกับตนเองอย่างสนิทสนมและเมื่อพูดกับคนที่ไม่อาวุโสกว่าตน

• **아버지** (คำนาม) : 자기를 낳아 준 남자를 이르거나 부르는 말.
อาบอจี : พ่อ
คำที่กล่าวถึงหรือเรียกผู้ชายที่ให้กำเนิดตนเอง

• 는 : 문장 속에서 어떤 대상이 화제임을 나타내는 조사.
...นั้น
คำชี้ที่แสดงว่าเป้าหมายใดๆเป็นหัวเรื่องในประโยค

• **학교** (คำนาม) : 일정한 목적, 교과 과정, 제도 등에 의하여 교사가 학생을 가르치는 기관.
โรงเรียน, สถาบันศึกษา
หน่วยงานที่มีอาจารย์สอนนักเรียนด้วยระบบ หลักสูตรและวัตถุประสงค์ที่กำหนดไว้

• **앞** (คำนาม) : 향하고 있는 쪽이나 곳.
หน้า, ด้านหน้า
ด้านหรือที่ที่อยู่ข้างหน้า

• 에서 : 앞말이 행동이 이루어지고 있는 장소임을 나타내는 조사.
ที่...
คำชี้ที่แสดงว่าคำพูดข้างหน้าเป็นสถานที่ที่การกระทำบรรลุผล

• **붕어빵** (คำนาม) : 붕어 모양 풀빵
붕어
ปลาคาร์พ
ปลาที่อาศัยในน้ำจืด ลำตัวแบน โดยทั่วไปมีสีน้ำตาลเหลือง มีเกล็ดใหญ่
모양
ลักษณะ, รูปร่าง
รูปร่างหรือลักษณะที่ปรากฏภายนอก
풀빵
พุลปัง(ขนมปังอบมีลายแบบพิมพ์)
ขนมปังอบโดยใส่แป้งสาลีนวดที่เหลวและเยมถั่ว เป็นต้น ลงไปในหล่อแบบที่มีรูปทรงถูกพิมพ์อยู่

• 을 : 동작이 직접적으로 영향을 미치는 대상을 나타내는 조사.
ไม่พบคำแปล
คำชี้ที่แสดงเป้าหมายที่การกระทำส่งผลกระทบโดยตรง

• **굽다** (คำกริยา) : 음식을 불에 익히다.
ย่าง, ปิ้ง
ทำให้อาหารสุกบนไฟ

• -시- : 어떤 동작이나 상태의 주체를 높이는 뜻을 나타내는 어미.
วิภัตติปัจจัยที่แสดงการยกย่องประธานในประโยค
วิภัตติปัจจัยที่ใช้แสดงความหมายซึ่งยกย่องประธานของอาการกริยาหรือสภาพใด ๆ

• -거든요 : (두루높임으로) 앞의 내용에 대해 말하는 사람이 생각한 이유나 원인, 근거를 나타내는 표현.
เพราะ..., เพราะว่า...
(ใช้ในการยกย่องอย่างไม่เป็นทางการ) สำนวนที่ผู้พูดแสดงมูลเหตุ เหตุผล สาเหตุเกี่ยวกับเนื้อหาข้างหน้า

학생 : 맛있+어서 엄청 많이 팔리+어요.
팔려요

• **맛있다** (คำคุณศัพท์) : 맛이 좋다.
อร่อย, รสชาติดี
รสชาติดี

• -어서 : 이유나 근거를 나타내는 연결 어미.
เพราะ...จึง...
วิภัตติปัจจัยเชื่อมระหว่างประโยคที่แสดงเหตุผลหรือสาเหตุ

• **엄청** (คำวิเศษณ์) : 양이나 정도가 아주 지나치게.
อย่างมากมาย, อย่างมหาศาล, อย่างมโหฬาร
จำนวนหรือปริมาณที่มีอย่างมากมายมหาศาล

• **많이** (คำวิเศษณ์) : 수나 양, 정도 등이 일정한 기준보다 넘게.
อย่างมาก, มาก
จำนวน ปริมาณหรือระดับ เป็นต้น เกินกว่ามาตรฐานที่ได้กำหนดไว้

• **팔리다** (คำกริยา) : 값을 받고 물건이나 권리가 다른 사람에게 넘겨지거나 노력 등이 제공되다.
ถูกขาย, ถูกจำหน่าย
สิ่งของหรือสิทธิถูกมอบหมายให้แก่ผู้อื่นหรือความพยายามหรือสิ่งอื่นถูกเสนอโดยได้รับมูลค่า

• -어요 : (두루높임으로) 어떤 사실을 서술하거나 질문, 명령, 권유함을 나타내는 종결 어미.
วิภัตติปัจจัยลงท้ายประโยคที่ใช้ในการยกย่องโดยทั่วไป
(ใช้ในการยกย่องอย่างไม่เป็นทางการ) วิภัตติปัจจัยลงท้ายประโยคที่แสดงการบอกเล่า การถาม การสั่ง หรือการชักชวนเรื่องใด ๆ

학생 : 선생님+도 한번 들(드)+시+[어 보]+시+ㄹ래요?
드셔 보실래요

• **선생님** (คำนาม) : (높이는 말로) 학생을 가르치는 사람.
ครู, อาจารย์
(คำสุภาพ) คนที่สอนนักเรียน

• 도 : 이미 있는 어떤 것에 다른 것을 더하거나 포함함을 나타내는 조사.
...ด้วย
คำชี้ที่แสดงการรวมหรือเพิ่มสิ่งอื่นลงในสิ่งใด ๆ ที่มีอยู่แล้ว

• **한번** (คำวิเศษณ์) : 어떤 일을 시험 삼아 시도함을 나타내는 말.
สักหน่อย, สักครั้ง, สักที
คำพูดที่แสดงความหมายว่า ลองทำงานใด ๆ เป็นการทดลอง

• **들다** (คำกริยา) : (높임말로) 먹다.
ทาน, รับประทาน
(คำยกย่อง)กิน

• -시- : 어떤 동작이나 상태의 주체를 높이는 뜻을 나타내는 어미.
วิภัตติปัจจัยที่แสดงการยกย่องประธานในประโยค
วิภัตติปัจจัยที่ใช้แสดงความหมายซึ่งยกย่องประธานของอาการกิริยาหรือสภาพใด ๆ

• -어 보다 : 앞의 말이 나타내는 행동을 시험 삼아 함을 나타내는 표현.
...ดู, ลอง..., ลอง...ดู
สำนวนที่แสดงว่าเป็นการทดลองทำการกระทำที่ปรากฏในคำพูดข้างหน้า

• -시- : 어떤 동작이나 상태의 주체를 높이는 뜻을 나타내는 어미.
วิภัตติปัจจัยที่แสดงการยกย่องประธานในประโยค
วิภัตติปัจจัยที่ใช้แสดงความหมายซึ่งยกย่องประธานของอาการกิริยาหรือสภาพใด ๆ

• -ㄹ래요 : (두루높임으로) 앞으로 어떤 일을 하려고 하는 자신의 의사를 나타내거나 그 일에 대하여 듣는 사람의 의사를 물어봄을 나타내는 표현.
จะ...ครับ(ค่ะ), จะ...เองครับ(ค่ะ), จะ...แหละครับ(ค่ะ), จะ...ไหม(ครับ), ...ไหมครับ(คะ)
(ใช้ในการยกย่องอย่างไม่เป็นทางการ) สำนวนที่แสดงความคิดเห็นที่ตั้งใจจะทำสิ่งใดสิ่งหนึ่งในอนาคต
หรือแสดงการถามความคิดเห็นของผู้ฟังเกี่ยวกับสิ่งดังกล่าวดู

< 7 단원(บท) >

제목 : 도대체 어디가 아픈지 잘 모르겠어요.

● 본문 (เนื้อหาเดิม)

교통사고를 당한 사람이 진찰을 받으러 병원에 갔다.

환자 : 의사 선생님, 도대체 어디가 아픈지 잘 모르겠어요.

의사 : 일단 손가락으로 여기저기 한번 눌러 보세요.

환자 : 어디를 눌러도 까무러칠 만큼 아파요.

의사 : 제가 한번 눌러 볼게요.

어떠세요?

환자 : 그다지 아픈 것 같지 않은데요.

결국 그 환자는 다른 병원을 찾아 갔지만 역시 아픈 곳을 정확히 찾지 못했다.

답답했던 그 환자는 어느 한의원에 들어갔다.

환자 : 정확히 어디가 아픈지 잘 모르겠지만 어디를 눌러 봐도 아파 죽겠어요.

제발 좀 찾아 주세요.

한의사 선생님은 의미심장한 표정을 지으며 말했다.

한의사 : 손가락이 부러지셨군요!

● 발음 (การออกเสียง)

교통사고를 당한 사람이 진찰을 받으러 병원에 갔다.
교통사고를 당한 사라미 진차를 바드러 병워네 갇따.
gyotongsagoreul danghan sarami jinchareul badeureo byeongwone gatda.

환자 : 의사 선생님, 도대체 어디가 아픈지 잘 모르겠어요.
환자 : 의사 선생님, 도대체 어디가 아픈지 잘 모르게써요.
hwanja : uisa seonsaengnim, dodaeche eodiga apeunji jal moreugesseoyo.

의사 : 일단 손가락으로 여기저기 한번 눌러 보세요.
의사 : 일딴 손까라그로 여기저기 한번 눌러 보세요.
uisa : ildan songarageuro yeogijeogi hanbeon nulleo boseyo.

환자 : 어디를 눌러도 까무러칠 만큼 아파요.
환자 : 어디를 눌러도 까무러칠 만큼 아파요.
hwanja : eodireul nulleodo kkamureochil mankeum apayo.

의사 : 제가 한번 눌러 볼게요.
의사 : 제가 한번 눌러 볼께요.
uisa : jega hanbeon nulleo bolgeyo.

어떠세요?
어떠세요?
eotteoseyo?

환자 : 그다지 아픈 것 같지 않은데요.
환자 : 그다지 아픈 걷 갇찌 아는데요.
hwanja : geudaji apeun geot gatji aneundeyo.

결국 그 환자는 다른 병원을 찾아 갔지만 역시 아픈 곳을 정확히 찾지 못했다.
결국 그 환자는 다른 병워늘 차자 갇찌만 역씨 아픈 고슬 정화키 찯찌 모탣따.
gyeolguk geu hwanjaneun dareun byeongwoneul chaja gatjiman yeoksi apeun goseul jeonghwaki chatji motaetda.

답답했던 그 환자는 어느 한의원에 들어갔다.
답따팯떤 그 환자는 어느 하니워네 드러갇따.
dapdapaetdeon geu hwanjaneun eoneu hanuiwone(haniwone) deureogatda.

환자 : 정확히 어디가 아픈지 잘 모르겠지만 어디를 눌러 봐도 아파 죽겠어요.
환자 : 정화키 어디가 아픈지 잘 모르겐찌만 어디를 눌러 봐도 아파 죽게써요.
hwanja : jeonghwaki eodiga apeunji jal moreugetjiman eodireul nulleo bwado apa jukgesseoyo.

제발 좀 찾아 주세요.
제발 좀 차자 주세요.
jebal jom chaja juseyo.

한의사 선생님은 의미심장한 표정을 지으며 말했다.
하니사 선생니믄 의미심장한 표정을 지으며 말핻따.
hanuisa(hanisa) seonsaengnimeun uimisimjanghan pyojeongeul jieumyeo malhaetda.

한의사 : 손가락이 부러지셨군요!
하니사 : 손까라기 부러지셛꾸뇨!
hanuisa(hanisa) : songaragi bureojisyeotgunyo!

● 어휘 (ศัพท์) / 문법 (ไวยากรณ์)

교통사고+를 당하+ㄴ 사람+이 진찰+을 받+으러 병원+에 가+았+다.

환자 : 의사 선생님, 도대체 어디+가 아프+ㄴ지 잘 모르+겠+어요.

의사 : 일단, 손가락+으로 여기저기 한번 누르(눌ㄹ)+어 보+세요.

환자 : 어디+를 누르(눌ㄹ)+어도 까무러치+ㄹ 만큼 아프(아ㅍ)+아요.

의사 : 그럼, 제+가 한번 누르(눌ㄹ)+어 보+ㄹ게요.

어떻(어떠)+세요?

환자 : 그다지 아프+ㄴ 것 같+지 않+은데요.

결국 그 환자+는 다른 병원+을 찾아가+았+지만 역시 아프+ㄴ 곳+을 정확히 찾+지 못하+였+다.

답답하+였던 그 환자+는 어느 한의원+에 들어가+았+다.

환자 : 정확히 어디+가 아프+ㄴ지 잘 모르+겠+지만

어디+를 누르(눌ㄹ)+어 보+아도 아프(아ㅍ)+아 죽+겠+어요.

제발 좀 찾+아 주+세요.

한의사 선생님+은 의미심장하+ㄴ 표정+을 짓(지)+으며 말하+였+다.

한의사 : 손가락+이 부러지+시+었+군요!

교통사고+를 당하+ㄴ 사람+이 진찰+을 받+으러 병원+에 가+았+다.
당한 갔다

• **교통사고** (คำนาม) : 자동차나 기차 등이 다른 교통 기관과 부딪치거나 사람을 치는 사고.
อุบัติเหตุการจราจร, อุบัติเหตุจากการจราจร
อุบัติเหตุที่รถยนต์หรือรถไฟ เป็นต้น ชนยวดยานพาหนะอื่น ๆ หรือชนคน

• 를 : 동작이 직접적으로 영향을 미치는 대상을 나타내는 조사.
ไม่พบคำแปล
คำชี้ที่แสดงเป้าหมายที่การกระทำส่งผลกระทบโดยตรง

• **당하다** (คำกริยา) : 좋지 않은 일을 겪다.
พบ, ประสบ, ถูก, ได้รับ
ประสบเรื่องที่ไม่ดี

• -ㄴ : 앞의 말이 관형어의 기능을 하게 만들고 사건이나 동작이 과거에 일어났음을 나타내는 어미.
ที่..., ...มา
วิภัตติปัจจัยที่แสดงการที่ทำให้คำพูดข้างหน้าทำหน้าที่เป็นคุณศัพท์ขยายนามและเหตุการณ์หรืออากัปกิริยาเกิดได้ขึ้นในอดีตแล้ว

• **사람** (คำนาม) : 생각할 수 있으며 언어와 도구를 만들어 사용하고 사회를 이루어 사는 존재.
คน, มนุษย์
สิ่งที่ดำรงอยู่ร่วมกันเป็นสังคม มีความรู้สึกนึกคิด มีการประดิษฐ์เครื่องมือและภาษาเพื่อใช้งาน

• 이 : 어떤 상태나 상황의 대상이나 동작의 주체를 나타내는 조사.
ตัวชี้ประธาน
คำชี้ที่ใช้แสดงสิ่งที่อยู่ในสถานการณ์หรือสภาพใด ๆ หรือผู้ที่เป็นประธานของอากัปกริยา

• **진찰** (คำนาม) : 의사가 치료를 위하여 환자의 병이나 상태를 살핌.
การตรวจรักษาโรค, การตรวจร่างกาย
การที่แพทย์สำรวจสภาพหรือโรคของคนไข้เพื่อเยียวยารักษา

• 을 : 동작이 직접적으로 영향을 미치는 대상을 나타내는 조사.
ไม่พบคำแปล
คำชี้ที่แสดงเป้าหมายที่การกระทำส่งผลกระทบโดยตรง

• **받다** (คำกริยา) : 다른 사람이 하는 행동, 심리적인 작용 등을 당하거나 입다.
ได้รับ
เผชิญกับพฤติกรรมของผู้อื่นหรือได้รับผลกระทบทางด้านจิตใจ เป็นต้น

• -으러 : 가거나 오거나 하는 동작의 목적을 나타내는 연결 어미.
ไป...เพื่อ..., มา...เพื่อ...
วิภัตติปัจจัยเชื่อมระหว่างประโยคที่ใช้แสดงจุดประสงค์ของการเคลื่อนไหวไปหรือมา

• **병원** (คำนาม) : 시설을 갖추고 의사와 간호사가 병든 사람을 치료해 주는 곳.
โรงพยาบาล
ที่ที่แพทย์และพยาบาลมีอุปกรณ์ใช้รักษาผู้ที่เจ็บป่วย

• 에 : 앞말이 목적지이거나 어떤 행위의 진행 방향임을 나타내는 조사.
ที่...
คำชี้ที่แสดงว่าคำพูดข้างหน้าเป็นทิศทางที่ดำเนินไปของการกระทำใด ๆ หรือเป็นจุดหมายปลายทาง

• **가다** (คำกริยา) : 어떤 목적을 가지고 일정한 곳으로 움직이다.
ไป
มีวัตถุประสงค์ใด ๆ และเคลื่อนที่ไปตามสถานที่ที่กำหนด

• -았- : 사건이 과거에 일어났음을 나타내는 어미.
...แล้ว(อดีตกาล)
วิภัตติปัจจัยที่แสดงว่าเหตุการณ์เกิดขึ้นในอดีต

• -다 : 어떤 사건이나 사실, 상태를 서술함을 나타내는 종결 어미.
วิภัตติปัจจัยลงท้ายประโยคบอกเล่า
วิภัตติปัจจัยลงท้ายประโยคที่แสดงการบอกเล่าเหตุการณ์ ข้อเท็จจริง หรือสภาพการณ์ใด ๆ

환자 : 의사 선생님, 도대체 어디+가 아프+ㄴ지 잘 모르+겠+어요.
아픈지

• **의사** (คำนาม) : 일정한 자격을 가지고서 병을 진찰하고 치료하는 일을 직업으로 하는 사람.
แพทย์, หมอ, หมอรักษาโรค
ผู้ที่ประกอบอาชีพการวินิจฉัยและบำบัดรักษาโรค โดยมีคุณสมบัติที่ได้กำหนด

• **선생님** (คำนาม) : 어떤 사람의 성이나 직업에 붙여 그 사람을 높이는 말.
คุณ
คำที่ใช้ต่อท้ายนามสกุลหรืออาชีพของบุคคลใด ๆ และยกย่องบุคคลดังกล่าว

• **도대체** (คำวิเศษณ์) : 유감스럽게도 전혀.
โดยสิ้นเชิง, ทั้งสิ้น, เลย
น่าเสียใจแต่ไม่เลยโดยสิ้นเชิง

• **어디** (สรรพนาม) : 모르는 곳을 가리키는 말.
ไหน, ที่ไหน
คำที่ใช้แสดงถึงสถานที่ที่ไม่รู้

• 가 : 어떤 상태나 상황에 놓인 대상이나 동작의 주체를 나타내는 조사.
คำชี้ประธาน
คำชี้ที่ใช้แสดงสิ่งที่อยู่ในสถานการณ์หรือสภาพใด ๆ หรือผู้ที่เป็นประธานของอากัปกริยา

• **아프다** (คำคุณศัพท์) : 다치거나 병이 생겨 통증이나 괴로움을 느끼다.
ปวด, เจ็บ
รู้สึกทรมานหรือเจ็บปวดเนื่องจากเป็นโรคหรือได้รับบาดเจ็บ

• -ㄴ지 : 뒤에 오는 말의 내용에 대한 막연한 이유나 판단을 나타내는 연결 어미.
...หรือไม่ จึง..., ...หรือเปล่า จึง...
วิภัตติปัจจัยเชื่อมระหว่างประโยคที่แสดงเหตุผลหรือการพิจารณาตัดสินที่ไม่ชัดเจนเกี่ยวกับเนื้อความในประโยคหลัง

• **잘** (คำวิเศษณ์) : 분명하고 정확하게.
อย่างแน่ใจ, อย่างชัดเจน, อย่างดี
อย่างแจ่มชัดและชัดเจน

• **모르다** (คำกริยา) : 사람이나 사물, 사실 등을 알지 못하거나 이해하지 못하다.
ไม่รู้จัก, ไม่รู้, ไม่ทราบ, ไม่เข้าใจ
ไม่รู้จักหรือไม่สามารถเข้าใจคน วัตถุ หรือข้อเท็จจริง เป็นต้น

• -겠- : 완곡하게 말하는 태도를 나타내는 어미.
จะ..
วิภัตติปัจจัยที่แสดงท่าทีที่พูดอย่างนุ่มนวล

• -어요 : (두루높임으로) 어떤 사실을 서술하거나 질문, 명령, 권유함을 나타내는 종결 어미.
วิภัตติปัจจัยลงท้ายประโยคที่ใช้ในการยกย่องโดยทั่วไป
(ใช้ในการยกย่องอย่างไม่เป็นทางการ) วิภัตติปัจจัยลงท้ายประโยคที่แสดงการบอกเล่า การถาม การสั่ง หรือการชักชวนเรื่องใด ๆ

의사 : 일단, 손가락+으로 여기저기 한번 누르(눌ㄹ)+[어 보]+세요. **눌러 보세요**

• **일단** (คำวิเศษณ์) : 우선 먼저.
ก่อนอื่น, เสียก่อน
เสียก่อน

• **손가락** (คำนาม) : 사람의 손끝의 다섯 개로 갈라진 부분.
นิ้ว, นิ้วมือ
ส่วนที่แบ่งออกเป็นห้าส่วนในปลายมือของคน

• 으로 : 어떤 일의 수단이나 도구를 나타내는 조사.
โดย..., ด้วย...
คำชี้ที่แสดงวิธีการหรือเครื่องมือของงานใด ๆ

• **여기저기** (คำนาม) : 분명하게 정해지지 않은 여러 장소나 위치.
ที่นี่ที่โน่น, ที่โน่นที่นี่, ทุกหนทุกแห่ง, หลาย ๆ แห่ง, ทุก ๆ แห่ง
ตำแหน่งหรือสถานที่หลาย ๆ ที่ที่ไม่กำหนดอย่างชัดเจน

- **한번** (คำวิเศษณ์) : 어떤 일을 시험 삼아 시도함을 나타내는 말.
  สักหน่อย, สักครั้ง, สักที
  คำพูดที่แสดงความหมายว่า ลองทำงานใด ๆ เป็นการทดลอง

- **누르다** (คำกริยา) : 물체의 전체나 부분에 대하여 위에서 아래로 힘을 주어 무게를 가하다.
  กด
  เพิ่มน้ำหนักโดยลงแรงจากด้านบนลงไปด้านล่างต่อบางส่วนหรือส่วนทั้งหมดของสิ่งของ

- -어 보다 : 앞의 말이 나타내는 행동을 시험 삼아 함을 나타내는 표현.
  ...ดู, ลอง..., ลอง...ดู
  สำนวนที่แสดงว่าเป็นการทดลองทำการกระทำที่ปรากฏในคำพูดข้างหน้า

- -세요 : (두루높임으로) 설명, 의문, 명령, 요청의 뜻을 나타내는 종결 어미.
  วิภัตติปัจจัยลงท้ายประโยคที่ใช้ในระดับภาษาที่สุภาพโดยทั่วไป
  (ใช้ในการยกย่องอย่างไม่เป็นทางการ) วิภัตติปัจจัยลงท้ายประโยคที่แสดงความหมายของการอธิบาย การถาม การสั่ง หรือการขอร้อง

환자 : 어디+를 <u>누르(눌ㄹ)+어도</u> <u>까무러치+ㄹ</u> 만큼 <u>아프(아ㅍ)+아요</u>. **눌러도 까무러칠 아파요**

- **어디** (สรรพนาม) : 정해져 있지 않거나 정확하게 말할 수 없는 어느 곳을 가리키는 말.
  ที่ใด, ที่ไหน
  คำที่ใช้แสดงสถานที่ใดที่ไม่สามารถพูดให้ชัดเจนได้หรือที่ไม่ได้กำหนดไว้

- 를 : 동작이 직접적으로 영향을 미치는 대상을 나타내는 조사.
  ไม่พบคำแปล
  คำชี้ที่แสดงเป้าหมายที่การกระทำส่งผลกระทบโดยตรง

- **누르다** (คำกริยา) : 물체의 전체나 부분에 대하여 위에서 아래로 힘을 주어 무게를 가하다.
  กด
  เพิ่มน้ำหนักโดยลงแรงจากด้านบนลงไปด้านล่างต่อบางส่วนหรือส่วนทั้งหมดของสิ่งของ

- -어도 : 앞에 오는 말을 가정하거나 인정하지만 뒤에 오는 말에는 관계가 없거나 영향을 끼치지 않음을 나타내는 연결 어미.
  แม้ว่า..., ถึงแม้ว่า...
  วิภัตติปัจจัยเชื่อมระหว่างประโยคที่แสดงการสมมุติหรือยอมรับคำพูดข้างหน้าแต่ไม่เกี่ยวข้องหรือไม่มีผลกระทบต่อคำพูดตามมาข้างหลัง

- **까무러치다** (คำกริยา) : 정신을 잃고 쓰러지다.
  หมดสติ, เป็นลม, สลบ, สลบเหมือด, สลบไสล
  สูญเสียสติสัมปชัญญะแล้วทรุดล้มลง

• -ㄹ : 앞의 말이 관형어의 기능을 하게 만드는 어미.
จะ...,ที่..., ที่จะ..
วิภัตติปัจจัยที่ทำให้คำข้างหน้าทำหน้าที่เป็นคุณศัพท์ขยายนาม

• **만큼** (คำนาม) : 앞의 내용과 같은 양이나 정도임을 나타내는 말.
เท่า, เท่ากับ, เท่า ๆ กับ, พอ ๆ กันกับ, พอ ๆ กับ
คำพูดที่แสดงว่าเป็นปริมาณหรือระดับเดียวกันกับเนื้อหาในข้างหน้า

• **아프다** (คำคุณศัพท์) : 다치거나 병이 생겨 통증이나 괴로움을 느끼다.
ปวด, เจ็บ
รู้สึกทรมานหรือเจ็บปวดเนื่องจากเป็นโรคหรือได้รับบาดเจ็บ

• -아요 : (두루높임으로) 어떤 사실을 서술하거나 질문, 명령, 권유함을 나타내는 종결 어미.
วิภัตติปัจจัยลงท้ายประโยคที่ใช้ในการยกย่องโดยทั่วไป
(ใช้ในการยกย่องอย่างไม่เป็นทางการ) วิภัตติปัจจัยลงท้ายประโยคที่แสดงการบอกเล่า การถาม การสั่ง หรือการชักชวนเรื่องใด ๆ

의사 : 그럼, 제+가 한번 누르(눌르)+[어 보]+ㄹ게요. 어떻(어떠)+세요?
눌러 볼게요　　　　어떠세요

• **그럼** (คำวิเศษณ์) : 앞의 내용을 받아들이거나 그 내용을 바탕으로 하여 새로운 주장을 할 때 쓰는 말.
อย่างนั้น, ถ้าเช่นนั้น, ถ้าอย่างนั้น, งั้น
คำที่ใช้เมื่อยอมรับเนื้อหาข้างหน้าหรือใช้เนื้อหานั้นๆ เป็นพื้นฐานแล้วยืนกรานเรื่องใหม่

• **제** (สรรพนาม) : 말하는 사람이 자신을 낮추어 가리키는 말인 '저'에 조사 '가'가 붙을 때의 형태.
ดิฉัน, ผม, กระผม
รูปที่คำชี้ "가" ตามหลังคำว่า "저" ซึ่งเป็นคำที่ผู้พูดชี้ถึงตนเองอย่างถ่อมตัว

• 가 : 어떤 상태나 상황에 놓인 대상이나 동작의 주체를 나타내는 조사.
คำชี้ประธาน
คำชี้ที่ใช้แสดงสิ่งที่อยู่ในสถานการณ์หรือสภาพใด ๆ หรือผู้ที่เป็นประธานของอากัปกริยา

• **한번** (คำวิเศษณ์) : 어떤 일을 시험 삼아 시도함을 나타내는 말.
สักหน่อย, สักครั้ง, สักที
คำพูดที่แสดงความหมายว่า ลองทำงานใด ๆ เป็นการทดลอง

• **누르다** (คำกริยา) : 물체의 전체나 부분에 대하여 위에서 아래로 힘을 주어 무게를 가하다.
กด
เพิ่มน้ำหนักโดยลงแรงจากด้านบนลงไปด้านล่างต่อบางส่วนหรือส่วนทั้งหมดของสิ่งของ

• -어 보다 : 앞의 말이 나타내는 행동을 시험 삼아 함을 나타내는 표현.
...ดู, ลอง..., ลอง...ดู
สำนวนที่แสดงว่าเป็นการทดลองทำการกระทำที่ปรากฏในคำพูดข้างหน้า

• -ㄹ게요 : (두루높임으로) 말하는 사람이 어떤 행동을 할 것을 듣는 사람에게 약속하거나 의지를 나타내는 표현.
จะ...ครับ(ค่ะ), จะ...นะครับ(คะ), จะ...เองครับ(ค่ะ)
(ใช้ในการยกย่องอย่างไม่เป็นทางการ) วิภัตติปัจจัยลงท้ายประโยคที่แสดงการที่ผู้พูดบอกกับผู้ฟังให้ทราบหรือสัญญาว่าจะทำสิ่งใดๆ

• **어떻다** (คำคุณศัพท์) : 생각, 느낌, 상태, 형편 등이 어찌 되어 있다.
อย่างไร, เป็นอย่างไร, เป็นอย่างไรบ้าง
สถานภาพ สภาพ ความรู้สึก ความคิด เป็นต้น ได้กลายเป็นอย่างใด ๆ

• -세요 : (두루높임으로) 설명, 의문, 명령, 요청의 뜻을 나타내는 종결 어미.
วิภัตติปัจจัยลงท้ายประโยคที่ใช้ในระดับภาษาที่สุภาพโดยทั่วไป
(ใช้ในการยกย่องอย่างไม่เป็นทางการ) วิภัตติปัจจัยลงท้ายประโยคที่แสดงความหมายของการอธิบาย การถาม การสั่ง หรือการขอร้อง

환자 : 그다지 아프+[ㄴ 것 같]+[지 않]+은데요.
아픈 것 같지 않은데요

• **그다지** (คำวิเศษณ์) : 대단한 정도로는. 또는 그렇게까지는.
ไม่ค่อย
ไม่ถึงขนาดเยี่ยมยอด หรือไม่ถึงขนาดนั้น

• **아프다** (คำคุณศัพท์) : 다치거나 병이 생겨 통증이나 괴로움을 느끼다.
ปวด, เจ็บ
รู้สึกทรมานหรือเจ็บปวดเนื่องจากเป็นโรคหรือได้รับบาดเจ็บ

• -ㄴ 것 같다 : 추측을 나타내는 표현.
ดูเหมือนว่าจะ..., คงจะ..., อาจจะ..
สำนวนที่แสดงการคาดคะเน

• -지 않다 : 앞의 말이 나타내는 행위나 상태를 부정하는 뜻을 나타내는 표현.
ไม่...
สำนวนที่ใช้แสดงความหมายปฏิเสธการกระทำหรือสภาพที่ปรากฏในคำพูดข้างหน้า

• -은데요 : (두루높임으로) 의외라 느껴지는 어떤 사실을 감탄하여 말할 때 쓰는 표현.
...จังเลยนะคะ/ครับ, ...เลยนะคะ/ครับ
(ใช้ในการยกย่องอย่างไม่เป็นทางการ) สำนวนที่ใช้เมื่อพูดอุทานต่อสิ่งใด ๆ ที่รู้สึกว่าเกินคาด

결국 그 환자+는 다른 병원+을 찾아가+았+지만 역시 아프+ㄴ 곳+을 정확히 찾+[지 못하]+였+다.
찾아갔지만 아픈 찾지 못했다

• **결국** (คำวิเศษณ์) : 일의 결과로.
ในที่สุด, แท้ที่จริง, สุดท้ายแล้ว, ในที่สุดแล้ว
โดยที่เป็นผลลัพธ์ของเรื่องใด ๆ

• **그** (คุณศัพท์) : 앞에서 이미 이야기한 대상을 가리킬 때 쓰는 말.
นั้น, นั่น
คำที่ใช้เมื่อบ่งชี้ถึงเป้าหมายที่ได้พูดถึงมาแล้วในก่อนหน้า

• **환자** (คำนาม) : 몸에 병이 들거나 다쳐서 아픈 사람.
ผู้ป่วย, คนไข้, ผู้บาดเจ็บ
ผู้ที่ไม่สบายเพราะโรคหรือผู้ที่ได้รับบาดเจ็บ

• 는 : 문장 속에서 어떤 대상이 화제임을 나타내는 조사.
...นั้น
คำชี้ที่แสดงว่าเป้าหมายใดๆเป็นหัวเรื่องในประโยค

• **다른** (คุณศัพท์) : 해당하는 것 이외의.
อื่น
นอกเหนือจากสิ่งที่เกี่ยวข้อง

• **병원** (คำนาม) : 시설을 갖추고 의사와 간호사가 병든 사람을 치료해 주는 곳.
โรงพยาบาล
ที่ที่แพทย์และพยาบาลมีอุปกรณ์ใช้รักษาผู้ที่เจ็บป่วย

• 을 : 동작의 도착지나 동작이 이루어지는 장소를 나타내는 조사.
ไม่พบคำแปล
คำชี้ที่แสดงจุดหมายปลายทางของการกระทำหรือสถานที่ที่การกระทำเกิดขึ้น

• **찾아가다** (คำกริยา) : 사람을 만나거나 어떤 일을 하러 가다.
ไปหา, ไปพบ
ไปเพื่อทำงานใด ๆ หรือพบคน

• -았- : 사건이 과거에 일어났음을 나타내는 어미.
...แล้ว(อดีตกาล)
วิภัตติปัจจัยที่แสดงว่าเหตุการณ์เกิดขึ้นในอดีต

• -지만 : 앞에 오는 말을 인정하면서 그와 반대되거나 다른 사실을 덧붙일 때 쓰는 연결 어미.
...แต่..., ...แต่ทว่า..., ...แต่ว่า...
วิภัตติปัจจัยเชื่อมระหว่างประโยคที่ใช้เมื่อยอมรับคำพูดข้างหน้าพร้อมทั้งพูดเนื้อหาที่ขัดแย้งหรือไม่เหมือนกันกับคำพูดนั้น ๆ เพิ่มเติม

• **역시** (คำวิเศษณ์) : 이전과 마찬가지로.
แต่ก็ยัง...เหมือนเดิม
โดยเหมือนกับแต่ก่อน

• **아프다** (คำคุณศัพท์) : 다치거나 병이 생겨 통증이나 괴로움을 느끼다.
ปวด, เจ็บ
รู้สึกทรมานหรือเจ็บปวดเนื่องจากเป็นโรคหรือได้รับบาดเจ็บ

• -ㄴ : 앞의 말이 관형어의 기능을 하게 만들고 현재의 상태를 나타내는 어미.
...ที่
วิภัตติปัจจัยที่ทำให้คำพูดข้างหน้าทำหน้าที่เป็นคุณศัพท์ขยายนามและแสดงถึงสภาพที่เป็นอยู่ในปัจจุบัน

• **곳** (คำนาม) : 일정한 장소나 위치.
สถานที่
ตำแหน่งหรือสถานที่ที่ถูกกำหนด

• 을 : 동작이 직접적으로 영향을 미치는 대상을 나타내는 조사.
ไม่พบคำแปล
คำชี้ที่แสดงเป้าหมายที่การกระทำส่งผลกระทบโดยตรง

• **정확히** (คำวิเศษณ์) : 바르고 확실하게.
อย่างแม่นยำ, อย่างถูกต้อง, อย่างชัดเจน, อย่างแน่ชัด
อย่างถูกต้องและชัดเจน

• **찾다** (คำกริยา) : 모르는 것을 알아내려고 노력하다. 또는 모르는 것을 알아내다.
หา, ค้นหา, ค้นพบ
ขวนขวายและพยายามค้นหาเพื่อให้รู้และทราบถึงสิ่งที่ไม่เคยรู้มาก่อน หรือได้รู้เกี่ยวกับสิ่งที่ไม่รู้มาก่อน

• -지 못하다 : 앞의 말이 나타내는 행동을 할 능력이 없거나 주어의 의지대로 되지 않음을 나타내는 표현.
ไม่สามารถ..., ไม่สามารถ...ได้, ...ไม่ได้
สำนวนที่ใช้แสดงการไม่เป็นไปตามที่ประธานตั้งใจหรือไม่มีความสามารถที่จะทำการกระทำที่ปรากฏในคำพูดข้างหน้า

• -였- : 사건이 과거에 일어났음을 나타내는 어미.
...แล้ว(อดีตกาล)
วิภัตติปัจจัยที่แสดงว่าเหตุการณ์ได้เกิดขึ้นในอดีต

• -다 : 어떤 사건이나 사실, 상태를 서술함을 나타내는 종결 어미.
วิภัตติปัจจัยลงท้ายประโยคบอกเล่า
วิภัตติปัจจัยลงท้ายประโยคที่แสดงการบอกเล่าเหตุการณ์ ข้อเท็จจริง หรือสภาพการณ์ใด ๆ

답답하+였던 그 환자+는 어느 한의원+에 들어가+았+다.
답답했던 **들어갔다**

• **답답하다** (คำคุณศัพท์) : 근심이나 걱정으로 마음이 초조하고 속이 시원하지 않다.
อึดอัด
คับอกคับใจและไม่สบายใจจากความวิตกกังวล

• -였던 : 과거의 사건이나 상태를 다시 떠올리거나 그 사건이나 상태가 완료되지 않고 중단되었다는 의미를 나타내는 표현.
ที่เคย...
สำนวนที่แสดงความหมายว่านึกถึงสภาพหรือเหตุการณ์ในอดีตอีกครั้งหรือสภาพหรือเหตุการณ์ดังกล่าวไม่เสร็จสมบูรณ์และหยุดชะงัก

• **그** (คุณศัพท์) : 앞에서 이미 이야기한 대상을 가리킬 때 쓰는 말.
นั้น, นั่น
คำที่ใช้เมื่อบ่งชี้ถึงเป้าหมายที่ได้พูดถึงมาแล้วในก่อนหน้า

• **환자** (คำนาม) : 몸에 병이 들거나 다쳐서 아픈 사람.
ผู้ป่วย, คนไข้, ผู้บาดเจ็บ
ผู้ที่ไม่สบายเพราะโรคหรือผู้ที่ได้รับบาดเจ็บ

• 는 : 문장 속에서 어떤 대상이 화제임을 나타내는 조사.
...นั้น
คำชี้ที่แสดงว่าเป้าหมายใดๆเป็นหัวเรื่องในประโยค

• **어느** (คุณศัพท์) : 확실하지 않거나 분명하게 말할 필요가 없는 사물, 사람, 때, 곳 등을 가리키는 말.
...หนึ่ง
คำพูดที่บ่งบอกสถานที่ เวลา คน สิ่งของ เป็นต้น ที่ไม่จำเป็นต้องพูดอย่างชัดเจนหรือไม่แน่ชัด

• **한의원** (คำนาม) : 우리나라 전통 의술로 환자를 치료하는 의원.
หมอเกาหลีแผนโบราณ, แพทย์แผนตะวันออก
แพทย์ผู้รักษาคนไข้ด้วยการแพทย์แผนโบราณของประเทศเกาหลี

• 에 : 앞말이 목적지이거나 어떤 행위의 진행 방향임을 나타내는 조사.
ที่...
คำชี้ที่แสดงว่าคำพูดข้างหน้าเป็นทิศทางที่ดำเนินไปของการกระทำใด ๆ หรือเป็นจุดหมายปลายทาง

• **들어가다** (คำกริยา) : 밖에서 안으로 향하여 가다.
เข้าไป, ดิ่งไป, ตรงไป
จากข้างนอกไปยังข้างใน

• -았- : 사건이 과거에 일어났음을 나타내는 어미.
...แล้ว(อดีตกาล)
วิภัตติปัจจัยที่แสดงว่าเหตุการณ์เกิดขึ้นในอดีต

• -다 : 어떤 사건이나 사실, 상태를 서술함을 나타내는 종결 어미.
วิภัตติปัจจัยลงท้ายประโยคบอกเล่า
วิภัตติปัจจัยลงท้ายประโยคที่แสดงการบอกเล่าเหตุการณ์ ข้อเท็จจริง หรือสภาพการณ์ใด ๆ

환자 : 정확히 어디+가 아프+ㄴ지 잘 모르+겠+지만
아픈지

어디+를 누르(눌ㄹ)+[어 보]+아도 아프(아ㅍ)+[아 죽]+겠+어요.
눌러 보아도 **아파 죽겠어요**

• **정확히** (คำวิเศษณ์) : 바르고 확실하게.
อย่างแม่นยำ, อย่างถูกต้อง, อย่างชัดเจน, อย่างแน่ชัด
อย่างถูกต้องและชัดเจน

• **어디** (สรรพนาม) : 모르는 곳을 가리키는 말.
ไหน, ที่ไหน
คำที่ใช้แสดงถึงสถานที่ที่ไม่รู้

• 가 : 어떤 상태나 상황에 놓인 대상이나 동작의 주체를 나타내는 조사.
คำชี้ประธาน
คำชี้ที่ใช้แสดงสิ่งที่อยู่ในสถานการณ์หรือสภาพใด ๆ หรือผู้ที่เป็นประธานของอากัปกริยา

• **아프다** (คำคุณศัพท์) : 다치거나 병이 생겨 통증이나 괴로움을 느끼다.
ปวด, เจ็บ
รู้สึกทรมานหรือเจ็บปวดเนื่องจากเป็นโรคหรือได้รับบาดเจ็บ

• -ㄴ지 : 뒤에 오는 말의 내용에 대한 막연한 이유나 판단을 나타내는 연결 어미.
...หรือไม่ จึง..., ...หรือเปล่า จึง...
วิภัตติปัจจัยเชื่อมระหว่างประโยคที่แสดงเหตุผลหรือการพิจารณาตัดสินที่ไม่ชัดเจนเกี่ยวกับเนื้อความในประโยคหลัง

• **잘** (คำวิเศษณ์) : 분명하고 정확하게.
อย่างแน่ใจ, อย่างชัดเจน, อย่างดี
อย่างแจ่มชัดและชัดเจน

• **모르다** (คำกริยา) : 사람이나 사물, 사실 등을 알지 못하거나 이해하지 못하다.
ไม่รู้จัก, ไม่รู้, ไม่ทราบ, ไม่เข้าใจ
ไม่รู้จักหรือไม่สามารถเข้าใจคน วัตถุ หรือข้อเท็จจริง เป็นต้น

• -겠- : 완곡하게 말하는 태도를 나타내는 어미.
จะ...
วิภัตติปัจจัยที่แสดงท่าทีที่พูดอย่างนุ่มนวล

• -지만 : 앞에 오는 말을 인정하면서 그와 반대되거나 다른 사실을 덧붙일 때 쓰는 연결 어미.
...แต่..., ...แต่ทว่า..., ...แต่ว่า...
วิภัตติปัจจัยเชื่อมระหว่างประโยคที่ใช้เมื่อยอมรับคำพูดข้างหน้าพร้อมทั้งพูดเนื้อหาที่ขัดแย้งหรือไม่เหมือนกันกับคำพูดนั้น ๆ เพิ่มเติม

• **어디** **(สรรพนาม)** : 정해져 있지 않거나 정확하게 말할 수 없는 어느 곳을 가리키는 말.
ที่ใด, ที่ไหน
คำที่ใช้แสดงสถานที่ใดที่ไม่สามารถพูดให้ชัดเจนได้หรือที่ไม่ได้กำหนดไว้

• 를 : 동작이 직접적으로 영향을 미치는 대상을 나타내는 조사.
ไม่พบคำแปล
คำชี้ที่แสดงเป้าหมายที่การกระทำส่งผลกระทบโดยตรง

• **누르다** **(คำกริยา)** : 물체의 전체나 부분에 대하여 위에서 아래로 힘을 주어 무게를 가하다.
กด
เพิ่มน้ำหนักโดยลงแรงจากด้านบนลงไปด้านล่างต่อบางส่วนหรือส่วนทั้งหมดของสิ่งของ

• -어 보다 : 앞의 말이 나타내는 행동을 시험 삼아 함을 나타내는 표현.
...ดู, ลอง..., ลอง...ดู
สำนวนที่แสดงว่าเป็นการทดลองทำการกระทำที่ปรากฏในคำพูดข้างหน้า

• -아도 : 앞에 오는 말을 가정하거나 인정하지만 뒤에 오는 말에는 관계가 없거나 영향을 끼치지 않음을 나타내는 연결 어미.
แม้ว่า..., ถึงแม้ว่า...
วิภัตติปัจจัยเชื่อมระหว่างประโยคที่แสดงการสมมุติหรือยอมรับคำพูดข้างหน้าแต่ไม่เกี่ยวข้องหรือไม่มีผลกระทบต่อคำพูดตามมาข้างหลัง

• **아프다** **(คำคุณศัพท์)** : 다치거나 병이 생겨 통증이나 괴로움을 느끼다.
ปวด, เจ็บ
รู้สึกทรมานหรือเจ็บปวดเนื่องจากเป็นโรคหรือได้รับบาดเจ็บ

• -아 죽다 : 앞의 말이 나타내는 상태의 정도가 매우 심함을 나타내는 표현.
...มากจน..., ...จนจะตายแล้ว
สำนวนที่แสดงมีความรุนแรงมากของระดับสภาพที่ปรากฏในคำพูดข้างหน้า

• -겠- : 완곡하게 말하는 태도를 나타내는 어미.
จะ..
วิภัตติปัจจัยที่แสดงท่าทีที่พูดอย่างนุ่มนวล

• -어요 : (두루높임으로) 어떤 사실을 서술하거나 질문, 명령, 권유함을 나타내는 종결 어미.
วิภัตติปัจจัยลงท้ายประโยคที่ใช้ในการยกย่องโดยทั่วไป
(ใช้ในการยกย่องอย่างไม่เป็นทางการ) วิภัตติปัจจัยลงท้ายประโยคที่แสดงการบอกเล่า การถาม การสั่ง หรือการชักชวนเรื่องใด ๆ

환자 : 제발 좀 <u>찾+[아 주]+세요</u>.
찾아 주세요

• **제발** (คำวิเศษณ์) : 간절히 부탁하는데.
กรุณา, โปรด, ได้โปรด, ขอได้โปรด, โปรดกรุณา
ขอร้องอย่างจริงใจ

• **좀** (คำวิเศษณ์) : 주로 부탁이나 동의를 구할 때 부드러운 느낌을 주기 위해 넣는 말.
ขอ...หน่อย, ...หน่อย
คำพูดที่ใส่เพื่อให้ความรู้สึกนิ่มนวลส่วนใหญ่ใช้ในตอนที่ขอความเห็นด้วยหรือขอร้อง

• **찾다** (คำกริยา) : 모르는 것을 알아내려고 노력하다. 또는 모르는 것을 알아내다.
หา, ค้นหา, ค้นพบ
ขวนขวายและพยายามค้นหาเพื่อให้รู้และทราบถึงสิ่งที่ไม่เคยรู้มาก่อน หรือได้รู้เกี่ยวกับสิ่งที่ไม่รู้มาก่อน

• -아 주다 : 남을 위해 앞의 말이 나타내는 행동을 함을 나타내는 표현.
ช่วย..., ช่วย...ให้
สำนวนที่แสดงว่าทำการกระทำที่ปรากฏในคำพูดข้างหน้าเพื่อผู้อื่น

• -세요 : (두루높임으로) 설명, 의문, 명령, 요청의 뜻을 나타내는 종결 어미.
วิภัตติปัจจัยลงท้ายประโยคที่ใช้ในระดับภาษาที่สุภาพโดยทั่วไป
(ใช้ในการยกย่องอย่างไม่เป็นทางการ) วิภัตติปัจจัยลงท้ายประโยคที่แสดงความหมายของการอธิบาย การถาม การสั่ง หรือการขอร้อง

한의사 선생님+은 <u>의미심장하+ㄴ</u> 표정+을 <u>짓(지)+으며</u> <u>말하+였+다</u>.
의미심장한 **지으며** **말했다**

• **한의사** (คำนาม) : 우리나라 전통 의술로 치료하는 의사.
หมอเกาหลีแผนโบราณ, แพทย์แผนตะวันออก
แพทย์ผู้รักษาคนไข้ด้วยการแพทย์แผนโบราณของประเทศเกาหลี

• **선생님** (คำนาม) : 어떤 사람의 성이나 직업에 붙여 그 사람을 높이는 말.
คุณ
คำที่ใช้ต่อท้ายนามสกุลหรืออาชีพของบุคคลใด ๆ และยกย่องบุคคลดังกล่าว

• 은 : 문장 속에서 어떤 대상이 화제임을 나타내는 조사.
ตัวชี้หัวเรื่อง
คำชี้ที่แสดงว่าเป้าหมายใด ๆ เป็นหัวข้อเรื่องในประโยค

• **의미심장하다** (คำคุณศัพท์) : 뜻이 매우 깊다.
มีความหมายลึกซึ้ง, มีความสำคัญยิ่ง
ความหมายลึกซึ้งมาก

• -ㄴ : 앞의 말이 관형어의 기능을 하게 만들고 현재의 상태를 나타내는 어미.
...ที่'
วิภัตติปัจจัยที่ทำให้คำพูดข้างหน้าทำหน้าที่เป็นคุณศัพท์ขยายนามและแสดงถึงสภาพที่เป็นอยู่ในปัจจุบัน

• **표정** (คำนาม) : 마음속에 품은 감정이나 생각 등이 얼굴에 드러남. 또는 그런 모습.
สีหน้า, ลักษณะสีหน้าที่แสดงออก
การที่ความรู้สึกหรือความคิด เป็นต้น ที่อยู่ภายในใจ ปรากฏออกมาทางใบหน้า หรือลักษณะดังกล่าว

• 을 : 동작이 직접적으로 영향을 미치는 대상을 나타내는 조사.
ไม่พบคำแปล
คำชี้ที่แสดงเป้าหมายที่การกระทำส่งผลกระทบโดยตรง

• **짓다** (คำกริยา) : 어떤 표정이나 태도 등을 얼굴이나 몸에 나타내다.
เผย, สร้าง
ทำให้ปรากฏสีหน้าใดหรือท่าทางใด เป็นต้น ออกบนหน้าตาหรือร่างกาย

• -으며 : 두 가지 이상의 동작이나 상태가 함께 일어남을 나타내는 연결 어미.
ขณะที่...ไปด้วย
วิภัตติปัจจัยเชื่อมระหว่างประโยคที่ใช้แสดงการที่อากัปกิริยา สภาพ หรือข้อเท็จจริงตั้งแต่สองสิ่งขึ้นไปเกิดขึ้นร่วมกัน

• **말하다** (คำกริยา) : 어떤 사실이나 자신의 생각 또는 느낌을 말로 나타내다.
พูด, บอก, กล่าว, เล่า
แสดงข้อเท็จจริงใด ๆ หรือความคิดหรือความรู้สึกของตัวเองเป็นคำพูด

• -였- : 사건이 과거에 일어났음을 나타내는 어미.
...แล้ว(อดีตกาล)
วิภัตติปัจจัยที่แสดงว่าเหตุการณ์ได้เกิดขึ้นในอดีต

• -다 : 어떤 사건이나 사실, 상태를 서술함을 나타내는 종결 어미.
วิภัตติปัจจัยลงท้ายประโยคบอกเล่า
วิภัตติปัจจัยลงท้ายประโยคที่แสดงการบอกเล่าเหตุการณ์ ข้อเท็จจริง หรือสภาพการณ์ใด ๆ

한의사 : 손가락+이 부러지+시+었+군요!
부러지셨군요

• **손가락** (คำนาม) : 사람의 손끝의 다섯 개로 갈라진 부분.
นิ้ว, นิ้วมือ
ส่วนที่แบ่งออกเป็นห้าส่วนในปลายมือของคน

• 이 : 어떤 상태나 상황의 대상이나 동작의 주체를 나타내는 조사.
ตัวชี้ประธาน
คำชี้ที่ใช้แสดงสิ่งที่อยู่ในสถานการณ์หรือสภาพใด ๆ หรือผู้ที่เป็นประธานของอากัปกริยา

• **부러지다** (คำกริยา) : 단단한 물체가 꺾여 둘로 겹쳐지거나 동강이 나다.
หัก
วัตถุที่แข็งถูกหักและพับเป็นสองส่วนหรือแตกเป็นชิ้น ๆ

• -시- : 높이고자 하는 인물과 관계된 소유물이나 신체의 일부가 문장의 주어일 때 그 인물을 높이는 뜻을 나타내는 어미.
วิภัตติปัจจัยที่แสดงการยกย่องประธานในประโยค
วิภัตติปัจจัยที่ใช้แสดงความหมายว่ายกย่องบุคคลนั้น เมื่อสิ่งของหรือร่างกายบางส่วนที่เกี่ยวข้องกับผู้ที่จะยกย่องเป็นประธานของประโยค

• -었- : 어떤 사건이 과거에 완료되었거나 그 사건의 결과가 현재까지 지속되는 상황을 나타내는 어미.
...แล้ว
วิภัตติปัจจัยที่แสดงว่าเหตุการณ์ใดๆเสร็จสมบูรณ์ไปแล้วในอดีตหรือแสดงสถานการณ์ที่ผลลัพธ์ของเหตุการณ์ดังกล่าวต่อเนื่องจนถึงปัจจุบัน

• -군요 : (두루높임으로) 새롭게 알게 된 사실에 주목하거나 감탄함을 나타내는 표현.
...จังครับ(ค่ะ), ...จังเลยครับ(ค่ะ), ...นะนี่ครับ(ค่ะ)
(ใช้ในการยกย่องอย่างไม่เป็นทางการ) วิภัตติปัจจัยลงท้ายประโยคที่แสดงการที่เพิ่งได้ตระหนักหรือยืนยันในเรื่องใดๆให้แน่ใจแล้วอุทานออกมา

< 8 단원(บท) >

제목 : 소는 왜 안 보이니?

● 본문 (เนื้อหาเดิม)

어느 초등학교 미술 시간이었다.

선생님 : 여러분! 지금은 미술 시간이에요.

오늘은 목장 풍경을 한번 그려 보세요.

시간이 한참 지난 후에 선생님께서는 아이들 자리를 돌아다니며 그림을 살펴보았다.

선생님 : 소가 참 한가로워 보이네요.

잘 그렸어요.

이렇게 선생님께서는 학생들의 그림을 보면서 칭찬을 해 주셨다.

그런데 한 학생의 스케치북은 백지상태 그대로였다.

선생님 : 넌 어떤 그림을 그린 거니?

학생 : 풀을 뜯고 있는 소를 그렸어요.

선생님 : 그런데 풀은 어디 있니?

학생 : 소가 이미 다 먹어 버렸어요.

선생님 : 그럼 소는 왜 안 보이니?

학생 : 선생님도 참, 소가 풀을 다 먹었는데 여기에 있겠어요?

● 발음 (การออกเสียง)

어느 초등학교 미술 시간이었다.
어느 초등학꾜 미술 시가니얻따.
eoneu chodeunghaggyo misul siganieotda.

선생님 : 여러분! 지금은 미술 시간이에요.
선생님 : 여러분! 지그믄 미술 시가니에요.
seonsaengnim : yeoreobun! jigeumeun misul siganieyo.

오늘은 목장 풍경을 한번 그려 보세요.
오느른 목짱 풍경을 한번 그려 보세요.
oneureun mokjang punggyeongeul hanbeon geuryeo boseyo.

시간이 한참 지난 후에 선생님께서는 아이들 자리를 돌아다니며 그림을 살펴보았다.
시가니 한참 지난 후에 선생님께서는 아이들 자리를 도라다니며 그리믈 살펴보앋따.
sigani hancham jinan hue seonsaengnimkkeseoneun aideul jarireul doradanimyeo geurimeul salpyeoboatda.

선생님 : 소가 참 한가로워 보이네요.
선생님 : 소가 참 한가로워 보이네요.
seonsaengnim : soga cham hangarowo boineyo.

잘 그렸어요.
잘 그려써요.
jal geuryeosseoyo.

이렇게 선생님께서는 학생들의 그림을 보면서 칭찬을 해 주셨다.
이러케 선생님께서는 학쌩드레 그리믈 보면서 칭차늘 해 주셛따.
ireoke seonsaengnimkkeseoneun haksaengdeurui(haksaengdeure) geurimeul bomyeonseo chingchaneul hae jusyeotda.

그런데 한 학생의 스케치북은 백지상태 그대로였다.
그런데 한 학쌩에 스케치부근 백찌상태 그대로엳따.
geureonde han haksaengui(haksaenge) seukechibugeun baekjisangtae geudaeroyeotda.

선생님 : 넌 어떤 그림을 그린 거니?
선생님 : 넌 어떤 그리믈 그린 거니?
seonsaengnim : neon eotteon geurimeul geurin geoni?

학생 : 풀을 뜯고 있는 소를 그렸어요.
학쌩 : 푸를 뜯꼬 인는 소를 그려써요.
haksaeng : pureul tteutgo inneun soreul geuryeosseoyo.

선생님 : 그런데 풀은 어디 있니?
선생님 : 그런데 푸른 어디 인니?
seonsaengnim : geureonde pureun eodi inni?

학생 : 소가 이미 다 먹어 버렸어요.
학쌩 : 소가 이미 다 머거 버려써요.
haksaeng : soga imi da meogeo beoryeosseoyo.

선생님 : 그럼 소는 왜 안 보이니?
선생님 : 그럼 소는 왜 안 보이니?
seonsaengnim : geureom soneun wae an boini?

학생 : 선생님도 참, 소가 풀을 다 먹었는데 여기에 있겠어요?
학쌩 : 선생님도 참, 소사 푸를 다 머건는데 여기에 읻께써요?
haksaeng : seonsaengnimdo cham, soga pureul da meogeonneunde yeogie itgesseoyo?

● 어휘 (ศัพท์) / 문법 (ไวยากรณ์)

어느 초등학교 미술 시간+이+었+다.

선생님 : 여러분! 지금+은 미술 시간+이+에요.

오늘+은 목장 풍경+을 한번 그리+어 보+세요.

시간+이 한참 지나+ㄴ 후에 선생님+께서+는 아이+들 자리+를 돌아다니+며 그림+을 살펴보+았+다.

선생님 : 소+가 참 한가롭(한가로우)+어 보이+네요.

잘 그리+었+어요.

이렇+게 선생님+께서+는 학생+들+의 그림+을 보+면서 칭찬+을 하+여 주+시+었+다.

그런데 한 학생+의 스케치북+은 백지상태 그대로+이+었+다.

선생님 : 너+는 어떤 그림+을 그리+ㄴ 것(거)+(이)+니?

학생 : 풀+을 뜯+고 있+는 소+를 그리+었+어요.

선생님 : 그런데 풀+은 어디 있+니?

학생 : 소+가 이미 다 먹+어 버리+었+어요.

선생님 : 그럼 소+는 왜 안 보이+니?

학생 : 선생님+도 참, 소+가 풀+을 다 먹+었+는데 여기+에 있+겠+어요?

어느 초등학교 미술 시간+이+었+다.

• **어느** (คุณศัพท์) : 확실하지 않거나 분명하게 말할 필요가 없는 사물, 사람, 때, 곳 등을 가리키는 말.
...หนึ่ง
คำพูดที่บ่งบอกสถานที่ เวลา คน สิ่งของ เป็นต้น ที่ไม่จำเป็นต้องพูดอย่างชัดเจนหรือไม่แน่ชัด

• **초등학교** (คำนาม) : 학교 교육의 첫 번째 단계로 만 여섯 살에 입학하여 육 년 동안 기본 교육을 받는 학교.
โรงเรียนประถมศึกษา
โรงเรียนลำดับแรกที่ให้การศึกษาขั้นพื้นฐานในโรงเรียนระยะเวลาหกปี เข้าเรียนได้ตั้งแต่อายุ 6 ปีบริบูรณ์

• **미술** (คำนาม) : 그림이나 조각처럼 눈으로 볼 수 있는 아름다움을 표현한 예술.
ศิลปะ
งานศิลป์ที่แสดงออกถึงความงดงาม สามารถสัมผัสได้ด้วยตา เช่น ภาพวาด หรือรูปปั้น

• **시간** (คำนาม) : 어떤 일이 시작되어 끝날 때까지의 동안.
เวลา
ระยะเวลาตั้งแต่งานใด ๆ ได้เริ่มขึ้นจนกระทั่งสิ้นสุด

• 이다 : 주어가 지시하는 대상의 속성이나 부류를 지정하는 뜻을 나타내는 서술격 조사.
เป็น
คำชี้ภาคแสดงการกที่แสดงความหมายที่กำหนดประเภทหรือคุณสมบัติของเป้าหมายที่ประธานบ่งชี้

• -었- : 사건이 과거에 일어났음을 나타내는 어미.
...แล้ว(อดีตกาล)
วิภัตติปัจจัยที่แสดงว่าเหตุการณ์ได้เกิดขึ้นในอดีต

• -다 : 어떤 사건이나 사실, 상태를 서술함을 나타내는 종결 어미.
วิภัตติปัจจัยลงท้ายประโยคบอกเล่า
วิภัตติปัจจัยลงท้ายประโยคที่แสดงการบอกเล่าเหตุการณ์ ข้อเท็จจริง หรือสภาพการณ์ใด ๆ

선생님 : 여러분! 지금+은 미술 시간+이+에요.

• **여러분** (สรรพนาม) : 듣는 사람이 여러 명일 때 그 사람들을 높여 이르는 말.
ทุก ๆ ท่าน, ท่านทั้งหลาย
คำที่เรียกผู้ฟังอย่างยกย่องเมื่อมีผู้ฟังเหล่านั้นอยู่หลายคน

• **지금** (คำนาม) : 말을 하고 있는 바로 이때.
เดี๋ยวนี้, ตอนนี้, ประเดี๋ยวนี้
ตอนนี้ที่กำลังพูดอยู่

• 은 : 문장 속에서 어떤 대상이 화제임을 나타내는 조사.
ตัวชี้หัวเรื่อง
คำชี้ที่แสดงว่าเป้าหมายใด ๆ เป็นหัวข้อเรื่องในประโยค

• **미술** (คำนาม) : 그림이나 조각처럼 눈으로 볼 수 있는 아름다움을 표현한 예술.
ศิลปะ
งานศิลป์ที่แสดงออกถึงความงดงาม สามารถสัมผัสได้ด้วยตา เช่น ภาพวาด หรือรูปปั้น

• **시간** (คำนาม) : 어떤 일이 시작되어 끝날 때까지의 동안.
เวลา
ระยะเวลาตั้งแต่งานใด ๆ ได้เริ่มขึ้นจนกระทั่งสิ้นสุด

• 이다 : 주어가 지시하는 대상의 속성이나 부류를 지정하는 뜻을 나타내는 서술격 조사.
เป็น
คำชี้ภาคแสดงการกที่แสดงความหมายที่กำหนดประเภทหรือคุณสมบัติของเป้าหมายที่ประธานบ่งชี้

• -에요 : (두루높임으로) 어떤 사실을 서술하거나 질문함을 나타내는 종결 어미.
วิภัตติปัจจัยลงท้ายประโยคที่ใช้ในการยกย่องโดยทั่วไป
(ใช้ในการยกย่องอย่างไม่เป็นทางการ) วิภัตติปัจจัยลงท้ายประโยคที่แสดงการบอกเล่าหรือการถามถึงสิ่งใด ๆ

선생님 : 오늘+은 목장 풍경+을 한번 그리+[어 보]+세요. **그려 보세요**

• **오늘** (คำนาม) : 지금 지나가고 있는 이날.
วันนี้
วันนี้ที่กำลังผ่านไปตอนนี้

• 은 : 문장 속에서 어떤 대상이 화제임을 나타내는 조사.
ตัวชี้หัวเรื่อง
คำชี้ที่แสดงว่าเป้าหมายใด ๆ เป็นหัวข้อเรื่องในประโยค

• **목장** (คำนาม) : 우리와 풀밭 등을 갖추어 소나 말이나 양 등을 놓아 기르는 곳.
ฟาร์มเลี้ยงสัตว์, ทุ่งเลี้ยงสัตว์
สถานที่มีมีคอกและทุ่งหญ้า เป็นต้น ซึ่งเหมาะแก่การเลี้ยงสัตว์ เช่น วัว ม้า หรือแกะ

• **풍경** (คำนาม) : 감정을 불러일으키는 경치나 상황.
ทัศนียภาพที่งดงาม, ทิวทัศน์ที่งดงาม, ภาพที่ทำให้เกิดความรู้สึก
ทัศนียภาพหรือสถานการณ์ที่ทำให้เกิดความรู้สึก

• 을 : 동작이 직접적으로 영향을 미치는 대상을 나타내는 조사.
ไม่พบคำแปล
คำชี้ที่แสดงเป้าหมายที่การกระทำส่งผลกระทบโดยตรง

• **한번** (คำวิเศษณ์) : 어떤 일을 시험 삼아 시도함을 나타내는 말.
สักหน่อย, สักครั้ง, สักที
คำพูดที่แสดงความหมายว่า ลองทำงานใด ๆ เป็นการทดลอง

• **그리다** (คำกริยา) : 연필이나 붓 등을 이용하여 사물을 선이나 색으로 나타내다.
วาด, วาดภาพ
แสดงวัตถุเป็นเส้นหรือสี โดยใช้ดินสอหรือพู่กัน

• -어 보다 : 앞의 말이 나타내는 행동을 시험 삼아 함을 나타내는 표현.
...ดู, ลอง..., ลอง...ดู
สำนวนที่แสดงว่าเป็นการทดลองทำการกระทำที่ปรากฏในคำพูดข้างหน้า

• -세요 : (두루높임으로) 설명, 의문, 명령, 요청의 뜻을 나타내는 종결 어미.
วิภัตติปัจจัยลงท้ายประโยคที่ใช้ในระดับภาษาที่สุภาพโดยทั่วไป
(ใช้ในการยกย่องอย่างไม่เป็นทางการ) วิภัตติปัจจัยลงท้ายประโยคที่แสดงความหมายของการอธิบาย การถาม การสั่ง หรือการขอร้อง

시간+이 한참 지나+[ㄴ 후에] 선생님+께서+는 아이+들 자리+를 돌아다니+며 그림+을 살펴보+았+다. **지난 후에**

• **시간** (คำนาม) : 자연히 지나가는 세월.
เวลา
เวลาที่ผ่านไปตามธรรมชาติ

• 이 : 어떤 상태나 상황의 대상이나 동작의 주체를 나타내는 조사.
ตัวชี้ประธาน
คำชี้ที่ใช้แสดงสิ่งที่อยู่ในสถานการณ์หรือสภาพใด ๆ หรือผู้ที่เป็นประธานของอากัปกริยา

• **한참** (คำนาม) : 시간이 꽤 지나는 동안.
ช่วงเวลาหนึ่ง, ระยะเวลาหนึ่ง
ช่วงที่เวลาผ่านไปนาน

• **지나다** (คำกริยา) : 시간이 흘러 그 시기에서 벗어나다.
ผ่าน, ผ่านไป
เวลาผ่านไปแล้วพ้นจากช่วงเวลานั้น

• -ㄴ 후에 : 앞에 오는 말이 나타내는 행동을 하고 시간적으로 뒤에 다른 행동을 함을 나타내는 표현.
(ประโยคหลัง)หลังจาก(ประโยคหน้า), ...แล้ว จึง...
สำนวนที่แสดงการกระทำที่คำพูดที่อยู่ข้างหน้าแสดงไว้ก่อนแล้วค่อยทำการกระทำอย่างอื่นที่หลังตามเวลา

• **선생님** (คำนาม) : (높이는 말로) 학생을 가르치는 사람.
ครู, อาจารย์
(คำสุภาพ) คนที่สอนนักเรียน

• 께서 : (높임말로) 가. 이. 어떤 동작의 주체가 높여야 할 대상임을 나타내는 조사.
คำชี้ประธาน
(คำยกย่อง) คำกำกับคำนามที่ใช้ชี้ว่าประธานของการกระทำใดๆเป็นเป้าหมายที่ต้องยกย่อง

• 는 : 문장 속에서 어떤 대상이 화제임을 나타내는 조사.
...นั้น
คำชี้ที่แสดงว่าเป้าหมายใดๆเป็นหัวเรื่องในประโยค

• **아이** (คำนาม) : 나이가 어린 사람.
เด็ก
คนที่อายุน้อย

• 들 : '복수'의 뜻을 더하는 접미사.
พวก..., ...ทั้งหลาย, ที่เป็นพหูพจน์
ปัจจัยที่เพิ่มคำไปในคำเพื่อให้มีความหมายว่า 'พหูพจน์'

• **자리** (คำนาม) : 사람이 앉을 수 있도록 만들어 놓은 곳.
ที่, ตำแหน่ง
สถานที่ที่ทำไว้เพื่อให้คนสามารถนั่งได้

• 를 : 동작의 도착지나 동작이 이루어지는 장소를 나타내는 조사.
ไม่พบคำแปล
คำชี้ที่แสดงจุดหมายปลายทางของการกระทำหรือสถานที่ที่การกระทำเกิดขึ้น

• **돌아다니다** (คำกริยา) : 여기저기를 두루 다니다.
เดินเตร่, เดินเตร็ดเตร่
ไปมาที่นั่นที่นี่ทั่วไป

• -며 : 두 가지 이상의 동작이나 상태가 함께 일어남을 나타내는 연결 어미.
ขณะที่
วิภัตติปัจจัยเชื่อมระหว่างประโยคที่ใช้แสดงการที่อากัปกิริยา สภาพ หรือข้อเท็จจริงตั้งแต่สองสิ่งขึ้นไปเกิดขึ้นร่วมกัน

• **그림** (คำนาม) : 선이나 색채로 사물의 모양이나 이미지 등을 평면 위에 나타낸 것.
ภาพ, ภาพวาด
การปรากฏรูปร่างหรือภาพ เป็นต้น ของวัตถุด้วยเส้นหรือสีบนพื้นผิว

• 을 : 동작이 직접적으로 영향을 미치는 대상을 나타내는 조사.
ไม่พบคำแปล
คำชี้ที่แสดงเป้าหมายที่การกระทำส่งผลกระทบโดยตรง

• **살펴보다** (คำกริยา) : 여기저기 빠짐없이 자세히 보다.
พิจารณา, พิจารณาดู
ดูอย่างละเอียดทั่วถึงโดยไม่ให้ขาดตกบกพร่อง

• -았- : 사건이 과거에 일어났음을 나타내는 어미.
...แล้ว(อดีตกาล)
วิภัตติปัจจัยที่แสดงว่าเหตุการณ์ได้เกิดขึ้นในอดีต

• -다 : 어떤 사건이나 사실, 상태를 서술함을 나타내는 종결 어미.
วิภัตติปัจจัยลงท้ายประโยคบอกเล่า
วิภัตติปัจจัยลงท้ายประโยคที่แสดงการบอกเล่าเหตุการณ์ ข้อเท็จจริง หรือสภาพการณ์ใด ๆ

선생님 : 소+가 참 한가롭(한가로우)+[어 보이]+네요.
한가로워 보이네요

• **소** (คำนาม) : 몸집이 크고 갈색이나 흰색과 검은색의 털이 있으며, 젖을 짜 먹거나 고기를 먹기 위해 기르는 짐승.
วัว, โค
สัตว์ที่ตัวใหญ่ มีขนสีน้ำตาลหรือสีขาวกับสีดำ ซึ่งเลี้ยงไว้เพื่อกินเนื้อหรือรีดเอาน้ำนม

• 가 : 어떤 상태나 상황에 놓인 대상이나 동작의 주체를 나타내는 조사.
คำชี้ประธาน
คำชี้ที่ใช้แสดงสิ่งที่อยู่ในสถานการณ์หรือสภาพใด ๆ หรือผู้ที่เป็นประธานของอากัปกริยา

• **참** (คำวิเศษณ์) : 사실이나 이치에 조금도 어긋남이 없이 정말로.
จริง ๆ, ทีเดียว, อย่างแท้จริง
อย่างแท้จริง โดยไม่มีสิ่งที่ผิดไปจากความเป็นจริงหรือหลักการแม้แต่น้อย

• **한가롭다** (คำคุณศัพท์) : 바쁘지 않고 여유가 있는 듯하다.
มีเวลาว่าง, ไม่วุ่นวาย
เสมือนกับว่ามีเวลาว่างและไม่ยุ่ง

• -어 보이다 : 겉으로 볼 때 앞의 말이 나타내는 것처럼 느껴지거나 추측됨을 나타내는 표현.
ดู...
สำนวนที่แสดงการสันนิษฐานหรือรู้สึกเหมือนกับสิ่งที่ปรากฏในคำพูดข้างหน้าเมื่อมองจากภายนอก

• -네요 : (두루높임으로) 말하는 사람이 직접 경험하여 새롭게 알게 된 사실에 대해 감탄함을 나타낼 때 쓰는 표현.
...จังค่ะ(ครับ)
(ใช้ในการยกย่องอย่างไม่เป็นทางการ) สำนวนที่ใช้เมื่อแสดงการอุทานเกี่ยวกับสิ่งที่ผู้พูดเพิ่งรู้เมื่อได้ประสบด้วยตนเอง

선생님 : 잘 그리+었+어요.
그렸어요

• **잘** (คำวิเศษณ์) : 익숙하고 솜씨 있게.
ดี, เก่ง, เยี่ยม
อย่างช่ำชองแสดงฝีมือ

• **그리다** (คำกริยา) : 연필이나 붓 등을 이용하여 사물을 선이나 색으로 나타내다.
วาด, วาดภาพ
แสดงวัตถุเป็นเส้นหรือสี โดยใช้ดินสอหรือพู่กัน

• -었- : 어떤 사건이 과거에 완료되었거나 그 사건의 결과가 현재까지 지속되는 상황을 나타내는 어미.
...แล้ว
วิภัตติปัจจัยที่แสดงว่าเหตุการณ์ใดๆเสร็จสมบูรณ์ไปแล้วในอดีตหรือแสดงสถานการณ์ที่ผลลัพธ์ของเหตุการณ์ดังกล่าวต่อเนื่องจนถึงปัจจุบัน

• -어요 : (두루높임으로) 어떤 사실을 서술하거나 질문, 명령, 권유함을 나타내는 종결 어미.
วิภัตติปัจจัยลงท้ายประโยคที่ใช้ในการยกย่องโดยทั่วไป
(ใช้ในการยกย่องอย่างไม่เป็นทางการ) วิภัตติปัจจัยลงท้ายประโยคที่แสดงการบอกเล่า การถาม การสั่ง หรือการชักชวนเรื่องใด ๆ

이렇+게 선생님+께서+는 학생+들+의 그림+을 보+면서 칭찬+을 하+[여 주]+시+었+다.
해 주셨다

• **이렇다** (คำคุณศัพท์) : 상태, 모양, 성질 등이 이와 같다.
เป็นอย่างนี้, อย่างที่บอก...
สภาพ รูปร่าง ลักษณะ เป็นต้น เหมือนกับเป็นอย่างนี้

• -게 : 앞의 말이 뒤에서 가리키는 일의 목적이나 결과, 방식, 정도 등이 됨을 나타내는 연결 어미.
อย่าง..., ให้...
วิภัตติปัจจัยเชื่อมระหว่างประโยคที่แสดงว่าคำพูดข้างหน้าชี้บอกระดับ วิธีการ ผลลัพธ์หรือวัตถุประสงค์ หรืออื่นๆของสิ่งที่อยู่ในเนื้อหาข้างหลัง

• **선생님** (คำนาม) : (높이는 말로) 학생을 가르치는 사람.
ครู, อาจารย์
(คำสุภาพ) คนที่สอนนักเรียน

• 께서 : (높임말로) 가. 이. 어떤 동작의 주체가 높여야 할 대상임을 나타내는 조사.
คำชี้ประธาน
(คำยกย่อง) คำกำกับคำนามที่ใช้ชี้ว่าประธานของการกระทำใดๆเป็นเป้าหมายที่ต้องยกย่อง

• 는 : 문장 속에서 어떤 대상이 화제임을 나타내는 조사.
...นั้น
คำชี้ที่แสดงว่าเป้าหมายใดๆเป็นหัวเรื่องในประโยค

• **학생** (คำนาม) : 학교에 다니면서 공부하는 사람.
นักเรียน
บุคคลที่ไปโรงเรียนเพื่อศึกษาเล่าเรียน

• 들 : '복수'의 뜻을 더하는 접미사.
พวก..., ...ทั้งหลาย, ที่เป็นพหูพจน์
ปัจจัยที่เพิ่มคำไปในคำเพื่อให้มีความหมายว่า 'พหูพจน์'

• 의 : 앞의 말이 뒤의 말에 대하여 소유, 소속, 소재, 관계, 기원, 주체의 관계를 가짐을 나타내는 조사.
ของ...
คำชี้ที่แสดงว่าคำพูดข้างหน้ามีความสัมพันธ์กับประธาน แหล่งกำเนิด ความสัมพันธ์ วัตถุดิบ การสังกัด การเป็นเจ้าของต่อคำพูดข้างหลัง

• **그림** (คำนาม) : 선이나 색채로 사물의 모양이나 이미지 등을 평면 위에 나타낸 것.
ภาพ, ภาพวาด
การปรากฏรูปร่างหรือภาพ เป็นต้น ของวัตถุด้วยเส้นหรือสีบนพื้นผิว

• 을 : 동작이 직접적으로 영향을 미치는 대상을 나타내는 조사.
ไม่พบคำแปล
คำชี้ที่แสดงเป้าหมายที่การกระทำส่งผลกระทบโดยตรง

• **보다** (คำกริยา) : 책이나 신문, 지도 등의 글자나 그림, 기호 등을 읽고 내용을 이해하다.
อ่าน, ดู
อ่านข้อความ ภาพ หรือสัญลักษณ์ เป็นต้น ของหนังสือ หนังสือพิมพ์ แผนที่ เป็นต้น และเข้าใจเนื้อหา

• -면서 : 두 가지 이상의 동작이나 상태가 함께 일어남을 나타내는 연결 어미.
ในขณะที่..., พร้อมกันกับ..., พลาง...พลาง..., ...พร้อมทั้ง...
วิภัตติปัจจัยเชื่อมระหว่างประโยคที่ใช้แสดงว่าเกิดอากัปกิริยาหรือสภาพตั้งแต่สองอย่างขึ้นไปพร้อมกัน

• **칭찬** (คำนาม) : 좋은 점이나 잘한 일 등을 매우 훌륭하게 여기는 마음을 말로 나타냄. 또는 그런 말.
การชมเชย, การเยินยอ, การชื่นชม
การแสดงความรู้สึกว่าข้อดีหรือเรื่องที่ทำได้ดีเป็นสิ่งที่ยอดเยี่ยมอย่างมากออกมาเป็นคำพูด หรือคำพูดลักษณะดังกล่าว

• 을 : 동작이 직접적으로 영향을 미치는 대상을 나타내는 조사.
ไม่พบคำแปล
คำชี้ที่แสดงเป้าหมายที่การกระทำส่งผลกระทบโดยตรง

• **하다** (คำกริยา) : 어떤 행동이나 동작, 활동 등을 행하다.
ทำ
ทำกิจกรรม การเคลื่อนไหว หรือพฤติกรรมใด ๆ เป็นต้น

• -여 주다 : 남을 위해 앞의 말이 나타내는 행동을 함을 나타내는 표현.
ช่วย..., ช่วย...ให้
สำนวนที่แสดงว่าทำการกระทำที่ปรากฏในคำพูดข้างหน้าเพื่อผู้อื่น

• -시- : 어떤 동작이나 상태의 주체를 높이는 뜻을 나타내는 어미.
วิภัตติปัจจัยที่แสดงการยกย่องประธานในประโยค
วิภัตติปัจจัยที่ใช้แสดงความหมายซึ่งยกย่องประธานของอากัปกิริยาหรือสภาพใด ๆ

• -었- : 사건이 과거에 일어났음을 나타내는 어미.
...แล้ว(อดีตกาล)
วิภัตติปัจจัยที่แสดงว่าเหตุการณ์ได้เกิดขึ้นในอดีต

• -다 : 어떤 사건이나 사실, 상태를 서술함을 나타내는 종결 어미.
วิภัตติปัจจัยลงท้ายประโยคบอกเล่า
วิภัตติปัจจัยลงท้ายประโยคที่แสดงการบอกเล่าเหตุการณ์ ข้อเท็จจริง หรือสภาพการณ์ใด ๆ

그런데 한 학생+의 스케치북+은 백지상태 그대로+이+었+다. **그대로였다**

• **그런데** (คำวิเศษณ์) : 이야기를 앞의 내용과 관련시키면서 다른 방향으로 바꿀 때 쓰는 말.
แต่, แต่ว่า
คำที่ใช้ตอนเปลี่ยนทิศทางไปยังทิศทางอื่นโดยที่ทำให้เนื้อเรื่องมีสัมพันธ์กับเนื้อหาข้างหน้า

• **한** (คุณศัพท์) : 여럿 중 하나인 어떤.
อันหนึ่ง, สิ่งหนึ่ง, บางอัน, หนึ่ง
สิ่งใด ๆ ซึ่งเป็นหนึ่งในท่ามกลางหลายสิ่ง

• **학생** (คำนาม) : 학교에 다니면서 공부하는 사람.
นักเรียน
บุคคลที่ไปโรงเรียนเพื่อศึกษาเล่าเรียน

• 의 : 앞의 말이 뒤의 말에 대하여 소유, 소속, 소재, 관계, 기원, 주체의 관계를 가짐을 나타내는 조사.
ของ...
คำชี้ที่แสดงว่าคำพูดข้างหน้ามีความสัมพันธ์กับประธาน แหล่งกำเนิด ความสัมพันธ์ วัตถุดิบ การสังกัด การเป็นเจ้าของต่อคำพูดข้างหลัง

• **스케치북** (คำนาม) : 그림을 그릴 수 있는 하얀 도화지를 여러 장 묶어 놓은 책.
สมุดร่างภาพ, สมุดวาดภาพร่าง, สมุดสเกตภาพ
หนังสือที่รวมกระดาษวาดเขียนสีขาวหลาย ๆ แผ่นไว้เป็นเล่ม สามารถใช้วาดรูปได้

• 은 : 문장 속에서 어떤 대상이 화제임을 나타내는 조사.
ตัวชี้หัวเรื่อง
คำชี้ที่แสดงว่าเป้าหมายใด ๆ เป็นหัวข้อเรื่องในประโยค

• **백지상태** (คำนาม) : 종이에 아무것도 쓰지 않은 상태.
สภาพว่างเปล่า, สภาพไร้การขีดเขียน
สภาพที่ยังไม่ได้เขียนอะไรเลยลงบนกระดาษ

• **그대로** (คำนาม) : 그것과 똑같은 것.
เหมือน
สิ่งที่เหมือนสิ่งนั้น

• 이다 : 주어가 지시하는 대상의 속성이나 부류를 지정하는 뜻을 나타내는 서술격 조사.
เป็น
คำชี้ภาคแสดงการกที่แสดงความหมายที่กำหนดประเภทหรือคุณสมบัติของเป้าหมายที่ประธานบ่งชี้

• -었- : 사건이 과거에 일어났음을 나타내는 어미.
...แล้ว(อดีตกาล)
วิภัตติปัจจัยที่แสดงว่าเหตุการณ์ได้เกิดขึ้นในอดีต

• -다 : 어떤 사건이나 사실, 상태를 서술함을 나타내는 종결 어미.
วิภัตติปัจจัยลงท้ายประโยคบอกเล่า
วิภัตติปัจจัยลงท้ายประโยคที่แสดงการบอกเล่าเหตุการณ์ ข้อเท็จจริง หรือสภาพการณ์ใด ๆ

선생님 : 너+는 어떤 그림+을 그리+[ㄴ 것(거)]+(이)+니?
넌 그린 거니

• **너** (สรรพนาม) : 듣는 사람이 친구나 아랫사람일 때, 그 사람을 가리키는 말.
เธอ, แก, เอ็ง
คำที่ใช้เรียกชี้บ่งคนนั้นที่เป็นผู้ฟังในกรณีที่เป็นผู้น้อยหรือเพื่อน

• 는 : 문장 속에서 어떤 대상이 화제임을 나타내는 조사.
...นั้น
คำชี้ที่แสดงว่าเป้าหมายใดๆเป็นหัวเรื่องในประโยค

• **어떤** (คุณศัพท์) : 사람이나 사물의 특징, 내용, 성격, 성질, 모양 등이 무엇인지 물을 때 쓰는 말.
อะไร
คำที่ใช้ในประโยคคำถาม เมื่อต้องการถามถึง เอกลักษณ์, เนื้อหา, ลักษณะนิสัย, คุณสมบัติ หรือ ลักษณะรูปร่าง เป็นต้น ของคนหรือวัตถุต่างๆว่าเป็นเช่นไร

• **그림** (คำนาม) : 선이나 색채로 사물의 모양이나 이미지 등을 평면 위에 나타낸 것.
ภาพ, ภาพวาด
การปรากฏรูปร่างหรือภาพ เป็นต้น ของวัตถุด้วยเส้นหรือสีบนพื้นผิว

• 을 : 서술어의 명사형 목적어임을 나타내는 조사.
ไม่พบคำแปล
คำชี้ที่แสดงการเป็นกรรมในรูปคำนามของภาคแสดง

• **그리다** (คำกริยา) : 연필이나 붓 등을 이용하여 사물을 선이나 색으로 나타내다.
วาด, วาดภาพ
แสดงวัตถุเป็นเส้นหรือสี โดยใช้ดินสอหรือพู่กัน

• -ㄴ 것 : 명사가 아닌 것을 문장에서 명사처럼 쓰이게 하거나 '이다' 앞에 쓰일 수 있게 할 때 쓰는 표현.
สิ่งที่...
สำนวนที่ใช้เมื่อทำให้คำที่ไม่ใช่คำนามใช้เหมือนคำนามในประโยคหรือทำให้ใช้วางไว้หน้า '이다' ได้

• 이다 : 주어가 지시하는 대상의 속성이나 부류를 지정하는 뜻을 나타내는 서술격 조사.
เป็น
คำชี้ภาคแสดงการกที่แสดงความหมายที่กำหนดประเภทหรือคุณสมบัติของเป้าหมายที่ประธานบ่งชี้

• -니 : (아주낮춤으로) 물음을 나타내는 종결 어미.
...ไหม, ...หรือเปล่า, ...เหรอ
(ใช้ในการลดระดับอย่างมากและเป็นทางการ) วิภัตติปัจจัยลงท้ายประโยคที่แสดงการถาม

학생 : 풀+을 뜯+[고 있]+는 소+를 그리+었+어요.
그렸어요

• **풀** (คำนาม) : 줄기가 연하고, 대개 한 해를 지내면 죽는 식물.
หญ้า, วัชพืช
พืชชนิดที่มีลำต้นอ่อนนิ่ม ส่วนใหญ่ถ้ามีอายุครบปีก็จะตาย

• 을 : 동작이 직접적으로 영향을 미치는 대상을 나타내는 조사.
ไม่พบคำแปล
คำชี้ที่แสดงเป้าหมายที่การกระทำส่งผลกระทบโดยตรง

• **뜯다** (คำกริยา) : 풀이나 질긴 음식을 입에 물고 떼어서 먹다.
ฉีกกิน, แทะกิน, ดึงมากิน, แทะ
หญ้าหรืออาหารที่เหนียว ๆ แทะหรือดึงมากิน

• -고 있다 : 앞의 말이 나타내는 행동이 계속 진행됨을 나타내는 표현.
กำลัง...อยู่
สำนวนที่แสดงว่าการกระทำที่ปรากฏในคำพูดข้างหน้าได้ดำเนินอย่างต่อเนื่อง

• -는 : 앞의 말이 관형어의 기능을 하게 만들고 사건이나 동작이 현재 일어남을 나타내는 어미.
...ที่...
วิภัตติปัจจัยที่แสดงการที่ทำให้คำพูดข้างหน้าทำหน้าที่เป็นคุณศัพท์ขยายนามและเหตุการณ์หรืออากัปกิริยาเกิดขึ้นในปัจจุบัน

• **소** (คำนาม) : 몸집이 크고 갈색이나 흰색과 검은색의 털이 있으며, 젖을 짜 먹거나 고기를 먹기 위해 기르는 짐승.
วัว, โค
สัตว์ที่ตัวใหญ่ มีขนสีน้ำตาลหรือสีขาวกับสีดำ ซึ่งเลี้ยงไว้เพื่อกินเนื้อหรือรีดเอาน้ำนม

• 를 : 동작이 직접적으로 영향을 미치는 대상을 나타내는 조사.
ไม่พบคำแปล
คำชี้ที่แสดงเป้าหมายที่การกระทำส่งผลกระทบโดยตรง

• **그리다** (คำกริยา) : 연필이나 붓 등을 이용하여 사물을 선이나 색으로 나타내다.
วาด, วาดภาพ
แสดงวัตถุเป็นเส้นหรือสี โดยใช้ดินสอหรือพู่กัน

• -었- : 어떤 사건이 과거에 완료되었거나 그 사건의 결과가 현재까지 지속되는 상황을 나타내는 어미.
...แล้ว
วิภัตติปัจจัยที่แสดงว่าเหตุการณ์ใดๆเสร็จสมบูรณ์ไปแล้วในอดีตหรือแสดงสถานการณ์ที่ผลลัพธ์ของเหตุการณ์ดังกล่าวต่อเนื่องจนถึงปัจจุบัน

• -어요 : (두루높임으로) 어떤 사실을 서술하거나 질문, 명령, 권유함을 나타내는 종결 어미.
วิภัตติปัจจัยลงท้ายประโยคที่ใช้ในการยกย่องโดยทั่วไป
(ใช้ในการยกย่องอย่างไม่เป็นทางการ) วิภัตติปัจจัยลงท้ายประโยคที่แสดงการบอกเล่า การถาม การสั่ง หรือการชักชวนเรื่องใด ๆ

선생님 : 그런데 풀+은 어디 있+니?

• **그런데** (คำวิเศษณ์) : 이야기를 앞의 내용과 관련시키면서 다른 방향으로 바꿀 때 쓰는 말.
แต่, แต่ว่า
คำที่ใช้ตอนเปลี่ยนทิศทางไปยังทิศทางอื่นโดยที่ทำให้เนื้อเรื่องมีสัมพันธ์กับเนื้อหาข้างหน้า

• **풀** (คำนาม) : 줄기가 연하고, 대개 한 해를 지내면 죽는 식물.
หญ้า, วัชพืช
พืชชนิดที่มีลำต้นอ่อนนิ่ม ส่วนใหญ่ถ้ามีอายุครบปีก็จะตาย

• 은 : 문장 속에서 어떤 대상이 화제임을 나타내는 조사.
ตัวชี้หัวเรื่อง
คำชี้ที่แสดงว่าเป้าหมายใด ๆ เป็นหัวข้อเรื่องในประโยค

• **어디** (สรรพนาม) : 모르는 곳을 가리키는 말.
ไหน, ที่ไหน
คำที่ใช้แสดงถึงสถานที่ที่ไม่รู้

• **있다** (คำคุณศัพท์) : 무엇이 어떤 곳에 자리나 공간을 차지하고 존재하는 상태이다.
มี, มีอยู่ร่วม, ครอบคลุม
อะไรมีสภาพที่มีอยู่จริงและครอบครองในพื้นที่หรือสถานที่ใด ๆ

• -니 : (아주낮춤으로) 물음을 나타내는 종결 어미.
...ไหม, ...หรือเปล่า, ...เหรอ
(ใช้ในการลดระดับอย่างมากและเป็นทางการ) วิภัตติปัจจัยลงท้ายประโยคที่แสดงการถาม

학생 : 소+가 이미 다 <u>먹+[어 버리]+었+어요</u>. **먹어 버렸어요**

• **소** (คำนาม) : 몸집이 크고 갈색이나 흰색과 검은색의 털이 있으며, 젖을 짜 먹거나 고기를 먹기 위해 기르는 짐승.
วัว, โค
สัตว์ที่ตัวใหญ่ มีขนสีน้ำตาลหรือสีขาวกับสีดำ ซึ่งเลี้ยงไว้เพื่อกินเนื้อหรือรีดเอาน้ำนม

• 가 : 어떤 상태나 상황에 놓인 대상이나 동작의 주체를 나타내는 조사.
คำชี้ประธาน
คำชี้ที่ใช้แสดงสิ่งที่อยู่ในสถานการณ์หรือสภาพใด ๆ หรือผู้ที่เป็นประธานของอากัปกริยา

• **이미** (คำวิเศษณ์) : 어떤 일이 이루어진 때가 지금 시간보다 앞서.
แล้ว, ก่อนแล้ว, เสร็จแล้ว
ตอนที่งานใด ๆ สำเร็จลุล่วงก่อนหน้าเวลาตอนนี้

• **다** (คำวิเศษณ์) : 남거나 빠진 것이 없이 모두.
ทั้งหมด, ไม่เหลือ
ทั้งหมดโดยที่ไม่ขาดหายหรือไม่เหลือ

• **먹다** (คำกริยา) : 음식 등을 입을 통하여 배 속에 들여보내다.
กิน
เอาอาหาร เป็นต้น ใส่เข้าไปในท้องโดยผ่านปาก

• -어 버리다 : 앞의 말이 나타내는 행동이 완전히 끝났음을 나타내는 표현.
...แล้ว, ...เสียแล้ว, ...ซะแล้ว
สำนวนที่แสดงว่าการกระทำที่ปรากฏในคำพูดข้างหน้าเสร็จสิ้นอย่างสมบูรณ์

• -었- : 어떤 사건이 과거에 완료되었거나 그 사건의 결과가 현재까지 지속되는 상황을 나타내는 어미.
...แล้ว
วิภัตติปัจจัยที่แสดงว่าเหตุการณ์ใดๆเสร็จสมบูรณ์ไปแล้วในอดีตหรือแสดงสถานการณ์ที่ผลลัพธ์ของเหตุการณ์ดังกล่าวต่อเนื่องจนถึงปัจจุบัน

• -어요 : (두루높임으로) 어떤 사실을 서술하거나 질문, 명령, 권유함을 나타내는 종결 어미.
วิภัตติปัจจัยลงท้ายประโยคที่ใช้ในการยกย่องโดยทั่วไป
(ใช้ในการยกย่องอย่างไม่เป็นทางการ) วิภัตติปัจจัยลงท้ายประโยคที่แสดงการบอกเล่า การถาม การสั่ง หรือการชักชวนเรื่องใด ๆ

선생님 : 그럼 소+는 왜 안 보이+니?

• **그럼** (คำวิเศษณ์) : 앞의 내용을 받아들이거나 그 내용을 바탕으로 하여 새로운 주장을 할 때 쓰는 말.
อย่างนั้น, ถ้าเช่นนั้น, ถ้าอย่างนั้น, งั้น
คำที่ใช้เมื่อยอมรับเนื้อหาข้างหน้าหรือใช้เนื้อหานั้นๆ เป็นพื้นฐานแล้วยื่นกรานเรื่องใหม่

• **소** คำนาม) : 몸집이 크고 갈색이나 흰색과 검은색의 털이 있으며, 젖을 짜 먹거나 고기를 먹기 위해 기르는 짐승.
วัว, โค
สัตว์ที่ตัวใหญ่ มีขนสีน้ำตาลหรือสีขาวกับสีดำ ซึ่งเลี้ยงไว้เพื่อกินเนื้อหรือรีดเอาน้ำนม

• 는 : 문장 속에서 어떤 대상이 화제임을 나타내는 조사.
...นั้น
คำชี้ที่แสดงว่าเป้าหมายใดๆเป็นหัวเรื่องในประโยค

• **왜** (คำวิเศษณ์) : 무슨 이유로. 또는 어째서.
ทำไม, ด้วยเหตุใด, เพราะอะไร
ด้วยเหตุผลอันใด หรือเพราะอะไร

• **안** (คำวิเศษณ์) : 부정이나 반대의 뜻을 나타내는 말.
ไม่
คำที่แสดงความหมายถึงการปฏิเสธหรือการต่อต้าน

• **보이다** (คำกริยา) : 눈으로 대상의 존재나 겉모습을 알게 되다.
เห็น, มองเห็น
รู้รูปร่างหรือการมีอยู่ของวัตถุได้ด้วยตา

• -니 : (아주낮춤으로) 물음을 나타내는 종결 어미.
...ไหม, ...หรือเปล่า, ...เหรอ
(ใช้ในการลดระดับอย่างมากและเป็นทางการ) วิภัตติปัจจัยลงท้ายประโยคที่แสดงการถาม

학생 : 선생님+도 참, 소+가 풀+을 다 먹+었+는데 여기+에 있+겠+어요?

• **선생님** (คำนาม) : (높이는 말로) 학생을 가르치는 사람.
ครู, อาจารย์
(คำสุภาพ) คนที่สอนนักเรียน

• 도 : 놀라움, 감탄, 실망 등의 감정을 강조함을 나타내는 조사.
ก็...ด้วยแหละ, ก็...ด้วย
คำชี้ที่แสดงการเน้นย้ำความรู้สึกของการตกใจ การอุทาน ความผิดหวัง เป็นต้น

• **참** (คำอุทาน) : 어이가 없거나 난처할 때 내는 소리.
เฮ้อ
เสียงที่เปล่งออกมาเมื่อพว้าพวงหรือไม่น่าเชื่อกับเรื่องใด ๆ

• **소** (คำนาม) : 몸집이 크고 갈색이나 흰색과 검은색의 털이 있으며, 젖을 짜 먹거나 고기를 먹기 위해 기르는 짐승.
วัว, โค
สัตว์ที่ตัวใหญ่ มีขนสีน้ำตาลหรือสีขาวกับสีดำ ซึ่งเลี้ยงไว้เพื่อกินเนื้อหรือรีดเอาน้ำนม

• 가 : 어떤 상태나 상황에 놓인 대상이나 동작의 주체를 나타내는 조사.
คำชี้ประธาน
คำชี้ที่ใช้แสดงสิ่งที่อยู่ในสถานการณ์หรือสภาพใด ๆ หรือผู้ที่เป็นประธานของอากัปกริยา

• **풀** (คำนาม) : 줄기가 연하고, 대개 한 해를 지내면 죽는 식물.
หญ้า, วัชพืช
พืชชนิดที่มีลำต้นอ่อนนิ่ม ส่วนใหญ่ถ้ามีอายุครบปีก็จะตาย

• 을 : 동작이 직접적으로 영향을 미치는 대상을 나타내는 조사.
ไม่พบคำแปล
คำชี้ที่แสดงเป้าหมายที่การกระทำส่งผลกระทบโดยตรง

• **다** (คำวิเศษณ์) : 남거나 빠진 것이 없이 모두.
ทั้งหมด, ไม่เหลือ
ทั้งหมดโดยที่ไม่ขาดหายหรือไม่เหลือ

• **먹다** (คำกริยา) : 음식 등을 입을 통하여 배 속에 들여보내다.
กิน
เอาอาหาร เป็นต้น ใส่เข้าไปในท้องโดยผ่านปาก

• -었- : 어떤 사건이 과거에 완료되었거나 그 사건의 결과가 현재까지 지속되는 상황을 나타내는 어미.
...แล้ว
วิภัตติปัจจัยที่แสดงว่าเหตุการณ์ใดๆเสร็จสมบูรณ์ไปแล้วในอดีตหรือแสดงสถานการณ์ที่ผลลัพธ์ของเหตุการณ์ดังกล่าวต่อเนื่องจนถึงปัจจุบัน

• -는데 : 뒤의 말을 하기 위하여 그 대상과 관련이 있는 상황을 미리 말함을 나타내는 연결 어미.
ก็...นะ ว่าแต่...
วิภัตติปัจจัยเชื่อมระหว่างประโยคที่แสดงการพูดสถานการณ์ที่เกี่ยวกับเป้าหมายนั้น ๆ ไว้ล่วงหน้าเพื่อที่จะพูดต่อเนื่อง

• **여기** (สรรพนาม) : 말하는 사람에게 가까운 곳을 가리키는 말.
ที่นี่, ที่นี, ตรงนี้
คำที่ใช้เรียกสถานที่ที่อยู่ใกล้ตัวผู้พูด

• 에 : 앞말이 어떤 장소나 자리임을 나타내는 조사.
ที่...
คำชี้ที่แสดงว่าคำพูดข้างหน้าเป็นตำแหน่งหรือสถานที่ใด ๆ

• **있다** (คำกริยา) : 사람이나 동물이 어느 곳에서 떠나거나 벗어나지 않고 머물다.
อยู่, อยู่อาศัย, พัก, พักอยู่
คนหรือสัตว์พักและไม่ออกหรือไปจากสถานที่ใด ๆ

• -겠- : 완곡하게 말하는 태도를 나타내는 어미.
จะ...
วิภัตติปัจจัยที่แสดงท่าทีที่พูดอย่างนุ่มนวล

• -어요 : (두루높임으로) 어떤 사실을 서술하거나 질문, 명령, 권유함을 나타내는 종결 어미.
วิภัตติปัจจัยลงท้ายประโยคที่ใช้ในการยกย่องโดยทั่วไป
(ใช้ในการยกย่องอย่างไม่เป็นทางการ) วิภัตติปัจจัยลงท้ายประโยคที่แสดงการบอกเล่า การถาม การสั่ง หรือการชักชวนเรื่องใด ๆ

< 9 단원(บท) >

제목 : 가장 큰 장애 요소는 무엇일까요?

● 본문 (เนื้อหาเดิม)

한 중학교에서 선생님이 꿈의 중요성에 대해 이야기하고 있었다.

선생님 : 자, 여러분들에게 질문 하나 할게요.

여러분들이 꿈을 펼치려고 할 때 가장 큰 장애 요소는 무엇일까요?

잘 생각해 보세요.

힌트를 하나 줄게요.

답은 '자'로 시작하는 네 글자예요.

학생 1 : 정답은 자기 비하라고 생각합니다.

학생 2 : 정답은 자기 부정이라고 생각합니다.

선생님 : 맞아요.

자기 비하 또는 자기 부정은 꿈을 이루는 데 장애 요소가 돼요.

그때 한 학생이 천연덕스럽게 대답했다.

학생 3 : 정답은 자기 부모라고 생각합니다.

● 발음 (การออกเสียง)

한 중학교에서 선생님이 꿈의 중요성에 대해 이야기하고 있었다.
한 중학꾜에서 선생니미 꾸메 중요성에 대해 이야기하고 이썯따.
han junghakgyoeseo seonsaengnimi kkumui(kkume) jungyoseonge daehae iyagihago isseotda.

선생님 : 자, 여러분들에게 질문 하나 할게요.
선생님 : 자, 여러분드레게 질문 하나 할께요.
seonsaengnim : ja, yeoreobundeurege jilmun hana halgeyo.

여러분들이 꿈을 펼치려고 할 때 가장 큰 장애 요소는 무엇일까요?
여러분드리 꾸믈 펼치려고 할 때 가장 큰 장애 요소는 무어실까요?
yeoreobundeuri kkumeul pyeolchiryeogo hal ttae gajang keun jangae yosoneun mueosilkkayo?

잘 생각해 보세요.
잘 생가캐 보세요.
jal saenggakae boseyo.

힌트를 하나 줄게요.
힌트를 하나 줄께요.
hinteureul hana julgeyo.

답은 '자'로 시작하는 네 글자예요.
다븐 '자'로 시자카는 네 글자예요.
dabeun 'ja'ro sijakaneun ne geuljayeyo.

학생 1 : 정답은 자기 비하라고 생각합니다.
학쌩 1 : 정다븐 자기 비하라고 생가캄니다.
haksaeng 1 : jeongdabeun jagi biharago saenggakamnida.

학생 2 : 정답은 자기 부정이라고 생각합니다.
학생 2 : 정다븐 자기 부정이라고 생가캄니다.
haksaeng 2 : jeongdabeun jagi bujeongirago saenggakamnida.

선생님 : 맞아요.
선생님 : 마자요.
seonsaengnim : majayo.

자기 비하 또는 자기 부정은 꿈을 이루는 데 장애 요소가 돼요.
자기 비하 또는 자기 부정은 꾸믈 이루는 데 장애 요소가 돼요.
jagi biha ttoneun jagi bujeongeun kkumeul iruneun de jangae yosoga dwaeyo.

그때 한 학생이 천연덕스럽게 대답했다.
그때 한 학쌩이 처년덕쓰럽께 대다팯따.
geuttae han haksaengi cheonyeondeokseureopge daedapaetda.

학생 3 : 정답은 자기 부모라고 생각합니다.
학쌩 3 : 정다븐 자기 부모라고 생가캄니다.
haksaeng 3 : jeongdabeun jagi bumorago saenggakamnida.

● 어휘 (ศัพท์) / 문법 (ไวยากรณ์)

한 중학교+에서 선생님+이 꿈+의 중요성+에 대하+여 이야기하+고 있+었+다.

선생님 : 자, 여러분+들+에게 질문 하나 하+ㄹ게요.

여러분+들+이 꿈+을 펼치+려고 하+ㄹ 때 가장 크+ㄴ 장애 요소+는

무엇+이+ㄹ까요?

잘 생각하+여 보+세요.

힌트+를 하나 주+ㄹ게요.

답+은 '자'+로 시작하+는 네 글자+이+에요.

학생 1 : 정답+은 자기 비하+(이)+라고 생각하+ㅂ니다.

학생 2 : 정답+은 자기 부정+이+라고 생각하+ㅂ니다.

선생님 : 맞+아요.

자기 비하 또는 자기 부정+은 꿈+을 이루+는 데 장애 요소+가 되+어요.

그때 한 학생+이 천연덕스럽+게 대답하+였+다.

학생 3 : 정답+은 자기 부모+(이)+라고 생각하+ㅂ니다.

한 중학교+에서 선생님+이 꿈+의 중요성+에 대하+여 이야기하+[고 있]+었+다. 대해

• **한** (คุณศัพท์) : 여럿 중 하나인 어떤.
อันหนึ่ง, สิ่งหนึ่ง, บางอัน, หนึ่ง
สิ่งใด ๆ ซึ่งเป็นหนึ่งในท่ามกลางหลายสิ่ง

• **중학교** (คำนาม) : 초등학교를 졸업하고 중등 교육을 받기 위해 다니는 학교.
โรงเรียนมัธยมศึกษาตอนต้น
โรงเรียนที่เข้าศึกษาเพื่อเข้ารับการศึกษาระดับมัธยมหลังจากจบการศึกษาระดับประถมศึกษา

• 에서 : 앞말이 행동이 이루어지고 있는 장소임을 나타내는 조사.
ที่...
คำชี้ที่แสดงว่าคำพูดข้างหน้าเป็นสถานที่ที่การกระทำบรรลุผล

• **선생님** (คำนาม) : (높이는 말로) 학생을 가르치는 사람.
ครู, อาจารย์
(คำสุภาพ) คนที่สอนนักเรียน

• 이 : 어떤 상태나 상황의 대상이나 동작의 주체를 나타내는 조사.
ตัวชี้ประธาน
คำชี้ที่ใช้แสดงสิ่งที่อยู่ในสถานการณ์หรือสภาพใด ๆ หรือผู้ที่เป็นประธานของอากัปกริยา

• **꿈** (คำนาม) : 앞으로 이루고 싶은 희망이나 목표.
ความฝัน
ความหวังหรือเป้าหมายในใจที่ต้องการให้สำเร็จลุล่วงในอนาคต

• 의 : 앞의 말이 뒤의 말에 대하여 속성이나 수량을 한정하거나 같은 자격임을 나타내는 조사.
ที่..., ที่เป็น...
คำชี้ที่แสดงว่าคำพูดข้างหน้าเป็นคุณสมบัติที่เหมือนกันหรือกำหนดปริมาณหรือคุณสมบัติต่อคำพูดข้างหลัง

• **중요성** (คำนาม) : 귀중하고 꼭 필요한 요소나 성질.
ปัจจัยสำคัญ, คุณลักษณะจำเป็น, สิ่งสำคัญ
ปัจจัยหรือคุณลักษณะที่สำคัญมากและสูงค่า

• 에 : 앞말이 말하고자 하는 특정한 대상임을 나타내는 조사.
กับ..., ต่อ...
คำชี้ที่แสดงว่าคำพูดข้างหน้าเป็นเป้าหมายเฉพาะที่ต้องการจะพูด

• **대하다** (คำกริยา) : 대상이나 상대로 삼다.
เกี่ยวกับ
ถือเป็นเป้าหมายหรือฝ่ายตรงข้าม

• -여 : 앞의 말이 뒤의 말보다 먼저 일어났거나 뒤의 말에 대한 방법이나 수단이 됨을 나타내는 연결 어미.
แล้ว..., แล้วจึง...
วิภัตติปัจจัยเชื่อมระหว่างประโยคที่แสดงการที่คำพูดข้างหน้าเกิดขึ้นก่อนคำพูดข้างหลัง
หรือกลายเป็นวิธีการหรือวิธีทำเกี่ยวกับคำพูดข้างหลัง

• **이야기하다** (คำกริยา) : 어떠한 사실이나 상태, 현상, 경험, 생각 등에 관해 누군가에게 말을 하다.
คุย, พูดคุย
พูดคุยเกี่ยวกับข้อเท็จจริง ปรากฏการณ์ ประสบการณ์ หรือความคิดต่าง ๆ ให้ผู้อื่นฟัง

• -고 있다 : 앞의 말이 나타내는 행동이 계속 진행됨을 나타내는 표현.
กำลัง...อยู่
สำนวนที่แสดงว่าการกระทำที่ปรากฏในคำพูดข้างหน้าได้ดำเนินอย่างต่อเนื่อง

• -었- : 사건이 과거에 일어났음을 나타내는 어미.
...แล้ว(อดีตกาล)
วิภัตติปัจจัยที่แสดงว่าเหตุการณ์ได้เกิดขึ้นในอดีต

• -다 : 어떤 사건이나 사실, 상태를 서술함을 나타내는 종결 어미.
วิภัตติปัจจัยลงท้ายประโยคบอกเล่า
วิภัตติปัจจัยลงท้ายประโยคที่แสดงการบอกเล่าเหตุการณ์ ข้อเท็จจริง หรือสภาพการณ์ใด ๆ

선생님 : 자, 여러분+들+에게 질문 하나 하+ㄹ게요.
할게요

• **자** (คำอุทาน) : 남의 주의를 끌려고 할 때에 하는 말.
เอาละ, เอาล่ะ, อา, อ้า
คำพูดเพื่อเรียกความสนใจของผู้อื่น

• **여러분** (สรรพนาม) : 듣는 사람이 여러 명일 때 그 사람들을 높여 이르는 말.
ทุก ๆ ท่าน, ท่านทั้งหลาย
คำที่เรียกผู้ฟังอย่างยกย่องเมื่อมีผู้ฟังเหล่านั้นอยู่หลายคน

• 들 : '복수'의 뜻을 더하는 접미사.
พวก..., ...ทั้งหลาย, ที่เป็นพหูพจน์
ปัจจัยที่เพิ่มคำไปในคำเพื่อให้มีความหมายว่า 'พหูพจน์'

• 에게 : 어떤 행동이 미치는 대상임을 나타내는 조사.
แก่, ให้แก่, ให้, ถึง
คำชี้ที่แสดงว่าเป็นเป้าหมายที่การกระทำใด ๆ มีผลต่อ

• **질문** (คำนาม) : 모르는 것이나 알고 싶은 것을 물음.
คำถาม, การซักถาม, การสอบถาม
การถามถึงสิ่งที่ไม่รู้หรือสิ่งที่อยากรู้

• **하나** (คำบอกจำนวน) : 숫자를 셀 때 맨 처음의 수.
หนึ่ง, เลขหนึ่ง, จำนวนหนึ่ง
จำนวนแรกสุดเมื่อนับตัวเลข

• **하다** (คำกริยา) : 어떤 행동이나 동작, 활동 등을 행하다.
ทำ
ทำกิจกรรม การเคลื่อนไหว หรือพฤติกรรมใด ๆ เป็นต้น

• -ㄹ게요 : (두루높임으로) 말하는 사람이 어떤 행동을 할 것을 듣는 사람에게 약속하거나 의지를 나타내는 표현.
จะ...ครับ(ค่ะ), จะ...นะครับ(คะ), จะ...เองครับ(ค่ะ)
(ใช้ในการยกย่องอย่างไม่เป็นทางการ) วิภัตติปัจจัยลงท้ายประโยคที่แสดงการที่ผู้พูดบอกกับผู้ฟังให้ทราบหรือสัญญาว่าจะทำสิ่งใดๆ

선생님 : 여러분+들+이 꿈+을 펼치+[려고 하]+[ㄹ 때] 가장 크+ㄴ 장애 요소+는
펼치려고 할 때 **큰**

무엇+이+ㄹ까요?
무엇일까요

• **여러분** (สรรพนาม) : 듣는 사람이 여러 명일 때 그 사람들을 높여 이르는 말.
ทุก ๆ ท่าน, ท่านทั้งหลาย
คำที่เรียกผู้ฟังอย่างยกย่องเมื่อมีผู้ฟังเหล่านั้นอยู่หลายคน

• 들 : '복수'의 뜻을 더하는 접미사.
พวก..., ...ทั้งหลาย, ที่เป็นพหูพจน์
ปัจจัยที่เพิ่มคำไปในคำเพื่อให้มีความหมายว่า 'พหูพจน์'

• 이 : 어떤 상태나 상황의 대상이나 동작의 주체를 나타내는 조사.
ตัวชี้ประธาน
คำชี้ที่ใช้แสดงสิ่งที่อยู่ในสถานการณ์หรือสภาพใด ๆ หรือผู้ที่เป็นประธานของอากัปกริยา

• **꿈** (คำนาม) : 앞으로 이루고 싶은 희망이나 목표.
ความฝัน
ความหวังหรือเป้าหมายในใจที่ต้องการให้สำเร็จลุล่วงในอนาคต

• 을 : 동작이 직접적으로 영향을 미치는 대상을 나타내는 조사.
ไม่พบคำแปล
คำชี้ที่แสดงเป้าหมายที่การกระทำส่งผลกระทบโดยตรง

• **펼치다** (คำกริยา) : 꿈이나 계획 등을 실제로 행하다.
สำเร็จ, บรรลุ, บรรลุผลสำเร็จ, ประสบผลสำเร็จ
บรรลุขึ้นจริง เช่น ความฝัน แผนการ เป็นต้น

• -려고 하다 : 앞의 말이 나타내는 행동을 할 의도나 의향이 있음을 나타내는 표현.
ตั้งใจว่าจะ..., อยากที่จะ..., ว่าจะ..
สำนวนที่แสดงเจตนาหรือความสนใจที่จะทำการกระทำที่ปรากฏในคำพูดข้างหน้า

• -ㄹ 때 : 어떤 행동이나 상황이 일어나는 동안이나 그 시기 또는 그러한 일이 일어난 경우를 나타내는 표현.
เมื่อ..., ตอน..., ตอนที่...
สำนวนที่แสดงระยะเวลาหรือเวลาที่กระทำการใดๆหรือเกิดสถานการณ์ใดๆหรือแสดงกรณีที่เรื่องดังกล่าวเกิดขึ้น

• **가장** (คำวิเศษณ์) : 여럿 가운데에서 제일로.
ที่สุด, อย่างที่สุด
ที่สุด ในบรรดาหลาย ๆ สิ่ง

• **크다** (คำคุณศัพท์) : 길이, 넓이, 높이, 부피 등이 보통 정도를 넘다.
ใหญ่, สูง, กว้าง, หนา, โต
ความยาว ความกว้าง ความสูง ความจุ เป็นต้น เกินกว่าระดับปกติ

• -ㄴ : 앞의 말이 관형어의 기능을 하게 만들고 현재의 상태를 나타내는 어미.
...ที่
วิภัตติปัจจัยที่ทำให้คำพูดข้างหน้าทำหน้าที่เป็นคุณศัพท์ขยายนามและแสดงถึงสภาพที่เป็นอยู่ในปัจจุบัน

• **장애** (คำนาม) : 가로막아서 어떤 일을 하는 데 거슬리거나 방해가 됨. 또는 그런 일이나 물건.
การกีดขวาง, การกั้นขวาง, อุปสรรค
การขัดขวางหรือเป็นอุปสรรคในการทำสิ่งใดเนื่องจากกั้นขวางไว้ หรือสิ่งของหรือเรื่องที่มีลักษณะดังกล่าว

• **요소** (คำนาม) : 무엇을 이루는 데 반드시 있어야 할 중요한 성분이나 조건.
ปัจจัย, ส่วนประกอบสำคัญ
ส่วนประกอบหรือเงื่อนไขที่สำคัญที่ต้องมีไว้ในการทำสิ่งใดสิ่งหนึ่ง

• 는 : 문장 속에서 어떤 대상이 화제임을 나타내는 조사.
...นั้น
คำชี้ที่แสดงว่าเป้าหมายใดๆเป็นหัวเรื่องในประโยค

• **무엇** (สรรพนาม) : 모르는 사실이나 사물을 가리키는 말.
อะไร
คำที่ใช้เรียกแทนนามหรือใช้เรียกแทนสิ่งที่ไม่รู้จัก

• 이다 : 주어가 지시하는 대상의 속성이나 부류를 지정하는 뜻을 나타내는 서술격 조사.
เป็น
คำชี้ภาคแสดงการกที่แสดงความหมายที่กำหนดประเภทหรือคุณสมบัติของเป้าหมายที่ประธานบ่งชี้

• -ㄹ까요 : (두루높임으로) 아직 일어나지 않았거나 모르는 일에 대해서 말하는 사람이 추측하며 질문할 때 쓰는 표현.
จะ..ไหมนะครับ(คะ)
(ใช้ในการยกย่องอย่างไม่เป็นทางการ) สำนวนที่ใช้เมื่อผู้ฟังคาดคะเนแล้วถามคำถามเกี่ยวกับเรื่องที่ไม่รู้หรือยังไม่เกิด

선생님 : 잘 생각하+[여 보]+세요. 생각해 보세요 힌트+를 하나 주+ㄹ게요. 줄게요

• **잘** (คำวิเศษณ์) : 생각이 매우 깊고 조심스럽게.
อย่างลึกซึ้ง, อย่างถ้วนถี่
ความคิดอย่างระมัดระวังและลึกซึ้งมาก

• **생각하다** (คำกริยา) : 사람이 머리를 써서 판단하거나 인식하다.
คิด, แยกแยะ, พิจารณา, ไตร่ตรอง, พินิจพิเคราะห์
คนใช้สมองแล้วแยกแยะและพิจารณา

• -여 보다 : 앞의 말이 나타내는 행동을 시험 삼아 함을 나타내는 표현.
...ดู, ลอง..., ลอง...ดู
สำนวนที่แสดงว่าเป็นการทดลองทำการกระทำที่ปรากฏในคำพูดข้างหน้า

• -세요 : (두루높임으로) 설명, 의문, 명령, 요청의 뜻을 나타내는 종결 어미.
วิภัตติปัจจัยลงท้ายประโยคที่ใช้ในระดับภาษาที่สุภาพโดยทั่วไป
(ใช้ในการยกย่องอย่างไม่เป็นทางการ) วิภัตติปัจจัยลงท้ายประโยคที่แสดงความหมายของการอธิบาย การถาม การสั่ง หรือการขอร้อง

• **힌트** (คำนาม) : 문제를 풀거나 일을 해결하는 데 도움이 되는 것.
การส่งสัญญาณ, การบอกเป็นนัย, การบอกใบ้
สิ่งที่เป็นการช่วยเหลือในการแก้ไขงานหรือคลายปัญหา

• 를 : 동작이 직접적으로 영향을 미치는 대상을 나타내는 조사.
ไม่พบคำแปล
คำชี้ที่แสดงเป้าหมายที่การกระทำส่งผลกระทบโดยตรง

• **하나** (คำบอกจำนวน) : 숫자를 셀 때 맨 처음의 수.
1, หนึ่ง, เลขหนึ่ง, จำนวนหนึ่ง
จำนวนแรกสุดเมื่อนับตัวเลข

• **주다** (คำกริยา) : 남에게 경고, 암시 등을 하여 어떤 내용을 알 수 있게 하다.
ให้
ตักเตือนหรือแย้มพรายให้ผู้อื่นรับรู้เนื้อหาใด ๆ

• -ㄹ게요 : (두루높임으로) 말하는 사람이 어떤 행동을 할 것을 듣는 사람에게 약속하거나 의지를 나타내는 표현.
จะ..ครับ(ค่ะ), จะ..นะครับ(คะ), จะ..เองครับ(ค่ะ)
(ใช้ในการยกย่องอย่างไม่เป็นทางการ) วิภัตติปัจจัยลงท้ายประโยคที่แสดงการที่ผู้พูดบอกกับผู้ฟังให้ทราบหรือสัญญาว่าจะทำสิ่งใดๆ

선생님 : 답+은 '자'+로 시작하+는 네 글자+이+에요. 글자예요

• **답** (คำนาม) : 질문이나 문제가 요구하는 것을 밝혀 말함. 또는 그런 말.
คำตอบ
การพูดโดยเปิดเผยในสิ่งที่คำถามหรือปัญหาเรียกร้อง หรือคำพูดดังกล่าว

• 은 : 문장 속에서 어떤 대상이 화제임을 나타내는 조사.
ตัวชี้หัวเรื่อง
คำชี้ที่แสดงว่าเป้าหมายใด ๆ เป็นหัวข้อเรื่องในประโยค

• 로 : 움직임의 방향을 나타내는 조사.
ที่...
คำชี้ที่แสดงทิศทางของการเคลื่อนไหว

• **시작하다** (คำกริยา) : 어떤 일이나 행동의 처음 단계를 이루거나 이루게 하다.
เริ่ม, เริ่มทำ, เริ่มต้น, เริ่มลงมือ
ทำให้บรรลุหรือได้บรรลุในขั้นเริ่มต้นในการกระทำใดหรืองานใด

• -는 : 앞의 말이 관형어의 기능을 하게 만들고 사건이나 동작이 현재 일어남을 나타내는 어미.
...ที่...
วิภัตติปัจจัยที่แสดงการที่ทำให้คำพูดข้างหน้าทำหน้าที่เป็นคุณศัพท์ขยายนามและเหตุการณ์หรืออากัปกิริยาเกิดขึ้นในปัจจุบัน

• **네** (คุณศัพท์) : 넷의.
4, สี่
สี่

• **글자** (คำนาม) : 말을 적는 기호.
อักษร, ตัวอักษร, ตัวหนังสือ, อักขระ
สัญลักษณ์ในการเขียนคำ

• 이다 : 주어가 지시하는 대상의 속성이나 부류를 지정하는 뜻을 나타내는 서술격 조사.
เป็น
คำชี้ภาคแสดงการกที่แสดงความหมายที่กำหนดประเภทหรือคุณสมบัติของเป้าหมายที่ประธานบ่งชี้

• -에요 : (두루높임으로) 어떤 사실을 서술하거나 질문함을 나타내는 종결 어미.
วิภัตติปัจจัยลงท้ายประโยคที่ใช้ในการยกย่องโดยทั่วไป
(ใช้ในการยกย่องอย่างไม่เป็นทางการ) วิภัตติปัจจัยลงท้ายประโยคที่แสดงการบอกเล่าหรือการถามถึงสิ่งใด ๆ

학생 1 : 정답+은 자기 비하+(이)+라고 생각하+ㅂ니다. 자기 비하라고 생각합니다

• **정답** (คำนาม) : 어떤 문제나 질문에 대한 옳은 답.
คำตอบที่ถูกต้อง
คำตอบที่ถูกต้องของคำถามหรือปัญหาใด ๆ

• 은 : 문장 속에서 어떤 대상이 화제임을 나타내는 조사.
ตัวชี้หัวเรื่อง
คำชี้ที่แสดงว่าเป้าหมายใด ๆ เป็นหัวข้อเรื่องในประโยค

• **자기** (คำนาม) : 그 사람 자신.
ตัวเอง, ตนเอง
ตัวของคนนั้น

• **비하** (คำนาม) : 자기 자신을 낮춤.
การลดตัว, การถ่อมตัว
การที่ถ่อมตนเอง

• 이다 : 주어가 지시하는 대상의 속성이나 부류를 지정하는 뜻을 나타내는 서술격 조사.
เป็น
คำชี้ภาคแสดงการกที่แสดงความหมายที่กำหนดประเภทหรือคุณสมบัติของเป้าหมายที่ประธานบ่งชี้

• -라고 : 다른 사람에게서 들은 내용을 간접적으로 전달하거나 주어의 생각, 의견 등을 나타내는 표현.
ว่า...
สำนวนที่แสดงการถ่ายทอดสิ่งที่ได้ยินมาจากผู้อื่นทางอ้อมหรือแสดงสิ่งต่างๆของประธาน เช่น ความคิดหรือความเห็น เป็นต้น

• **생각하다** (คำกริยา) : 사람이 머리를 써서 판단하거나 인식하다.
คิด, แยกแยะ, พิจารณา, ไตร่ตรอง, พินิจพิเคราะห์
คนใช้สมองแล้วแยกแยะและพิจารณา

• -ㅂ니다 : (아주높임으로) 현재의 동작이나 상태, 사실을 정중하게 설명함을 나타내는 종결 어미.
...ครับ(ค่ะ)
(ใช้ในการยกย่องอย่างมากและเป็นทางการ) วิภัตติปัจจัยลงท้ายประโยคที่แสดงการอธิบายถึงอากัปกิริยา สภาพ หรือข้อเท็จจริงใด ๆ ในปัจจุบันอย่างสุภาพเรียบร้อย

학생 2 : 정답+은 자기 부정+이+라고 생각하+ㅂ니다.
생각합니다

• **정답** (คำนาม) : 어떤 문제나 질문에 대한 옳은 답.
คำตอบที่ถูกต้อง
คำตอบที่ถูกต้องของคำถามหรือปัญหาใด ๆ

• 은 : 문장 속에서 어떤 대상이 화제임을 나타내는 조사.
ตัวชี้หัวเรื่อง
คำชี้ที่แสดงว่าเป้าหมายใด ๆ เป็นหัวข้อเรื่องในประโยค

• **자기** (คำนาม) : 그 사람 자신.
ตัวเอง, ตนเอง
ตัวของคนนั้น

• **부정** (คำนาม) : 그렇지 않다고 판단하여 결정하거나 옳지 않다고 반대함.
การปฏิเสธ, การไม่รับ, การไม่ยอมรับ
การคัดค้านว่าไม่ถูกต้องหรือวินิจฉัยตัดสินว่าไม่เป็นเช่นนั้น

• 이다 : 주어가 지시하는 대상의 속성이나 부류를 지정하는 뜻을 나타내는 서술격 조사.
เป็น
คำชี้ภาคแสดงการกที่แสดงความหมายที่กำหนดประเภทหรือคุณสมบัติของเป้าหมายที่ประธานบ่งชี้

• -라고 : 다른 사람에게서 들은 내용을 간접적으로 전달하거나 주어의 생각, 의견 등을 나타내는 표현.
ว่า...
สำนวนที่แสดงการถ่ายทอดสิ่งที่ได้ยินมาจากผู้อื่นทางอ้อมหรือแสดงสิ่งต่างๆของประธาน เช่น ความคิดหรือความเห็น เป็นต้น

• **생각하다** (คำกริยา) : 사람이 머리를 써서 판단하거나 인식하다.
คิด, แยกแยะ, พิจารณา, ไตร่ตรอง, พินิจพิเคราะห์
คนใช้สมองแล้วแยกแยะและพิจารณา

• -ㅂ니다 : (아주높임으로) 현재의 동작이나 상태, 사실을 정중하게 설명함을 나타내는 종결 어미.
...ครับ(ค่ะ)
(ใช้ในการยกย่องอย่างมากและเป็นทางการ) วิภัตติปัจจัยลงท้ายประโยคที่แสดงการอธิบายถึงอากัปกิริยา สภาพ หรือข้อเท็จจริงใด ๆ ในปัจจุบันอย่างสุภาพเรียบร้อย

선생님 : 맞+아요.

- **맞다** (คำกริยา) : 문제에 대한 답이 틀리지 않다.
  ถูก, ถูกต้อง
  คำตอบเกี่ยวกับคำถามไม่ผิด

- -아요 : (두루높임으로) 어떤 사실을 서술하거나 질문, 명령, 권유함을 나타내는 종결 어미.
  วิภัตติปัจจัยลงท้ายประโยคที่ใช้ในการยกย่องโดยทั่วไป
  (ใช้ในการยกย่องอย่างไม่เป็นทางการ) วิภัตติปัจจัยลงท้ายประโยคที่แสดงการบอกเล่า การถาม การสั่ง หรือการชักชวนเรื่องใด ๆ

선생님 : 자기 비하 또는 자기 부정+은 꿈+을 이루+는 데 장애 요소+가 <u>되+어요</u>. **돼요**

- **자기** (คำนาม) : 그 사람 자신.
  ตัวเอง, ตนเอง
  ตัวของคนนั้น

- **비하** (คำนาม) : 자기 자신을 낮춤.
  การลดตัว, การถ่อมตัว
  การที่ถ่อมตนเอง

- **또는** (คำวิเศษณ์) : 그렇지 않으면.
  หรือ, ...หรือไม่ก็..., ...ถ้าไม่เช่นนั้นก็...
  ถ้าไม่เช่นนั้น

- **자기** (คำนาม) : 그 사람 자신.
  ตัวเอง, ตนเอง
  ตัวของคนนั้น

- **부정** (คำนาม) : 그렇지 않다고 판단하여 결정하거나 옳지 않다고 반대함.
  การปฏิเสธ, การไม่รับ, การไม่ยอมรับ
  การคัดค้านว่าไม่ถูกต้องหรือวินิจฉัยตัดสินว่าไม่เป็นเช่นนั้น

- 은 : 문장 속에서 어떤 대상이 화제임을 나타내는 조사.
  ตัวชี้หัวเรื่อง
  คำชี้ที่แสดงว่าเป้าหมายใด ๆ เป็นหัวข้อเรื่องในประโยค

- **꿈** (คำนาม) : 앞으로 이루고 싶은 희망이나 목표.
  ความฝัน
  ความหวังหรือเป้าหมายในใจที่ต้องการให้สำเร็จลุล่วงในอนาคต

• 을 : 동작이 직접적으로 영향을 미치는 대상을 나타내는 조사.
ไม่พบคำแปล
คำชี้ที่แสดงเป้าหมายที่การกระทำส่งผลกระทบโดยตรง

• **이루다** (คำกริยา) : 뜻대로 되어 바라는 결과를 얻다.
บรรลุ, สำเร็จ, สมปรารถนา, ประสบความสำเร็จ
เป็นไปตามที่คาดหมายแล้วจึงได้ผลลัพธ์ที่หวังไว้ตามปรารถนา

• -는 : 앞의 말이 관형어의 기능을 하게 만들고 사건이나 동작이 현재 일어남을 나타내는 어미.
...ที่...
วิภัตติปัจจัยที่แสดงการที่ทำให้คำพูดข้างหน้าทำหน้าที่เป็นคุณศัพท์ขยายนามและเหตุการณ์หรืออากัปกิริยาเกิดขึ้นในปัจจุบัน

• **데** (คำนาม) : 일이나 것.
ที่, ในการ, ต่อการ
งานหรือการ

• **장애** (คำนาม) : 가로막아서 어떤 일을 하는 데 거슬리거나 방해가 됨. 또는 그런 일이나 물건.
การกีดขวาง, การกั้นขวาง, อุปสรรค
การขัดขวางหรือเป็นอุปสรรคในการทำสิ่งใดเนื่องจากกั้นขวางไว้ หรือสิ่งของหรือเรื่องที่มีลักษณะดังกล่าว

• **요소** (คำนาม) : 무엇을 이루는 데 반드시 있어야 할 중요한 성분이나 조건.
ปัจจัย, ส่วนประกอบสำคัญ
ส่วนประกอบหรือเงื่อนไขที่สำคัญที่ต้องมีไว้ในการทำสิ่งใดสิ่งหนึ่ง

• 가 : 바뀌게 되는 대상이나 부정하는 대상임을 나타내는 조사.
คำชี้ประธาน
คำชี้ที่แสดงสิ่งที่เปลี่ยนไปหรือสิ่งที่เป็นปฏิเสธ

• **되다** (คำกริยา) : 어떤 특별한 뜻을 가지는 상태에 놓이다.
เป็น...
อยู่ภายใต้สภาพที่มีความหมายใด ๆ ที่พิเศษ

• -어요 : (두루높임으로) 어떤 사실을 서술하거나 질문, 명령, 권유함을 나타내는 종결 어미.
วิภัตติปัจจัยลงท้ายประโยคที่ใช้ในการยกย่องโดยทั่วไป
(ใช้ในการยกย่องอย่างไม่เป็นทางการ) วิภัตติปัจจัยลงท้ายประโยคที่แสดงการบอกเล่า การถาม การสั่ง หรือการชักชวนเรื่องใด ๆ

그때 한 학생+이 천연덕스럽+게 대답하+였+다. **대답했다**

• **그때** (คำนาม) : 앞에서 이야기한 어떤 때.
ตอนนั้น
เวลาใด ๆ ที่ได้พูดมาก่อนหน้านี้แล้ว

• **한** (คุณศัพท์) : 여럿 중 하나인 어떤.
อันหนึ่ง, สิ่งหนึ่ง, บางอัน, หนึ่ง
สิ่งใด ๆ ซึ่งเป็นหนึ่งในท่ามกลางหลายสิ่ง

• **학생** (คำนาม) : 학교에 다니면서 공부하는 사람.
นักเรียน
บุคคลที่ไปโรงเรียนเพื่อศึกษาเล่าเรียน

• 이 : 어떤 상태나 상황의 대상이나 동작의 주체를 나타내는 조사.
ตัวชี้ประธาน
คำชี้ที่ใช้แสดงสิ่งที่อยู่ในสถานการณ์หรือสภาพใด ๆ หรือผู้ที่เป็นประธานของอากัปกริยา

• **천연덕스럽다** (คำคุณศัพท์) : 생긴 그대로 조금도 거짓이나 꾸밈이 없고 자연스러운 데가 있다.
เป็นธรรมชาติ
มีส่วนที่เป็นธรรมชาติตามลักษณะที่มีโดยไม่ได้ตกแต่งหรือเสแสร้งแม้แต่น้อย

• -게 : 앞의 말이 뒤에서 가리키는 일의 목적이나 결과, 방식, 정도 등이 됨을 나타내는 연결 어미.
อย่าง..., ให้...
วิภัตติปัจจัยเชื่อมระหว่างประโยคที่แสดงว่าคำพูดข้างหน้าชี้บอกระดับ วิธีการ ผลลัพธ์หรือวัตถุประสงค์ หรืออื่นๆ
ของสิ่งที่อยู่ในเนื้อหาข้างหลัง

• **대답하다** (คำกริยา) : 묻거나 요구하는 것에 해당하는 것을 말하다.
ตอบ
พูดสิ่งที่เกี่ยวข้องกับสิ่งที่ถามหรือต้องการ

• -였- : 사건이 과거에 일어났음을 나타내는 어미.
...แล้ว(อดีตกาล)
วิภัตติปัจจัยที่แสดงว่าเหตุการณ์ได้เกิดขึ้นในอดีต

• -다 : 어떤 사건이나 사실, 상태를 서술함을 나타내는 종결 어미.
วิภัตติปัจจัยลงท้ายประโยคบอกเล่า
วิภัตติปัจจัยลงท้ายประโยคที่แสดงการบอกเล่าเหตุการณ์ ข้อเท็จจริง หรือสภาพการณ์ใด ๆ

학생 3 : 정답+은 자기 부모+(이)+라고 생각하+ㅂ니다.
자기 부모라고 생각합니다

• **정답** (คำนาม) : 어떤 문제나 질문에 대한 옳은 답.
คำตอบที่ถูกต้อง
คำตอบที่ถูกต้องของคำถามหรือปัญหาใด ๆ

• 은 : 문장 속에서 어떤 대상이 화제임을 나타내는 조사.
ตัวชี้หัวเรื่อง
คำชี้ที่แสดงว่าเป้าหมายใด ๆ เป็นหัวข้อเรื่องในประโยค

• **자기** (คำนาม) : 그 사람 자신.
ตัวเอง, ตนเอง
ตัวของคนนั้น

• **부모** (คำนาม) : 아버지와 어머니.
พ่อแม่, บิดามารดา, บุพการี
พ่อและแม่

• 이다 : 주어가 지시하는 대상의 속성이나 부류를 지정하는 뜻을 나타내는 서술격 조사.
เป็น
คำชี้ภาคแสดงการกที่แสดงความหมายที่กำหนดประเภทหรือคุณสมบัติของเป้าหมายที่ประธานบ่งชี้

• -라고 : 다른 사람에게서 들은 내용을 간접적으로 전달하거나 주어의 생각, 의견 등을 나타내는 표현.
ว่า...
สำนวนที่แสดงการถ่ายทอดสิ่งที่ได้ยินมาจากผู้อื่นทางอ้อมหรือแสดงสิ่งต่างๆของประธาน เช่น ความคิดหรือความเห็น เป็นต้น

• **생각하다** (คำกริยา) : 사람이 머리를 써서 판단하거나 인식하다.
คิด, แยกแยะ, พิจารณา, ไตร่ตรอง, พินิจพิเคราะห์
คนใช้สมองแล้วแยกแยะและพิจารณา

• -ㅂ니다 : (아주높임으로) 현재의 동작이나 상태, 사실을 정중하게 설명함을 나타내는 종결 어미.
...ครับ(ค่ะ)
(ใช้ในการยกย่องอย่างมากและเป็นทางการ) วิภัตติปัจจัยลงท้ายประโยคที่แสดงการอธิบายถึงอากัปกิริยา สภาพ หรือข้อเท็จจริงใด ๆ ในปัจจุบันอย่างสุภาพเรียบร้อย

< 10 단원(บท) >

제목 : 뭐, 없어진 물건이라도 있으세요?

● 본문 (เนื้อหาเดิม)

북적거리는 쇼핑몰에서 한 여성이 핸드백을 잃어버렸다.

핸드백을 주운 정직한 소년은 그 여성에게 가방을 돌려줬다.

건네받은 핸드백 안을 이리저리 살펴보던 여자가 말했다.

여자 : 핸드백에 중요한 것이 많아서 못 찾을까 봐 걱정했는데 너무 고맙구나.

그런데 음, 이상한 일이구나.

소년 : 뭐, 없어진 물건이라도 있으세요?

여자 : 그건 아니고, 지갑 안에 분명히 오만 원짜리 지폐 한 장이 들어 있었는데

지금은 만 원짜리 다섯 장이 들어 있네.

거참, 신기하네.

소년 : 아, 그거요.

저번에 제가 어떤 여자분 지갑을 찾아 줬는데 그분이 잔돈이 없다고

사례금을 안 주셨거든요.

● 발음 (การออกเสียง)

북적거리는 쇼핑몰에서 한 여성이 핸드백을 잃어버렸다.
북쩍꺼리는 쇼핑모레서 한 여성이 핸드배글 이러버렫따.
bukjeokgeorineun syopingmoreseo han yeoseongi haendeubaegeul ireobeoryeotda.

핸드백을 주운 정직한 소년은 그 여성에게 가방을 돌려줬다.
핸드배글 주운 정지칸 소녀는 그 여성에게 가방을 돌려줟따.
haendeubaegeul juun jeongjikan sonyeoneun geu yeoseongege gabangeul dollyeojwotda.

건네받은 핸드백 안을 이리저리 살펴보던 여자가 말했다.
건네바든 핸드백 아늘 이리저리 살펴보던 여자가 말핻따.
geonnebadeun haendeubaek aneul irijeori salpyeobodeon yeojaga malhaetda.

여자 : 핸드백에 중요한 것이 많아서 못 찾을까 봐 걱정했는데 너무 고맙구나.
여자 : 핸드배게 중요한 거시 마나서 몯 차즐까 봐 걱쩡핸는데 너무 고맙꾸나.
yeoja : haendeubaege jungyohan geosi manaseo mot chajeulkka bwa geokjeonghaenneunde neomu gomapguna.

그런데 음, 이상한 일이구나.
그런데 음, 이상한 이리구나.
geureonde eum, isanghan iriguna.

소년 : 뭐, 없어진 물건이라도 있으세요?
소년 : 뭐, 업써진 물거니라도 이쓰세요?
sonyeon : mwo, eopseojin mulgeonirado isseuseyo?

여자 : 그건 아니고, 지갑 안에 분명히 오만 원짜리 지폐 한 장이 들어 있었는데
여자 : 그건 아니고, 지갑 아네 분명히 오만 원짜리 지폐 한 장이 드러 이썬는데
yeoja : geugeon anigo, jigap ane bunmyeonghi oman wonjjari jipye(jipe) han jangi deureo isseonneunde

지금은 만 원짜리 다섯 장이 들어 있네.
지그믄 만 원짜리 다섣 장이 드러 인네.
jigeumeun man wonjjari daseot jangi deureo inne.

거참, 신기하네.
거참, 신기하네.
geocham, singihane.

소년 : 아, 그거요.
소년 : 아, 그거요.
sonyeon : a, geugeoyo.

저번에 제가 어떤 여자분 지갑을 찾아 줬는데 그분이 잔돈이 없다고
저버네 제가 어떤 여자분 지가블 차자 줜는데 그부니 잔도니 업따고
jeobeone jega eotteon yeojabun jigabeul chaja jwonneunde geubuni jandoni eopdago

사례금을 안 주셨거든요.
사례그믈 안 주셛꺼드뇨.
saryegeumeul an jusyeotgeodeunyo.

● 어휘 (ศัพท์) / 문법 (ไวยากรณ์)

북적거리+는 쇼핑몰+에서 한 여성+이 핸드백+을 잃어버리+었+다.

핸드백+을 줍(주우)+ㄴ 정직하+ㄴ 소년+은 그 여성+에게 가방+을 돌려주+었+다.

건네받+은 핸드백 안+을 이리저리 살펴보+던 여자+가 말하+였+다.

여자 : 핸드백+에 중요하+ㄴ 것+이 많+아서 못 찾+을까 보+아 걱정하+였+는데 너무 고맙+구나.

그런데 음, 이상하+ㄴ 일+이+구나.

소년 : 뭐, 없어지+ㄴ 물건+이라도 있+으세요?

여자 : 그것(그거)+은 아니+고, 지갑 안+에 분명히 오만 원+짜리 지폐 한 장+이 들+어 있+었+는데 지금+은 만 원+짜리 다섯 장+이 들+어 있+네.

거참, 신기하+네.

소년 : 아, 그거+요.

저번+에 제+가 어떤 여자+분 지갑+을 찾+아 주+었+는데 그분+이 잔돈+이 없+다고 사례금+을 안 주+시+었+거든요.

북적거리+는 쇼핑몰+에서 한 여성+이 핸드백+을 잃어버리+었+다.
잃어버렸다

• **북적거리다** (คำกริยา) : 많은 사람이 한곳에 모여 매우 어수선하고 시끄럽게 자꾸 떠들다.
แออัด, แน่น, จอแจ, เบียดเสียด, เอะอะ, วุ่นวาย
คนจำนวนมากมารวมตัวกันที่หนึ่งแล้วเอะอะเสียงดังวุ่นวายมากบ่อย ๆ

• -는 : 앞의 말이 관형어의 기능을 하게 만들고 사건이나 동작이 현재 일어남을 나타내는 어미.
...ที่...
วิภัตติปัจจัยที่แสดงการที่ทำให้คำพูดข้างหน้าทำหน้าที่เป็นคุณศัพท์ขยายนามและเหตุการณ์หรืออากัปกิริยาเกิดขึ้นในปัจจุบัน

• **쇼핑몰** (คำนาม) : 여러 가지 물건을 파는 상점들이 모여 있는 곳.
ศูนย์การค้า, ห้าง, ชอปปิงมอลล์
สถานที่ที่มีร้านค้าขายสินค้านานาชนิดรวมตัวกันอยู่

• 에서 : 앞말이 행동이 이루어지고 있는 장소임을 나타내는 조사.
ที่...
คำชี้ที่แสดงว่าคำพูดข้างหน้าเป็นสถานที่ที่การกระทำบรรลุผล

• **한** (คุณศัพท์) : 여럿 중 하나인 어떤.
อันหนึ่ง, สิ่งหนึ่ง, บางอัน, หนึ่ง
สิ่งใด ๆ ซึ่งเป็นหนึ่งในท่ามกลางหลายสิ่ง

• **여성** (คำนาม) : 어른이 되어 아이를 낳을 수 있는 여자.
ผู้หญิง, สตรี, เพศหญิง
ผู้หญิงที่เป็นผู้ใหญ่และสามารถคลอดลูกได้

• 이 : 어떤 상태나 상황의 대상이나 동작의 주체를 나타내는 조사.
ตัวชี้ประธาน
คำชี้ที่ใช้แสดงสิ่งที่อยู่ในสถานการณ์หรือสภาพใด ๆ หรือผู้ที่เป็นประธานของอากัปกริยา

• **핸드백** (คำนาม) : 여자들이 손에 들거나 한쪽 어깨에 메는 작은 가방.
กระเป๋าถือ, กระเป๋าสะพาย
กระเป๋าใบเล็กที่ผู้หญิงสะพายที่ไหล่ข้างเดียวหรือถือด้วยมือ

• 을 : 동작이 직접적으로 영향을 미치는 대상을 나타내는 조사.
ไม่พบคำแปล
คำชี้ที่แสดงเป้าหมายที่การกระทำส่งผลกระทบโดยตรง

• **잃어버리다** (คำกริยา) : 가졌던 물건을 흘리거나 놓쳐서 더 이상 갖지 않게 되다.
ทำหาย, ทำสูญหาย, ทำหล่นหาย, ทำหลุดมือหายไป
ทำสิ่งของที่มีร่วงหล่นหรือหลุดมือทำให้ไม่มีอีกต่อไป

• -었- : 사건이 과거에 일어났음을 나타내는 어미.
…แล้ว(อดีตกาล)
วิภัตติปัจจัยที่แสดงว่าเหตุการณ์ได้เกิดขึ้นในอดีต

• -다 : 어떤 사건이나 사실, 상태를 서술함을 나타내는 종결 어미.
วิภัตติปัจจัยลงท้ายประโยคบอกเล่า
วิภัตติปัจจัยลงท้ายประโยคที่แสดงการบอกเล่าเหตุการณ์ ข้อเท็จจริง หรือสภาพการณ์ใด ๆ

핸드백+을 줍(주우)+ㄴ 정직하+ㄴ 소년+은 그 여성+에게 가방+을 돌려주+었+다.
주운 정직한 돌려줬다

• **핸드백** (คำนาม) : 여자들이 손에 들거나 한쪽 어깨에 메는 작은 가방.
กระเป๋าถือ, กระเป๋าสะพาย
กระเป๋าใบเล็กที่ผู้หญิงสะพายที่ไหล่ข้างเดียวหรือถือด้วยมือ

• 을 : 동작이 직접적으로 영향을 미치는 대상을 나타내는 조사.
ไม่พบคำแปล
คำชี้ที่แสดงเป้าหมายที่การกระทำส่งผลกระทบโดยตรง

• **줍다** (คำกริยา) : 남이 잃어버린 물건을 집다.
หยิบ, เก็บ
หยิบสิ่งของที่คนอื่นทำหาย

• -ㄴ : 앞의 말이 관형어의 기능을 하게 만들고 사건이나 동작이 완료되어 그 상태가 유지되고 있음을 나타내는 어미.
ที่…, …อยู่
วิภัตติปัจจัยที่แสดงการที่ทำให้คำพูดข้างหน้าทำหน้าที่เป็นคุณศัพท์ขยายนามและเหตุการณ์หรืออากัปกิริยานั้นเสร็จสิ้นไปแล้วและยังคงสภาพดังกล่าวอย่างต่อเนื่องอยู่

• **정직하다** (คำคุณศัพท์) : 마음에 거짓이나 꾸밈이 없고 바르고 곧다.
ซื่อสัตย์, ตรงไปตรงมา
ตรงไปตรงมาและถูกต้องโดยที่ไม่มีการปรุงแต่งหรือการโกหกเสแสร้งในจิตใจ

• -ㄴ : 앞의 말이 관형어의 기능을 하게 만들고 현재의 상태를 나타내는 어미.
…ที่
วิภัตติปัจจัยที่ทำให้คำพูดข้างหน้าทำหน้าที่เป็นคุณศัพท์ขยายนามและแสดงถึงสภาพที่เป็นอยู่ในปัจจุบัน

• **소년** (คำนาม) : 아직 어른이 되지 않은 어린 남자아이.
หนุ่มน้อย, เด็กผู้ชาย, เด็กชาย
เด็กผู้ชายที่ยังไม่โตเป็นผู้ใหญ่

• 은 : 문장 속에서 어떤 대상이 화제임을 나타내는 조사.
ตัวชี้หัวเรื่อง
คำชี้ที่แสดงว่าเป้าหมายใด ๆ เป็นหัวข้อเรื่องในประโยค

• **그** (คุณศัพท์) : 앞에서 이미 이야기한 대상을 가리킬 때 쓰는 말.
นั้น, นั่น
คำที่ใช้เมื่อบ่งชี้ถึงเป้าหมายที่ได้พูดถึงมาแล้วในก่อนหน้า

• **여성** (คำนาม) : 어른이 되어 아이를 낳을 수 있는 여자.
ผู้หญิง, สตรี, เพศหญิง
ผู้หญิงที่เป็นผู้ใหญ่และสามารถคลอดลูกได้

• 에게 : 어떤 행동이 미치는 대상임을 나타내는 조사.
แก่, ให้แก่, ให้, ถึง
คำชี้ที่แสดงว่าเป็นเป้าหมายที่การกระทำใด ๆ มีผลต่อ

• **가방** (คำนาม) : 물건을 넣어 손에 들거나 어깨에 멜 수 있게 만든 것.
กระเป๋า
สิ่งที่ทำขึ้นสำหรับใส่สิ่งของแล้วถือหรือสะพายได้

• 을 : 동작이 직접적으로 영향을 미치는 대상을 나타내는 조사.
ไม่พบคำแปล
คำชี้ที่แสดงเป้าหมายที่การกระทำส่งผลกระทบโดยตรง

• **돌려주다** (คำกริยา) : 빌리거나 뺏거나 받은 것을 주인에게 도로 주거나 갚다.
คืน, คืนให้, คืนกลับ, ใช้คืน, ชำระคืน, ส่งคืน
คืนหรือให้สิ่งที่ได้ยืม แย่งมาหรือได้มากลับให้แก่เจ้าของ

• -었- : 사건이 과거에 일어났음을 나타내는 어미.
...แล้ว(อดีตกาล)
วิภัตติปัจจัยที่แสดงว่าเหตุการณ์ได้เกิดขึ้นในอดีต

• -다 : 어떤 사건이나 사실, 상태를 서술함을 나타내는 종결 어미.
วิภัตติปัจจัยลงท้ายประโยคบอกเล่า
วิภัตติปัจจัยลงท้ายประโยคที่แสดงการบอกเล่าเหตุการณ์ ข้อเท็จจริง หรือสภาพการณ์ใด

건네받+은 핸드백 안+을 이리저리 살펴보+던 여자+가 말하+였+다. **말했다**

• **건네받다** (คำกริยา) : 다른 사람으로부터 어떤 것을 옮기어 받다.
รับมา, รับต่อ, รับต่อมา
รับสิ่งใด ๆ ต่อมาจากผู้อื่น

• -은 : 앞의 말이 관형어의 기능을 하게 만들고 사건이나 동작이 완료되어 그 상태가 유지되고 있음을 나타내는 어미.
ที่ง ๆ ที่...
วิภัตติปัจจัยที่แสดงการที่ทำให้คำพูดข้างหน้าทำหน้าที่เป็นคุณศัพท์ขยายนามและเหตุการณ์หรืออากัปกิริยานั้นเสร็จสิ้นไปแล้วและยังคงสภาพดังกล่าวอย่างต่อเนื่องอยู่

• **핸드백** (คำนาม) : 여자들이 손에 들거나 한쪽 어깨에 메는 작은 가방.
กระเป๋าถือ, กระเป๋าสะพาย
กระเป๋าใบเล็กที่ผู้หญิงสะพายที่ไหล่ข้างเดียวหรือถือด้วยมือ

• **안** (คำนาม) : 어떤 물체나 공간의 둘레에서 가운데로 향한 쪽. 또는 그러한 부분.
ใน
ด้านที่อยู่ตรงกลางในเส้นรอบวงของพื้นที่หรือวัตถุใด ๆ หรือส่วนที่มีลักษณะดังกล่าว

• 을 : 동작이 직접적으로 영향을 미치는 대상을 나타내는 조사.
ไม่พบคำแปล
คำชี้ที่แสดงเป้าหมายที่การกระทำส่งผลกระทบโดยตรง

• **이리저리** (คำวิเศษณ์) : 방향을 정하지 않고 이쪽저쪽으로.
ทางนี้ทางโน้น, ทั่วทุกแห่ง, ตรงโน้นตรงนี้, ที่โน่นที่นี่
ทางนี้ทางโน้น โดยไม่ได้กำหนดทิศทาง

• **살펴보다** (คำกริยา) : 무엇을 찾거나 알아보다.
ค้นหา, หา, พิจารณาดู
หาหรือค้นหาสิ่งใด ๆ

• -던 : 앞의 말이 관형어의 기능을 하게 만들고 사건이나 동작이 과거에 완료되지 않고 중단되었음을 나타내는 어미.
ที่เคย...
วิภัตติปัจจัยที่แสดงการที่ทำให้คำพูดข้างหน้าทำหน้าที่เป็นคุณศัพท์ขยายนามและหมายความถึงเหตุการณ์หรืออากัปกิริยาไม่เสร็จสมบูรณ์และหยุดชะงักไปในอดีต

• **여자** (คำนาม) : 여성으로 태어난 사람.
ผู้หญิง, สตรี
คนที่เกิดมาเป็นผู้หญิง

• 가 : 어떤 상태나 상황에 놓인 대상이나 동작의 주체를 나타내는 조사.
คำชี้ประธาน
คำชี้ที่ใช้แสดงสิ่งที่อยู่ในสถานการณ์หรือสภาพใด ๆ หรือผู้ที่เป็นประธานของอากัปกริยา

• **말하다** (คำกริยา) : 어떤 사실이나 자신의 생각 또는 느낌을 말로 나타내다.
พูด, บอก, กล่าว, เล่า
แสดงข้อเท็จจริงใด ๆ หรือความคิดหรือความรู้สึกของตัวเองเป็นคำพูด

• -였- : 사건이 과거에 일어났음을 나타내는 어미.
...แล้ว(อดีตกาล)
วิภัตติปัจจัยที่แสดงว่าเหตุการณ์ได้เกิดขึ้นในอดีต

• -다 : 어떤 사건이나 사실, 상태를 서술함을 나타내는 종결 어미.
วิภัตติปัจจัยลงท้ายประโยคบอกเล่า
วิภัตติปัจจัยลงท้ายประโยคที่แสดงการบอกเล่าเหตุการณ์ ข้อเท็จจริง หรือสภาพการณ์ใด ๆ

여자 : 핸드백+에 중요하+[ㄴ 것]+이 많+아서 못 찾+[을까 보]+아 걱정하+였+는데
중요한 것이 찾을까 봐 걱정했는데
너무 고맙+구나.

• **핸드백** (คำนาม) : 여자들이 손에 들거나 한쪽 어깨에 메는 작은 가방.
กระเป๋าถือ, กระเป๋าสะพาย
กระเป๋าใบเล็กที่ผู้หญิงสะพายที่ไหล่ข้างเดียวหรือถือด้วยมือ

• 에 : 앞말이 어떤 장소나 자리임을 나타내는 조사.
ที่...
คำชี้ที่แสดงว่าคำพูดข้างหน้าเป็นตำแหน่งหรือสถานที่ใด ๆ

• **중요하다** (คำคุณศัพท์) : 귀중하고 꼭 필요하다.
สำคัญ, จำเป็น
สำคัญมากและสูงค่า

• -ㄴ 것 : 명사가 아닌 것을 문장에서 명사처럼 쓰이게 하거나 '이다' 앞에 쓰일 수 있게 할 때 쓰는 표현.
สิ่งที่...
สำนวนที่ใช้เมื่อทำให้คำที่ไม่ใช่คำนามใช้เหมือนคำนามในประโยคหรือทำให้ใช้วางไว้หน้า '이다' ได้

• 이 : 어떤 상태나 상황의 대상이나 동작의 주체를 나타내는 조사.
ตัวชี้ประธาน
คำชี้ที่ใช้แสดงสิ่งที่อยู่ในสถานการณ์หรือสภาพใด ๆ หรือผู้ที่เป็นประธานของอากัปกริยา

• **많다** (คำคุณศัพท์) : 수나 양, 정도 등이 일정한 기준을 넘다.
มาก, เยอะ
จำนวน ปริมาณ ระดับหรือสิ่งใดที่เกินกว่าระดับที่กำหนด

• -아서 : 이유나 근거를 나타내는 연결 어미.
เพราะ...จึง...
วิภัตติปัจจัยเชื่อมระหว่างประโยคที่แสดงเหตุผลหรือสาเหตุ

- **못** (คำวิเศษณ์) : 동사가 나타내는 동작을 할 수 없게.
  ...ไม่ได้, ทำไม่ได้
  กริยาไม่สามามารถแสดงการเคลื่อนไหวได้

- **찾다** (คำกริยา) : 무엇을 얻거나 누구를 만나려고 여기저기를 살피다. 또는 그것을 얻거나 그 사람을 만나다.
  ค้น, ค้นหา, หา, ตามหา, สืบ, สืบหา, เสาะหา, ตามหา, เสาะหา, หาพบ, หาเจอ
  เที่ยวติดตามไปหลาย ๆ แห่ง เพื่อสืบเสาะหาคนหรือสิ่งของ หรือเพื่อให้ได้สิ่งนั้น ๆ หรือพบคนนั้น ๆ

- -을까 보다 : 앞에 오는 말이 나타내는 상황이 될 것을 걱정하거나 두려워함을 나타내는 표현.
  กลัวว่าจะ..
  สำนวนที่แสดงการที่เป็นกังวลหรือกลัวว่าจะกลายเป็นสถานการณ์ซึ่งคำพูดข้างหน้าแสดงไว้

- -아 : 앞에 오는 말이 뒤에 오는 말에 대한 원인이나 이유임을 나타내는 연결 어미.
  เพราะ..จึง...
  วิภัตติปัจจัยเชื่อมระหว่างประโยคที่แสดงการที่คำพูดข้างหน้าเป็นสาเหตุหรือเหตุผลของคำพูดตามมาข้างหลัง

- **걱정하다** (คำกริยา) : 좋지 않은 일이 있을까 봐 두려워하고 불안해하다.
  เป็นกังวล, เป็นห่วง, กลุ้มใจ, วิตกกังวล, ร้อนใจ
  กระวนกระวายและวิตกกังวลว่าจะเกิดเรื่องที่ไม่ดี

- -였- : 어떤 사건이 과거에 완료되었거나 그 사건의 결과가 현재까지 지속되는 상황을 나타내는 어미.
  ...แล้ว(อดีตกาล), ยังคง...(อดีตกาล)
  วิภัตติปัจจัยที่แสดงว่าเหตุการณ์ใดๆเสร็จสมบูรณ์ไปแล้วในอดีตหรือแสดงสถานการณ์ที่ผลลัพธ์ของเหตุการณ์ดังกล่าวต่อเนื่องจนถึงปัจจุบัน

- -는데 : 뒤의 말을 하기 위하여 그 대상과 관련이 있는 상황을 미리 말함을 나타내는 연결 어미.
  ก็...นะ ว่าแต่···
  วิภัตติปัจจัยเชื่อมระหว่างประโยคที่แสดงการพูดสถานการณ์ที่เกี่ยวกับเป้าหมายนั้น ๆ ไว้ล่วงหน้าเพื่อที่จะพูดต่อเนื่อง

- **너무** (คำวิเศษณ์) : 일정한 정도나 한계를 훨씬 넘어선 상태로.
  เกินไป, มากเกินไป, เหลือเกิน
  ด้วยสภาพที่เกินระดับหรือขอบเขตที่กำหนดเป็นอย่างมาก

- **고맙다** (คำคุณศัพท์) : 남이 자신을 위해 무엇을 해주어서 마음이 흐뭇하고 보답하고 싶다.
  ขอบคุณ, รู้สึกขอบคุณ
  รู้สึกซาบซึ้งใจและอยากตอบแทนที่ผู้อื่นทำอะไรเพื่อตนเอง

- -구나 : (아주낮춤으로) 새롭게 알게 된 사실에 어떤 느낌을 실어 말함을 나타내는 종결 어미.
  ..จัง, ...จังเลย
  (ใช้ในการลดระดับอย่างมากและเป็นทางการ) วิภัตติปัจจัยลงท้ายประโยคที่แสดงการพูดโดยใส่ความรู้สึกใดๆเข้าไปในสิ่งที่เพิ่งรู้ใหม่

여자 : 그런데 음, 이상하+ㄴ 일+이+구나.
이상한

• **그런데 (คำวิเศษณ์)** : 이야기를 앞의 내용과 관련시키면서 다른 방향으로 바꿀 때 쓰는 말.
แต่, แต่ว่า
คำที่ใช้ตอนเปลี่ยนทิศทางไปยังทิศทางอื่นโดยที่ทำให้เนื้อเรื่องมีสัมพันธ์กับเนื้อหาข้างหน้า

• **음 (คำอุทาน)** : 믿지 못할 때 내는 소리.
อืม
เสียงที่เปล่งตอนที่เชื่อไม่ได้

• **이상하다 (คำคุณศัพท์)** : 원래 알고 있던 것과 달리 별나거나 색다르다.
ผิดปกติ, ผิดแปลก, แปลก, ประหลาด, แปลกประหลาด
แตกต่างหรือแปลกจากสิ่งที่เคยรู้อยู่ก่อนแล้ว

• -ㄴ : 앞의 말이 관형어의 기능을 하게 만들고 현재의 상태를 나타내는 어미.
...ที่
วิภัตติปัจจัยที่ทำให้คำพูดข้างหน้าทำหน้าที่เป็นคุณศัพท์ขยายนามและแสดงถึงสภาพที่เป็นอยู่ในปัจจุบัน

• **일 (คำนาม)** : 어떤 내용을 가진 상황이나 사실.
เรื่อง
สถานการณ์หรือความจริงที่มีเนื้อหาใด ๆ

• 이다 : 주어가 지시하는 대상의 속성이나 부류를 지정하는 뜻을 나타내는 서술격 조사.
เป็น
คำชี้ภาคแสดงการกที่แสดงความหมายที่กำหนดประเภทหรือคุณสมบัติของเป้าหมายที่ประธานบ่งชี้

• -구나 : (아주낮춤으로) 새롭게 알게 된 사실에 어떤 느낌을 실어 말함을 나타내는 종결 어미.
...จัง, ...จังเลย
(ใช้ในการลดระดับอย่างมากและเป็นทางการ) วิภัตติปัจจัยลงท้ายประโยคที่แสดงการพูดโดยใส่ความรู้สึกใดๆเข้าไปในสิ่งที่เพิ่งรู้ใหม่

소년 : 뭐, 없어지+ㄴ 물건+이라도 있+으세요?
없어진

• **뭐 (คำอุทาน)** : 놀랐을 때 내는 소리.
หา, อะไรกัน
เสียงอุทานที่ใช้แสดงออกเมื่อตกใจ

• **없어지다** (คำกริยา) : 사람, 사물, 현상 등이 어떤 곳에 자리나 공간을 차지하고 존재하지 않게 되다.
หายไป, หมดไป, หมด
คน วัตถุหรือปรากฏการณ์ เป็นต้น ไม่ครอบครองที่หรือพื้นที่ในสถานที่ใด ๆ อีกต่อไป

• -ㄴ : 앞의 말이 관형어의 기능을 하게 만들고 사건이나 동작이 완료되어 그 상태가 유지되고 있음을 나타내는 어미.
ที่..., ...อยู่'
วิภัตติปัจจัยที่แสดงการที่ทำให้คำพูดข้างหน้าทำหน้าที่เป็นคุณศัพท์ขยายนามและเหตุการณ์หรืออากัปกิริยานั้นเสร็จสิ้นไปแล้วและยังคงสภาพดังกล่าวอย่างต่อเนื่องอยู่'

• **물건** (คำนาม) : 일정한 모양을 갖춘 어떤 물질.
สิ่งของ, ของ, วัตถุ
วัตถุใด ๆ ที่มีรูปร่างลักษณะเฉพาะ

• 이라도 : 불확실한 사실에 대한 말하는 이의 의심이나 의문을 나타내는 조사.
ไม่แน่ว่า..., ไม่ว่าจะ..
คำชี้ที่แสดงคำถามหรือข้อสงสัยของผู้พูดเกี่ยวกับข้อเท็จจริงที่ไม่ชัดเจน

• **있다** (คำคุณศัพท์) : 무엇이 어떤 곳에 자리나 공간을 차지하고 존재하는 상태이다.
มี, มีอยู่ร่วม, ครอบคลุม
อะไรมีสภาพที่มีอยู่จริงและครอบครองในพื้นที่หรือสถานที่ใด ๆ

• -으세요 : (두루높임으로) 설명, 의문, 명령, 요청의 뜻을 나타내는 종결 어미.
เชิญ..., กรุณา..., ...เหรอคะ/ครับ, ...เลยค่ะ/ครับ, ...ค่ะ/ครับ
(ใช้ในการยกย่องอย่างไม่เป็นทางการ) วิภัตติปัจจัยลงท้ายประโยคที่ใช้แสดงความหมายของการอธิบาย การถาม การสั่งหรือการขอร้อง

여자 : <u>그것(그거)+은</u> 아니+고, 지갑 안+에 분명히 오만 원+짜리 지폐 한 장+이 그건 들+[어 있]+었+는데 지금+은 만 원+짜리 다섯 장+이 들+[어 있]+네.

• **그것** (สรรพนาม) : 앞에서 이미 이야기한 대상을 가리키는 말.
สิ่งนั้น, อันนั้น, เรื่องนั้น
คำที่แสดงถึงสิ่งที่ได้พูดไปก่อนหน้านี้แล้ว

• 은 : 문장 속에서 어떤 대상이 화제임을 나타내는 조사.
...นั้น
คำชี้ที่แสดงว่าเป้าหมายใดๆเป็นหัวเรื่องในประโยค

- **아니다** (คำคุณศัพท์) : 어떤 사실이나 내용을 부정하는 뜻을 나타내는 말.
ไม่, ไม่ใช่
คำที่แสดงความหมายเชิงปฏิเสธเนื้อหาหรือข้อเท็จจริงใด ๆ

- -고 : 두 가지 이상의 대등한 사실을 나열할 때 쓰는 연결 어미.
ทั้ง...และ…
วิภัตติปัจจัยเชื่อมระหว่างประโยคที่ใช้เมื่อแจกแจงข้อเท็จจริงที่เท่าเทียมกันสองสิ่งขึ้นไปต่อกัน

- **지갑** (คำนาม) : 돈, 카드, 명함 등을 넣어 가지고 다닐 수 있게 가죽이나 헝겊 등으로 만든 물건.
กระเป๋าเงิน, กระเป๋าสตางค์
สิ่งของที่ทำด้วยผ้าหรือหนังเพื่อให้สามารถใส่เงิน ธนบัตรและบัตรต่าง ๆ และพกไปมาได้

- **안** (คำนาม) : 어떤 물체나 공간의 둘레에서 가운데로 향한 쪽. 또는 그러한 부분.
ใน
ด้านที่อยู่ตรงกลางในเส้นรอบวงของพื้นที่หรือวัตถุใด ๆ หรือส่วนที่มีลักษณะดังกล่าว

- 에 : 앞말이 어떤 장소나 자리임을 나타내는 조사.
ที่...
คำชี้ที่แสดงว่าคำพูดข้างหน้าเป็นตำแหน่งหรือสถานที่ใด ๆ

- **분명히** (คำวิเศษณ์) : 어떤 사실이 틀림이 없이 확실하게.
อย่างชัดเจน, อย่างแน่นอน, อย่างแจ่มชัด
เรื่องบางอย่างแน่นอนโดยไม่ผิดพลาด

- **오만** : 50,000

- **원** (คำนาม) : 한국의 화폐 단위.
วอน(สกุลเงิน)
หน่วยเงินตราของประเทศเกาหลี

- 짜리 : '그만한 수나 양을 가진 것' 또는 '그만한 가치를 가진 것'의 뜻을 더하는 접미사.
มูลค่า, ค่า, ราคา, สัดส่วน
ปัจจัยที่ใช้เพิ่มเข้าไปในคำเพื่อให้มีความหมายว่า 'การมีจำนวนหรือปริมาณเท่ากับดังกล่าว' หรือ 'การมีคุณค่าเท่ากับดังกล่าว'

- **지폐** (คำนาม) : 종이로 만든 돈.
ธนบัตร, แบงค์
เงินที่ทำขึ้นด้วยกระดาษ

- **한** (คุณศัพท์) : 하나의.
หนึ่ง
อันหนึ่ง

- **장** (คำนาม) : 종이나 유리와 같이 얇고 넓적한 물건을 세는 단위.
แผ่น, ผืน, บาน, ใบ(ลักษณนาม)
หน่วยนับสิ่งของที่มีลักษณะกว้างและบางเหมือนกระดาษหรือกระจก

• 이 : 어떤 상태나 상황의 대상이나 동작의 주체를 나타내는 조사.
ตัวชี้ประธาน
คำชี้ที่ใช้แสดงสิ่งที่อยู่ในสถานการณ์หรือสภาพใด ๆ หรือผู้ที่เป็นประธานของอากัปกริยา

• **들다** (คำกริยา) : 안에 담기거나 그 일부를 이루다.
ประกอบ, บรรจุ
ถูกบรรจุอยู่ในหรือได้ประกอบเป็นส่วนหนึ่ง

• -어 있다 : 앞의 말이 나타내는 상태가 계속됨을 나타내는 표현.
...อยู่
สำนวนที่แสดงว่าสภาพที่คำพูดข้างหน้าแสดงไว้นั้นดำเนินอยู่อย่างต่อเนื่อง

• -었- : 어떤 사건이 과거에 완료되었거나 그 사건의 결과가 현재까지 지속되는 상황을 나타내는 어미.
...แล้ว
วิภัตติปัจจัยที่แสดงว่าเหตุการณ์ใดๆเสร็จสมบูรณ์ไปแล้วในอดีตหรือแสดงสถานการณ์ที่ผลลัพธ์ของเหตุการณ์ดังกล่าวต่อเนื่องจนถึงปัจจุบัน

• -는데 : 뒤의 말을 하기 위하여 그 대상과 관련이 있는 상황을 미리 말함을 나타내는 연결 어미.
ก็...นะ ว่าแต่...
วิภัตติปัจจัยเชื่อมระหว่างประโยคที่แสดงการพูดสถานการณ์ที่เกี่ยวกับเป้าหมายนั้น ๆ ไว้ล่วงหน้าเพื่อที่จะพูดต่อเนื่อง

• **지금** (คำนาม) : 말을 하고 있는 바로 이때.
เดี๋ยวนี้, ตอนนี้, ประเดี๋ยวนี้
ตอนนี้ที่กำลังพูดอยู่

• 은 : 문장 속에서 어떤 대상이 화제임을 나타내는 조사.
ตัวชี้หัวเรื่อง
คำชี้ที่แสดงว่าเป้าหมายใด ๆ เป็นหัวข้อเรื่องในประโยค

• **만** : 10,000

• **원** (คำนาม) : 한국의 화폐 단위.
วอน(สกุลเงิน)
หน่วยเงินตราของประเทศเกาหลี

• 짜리 : '그만한 수나 양을 가진 것' 또는 '그만한 가치를 가진 것'의 뜻을 더하는 접미사.
มูลค่า, ค่า, ราคา, สัดส่วน
ปัจจัยที่ใช้เพิ่มเข้าไปในคำเพื่อให้มีความหมายว่า 'การมีจำนวนหรือปริมาณเท่ากับดังกล่าว' หรือ 'การมีคุณค่าเท่ากับดังกล่าว'

• **다섯** (คุณศัพท์) : 넷에 하나를 더한 수의.
5, ห้า, จำนวนห้า
ที่เป็นจำนวนสี่บวกหนึ่ง

• **장** (คำนาม) : 종이나 유리와 같이 얇고 넓적한 물건을 세는 단위.
แผ่น, ผืน, บาน, ใบ(ลักษณนาม)
หน่วยนับสิ่งของที่มีลักษณะกว้างและบางเหมือนกระดาษหรือกระจก

• 이 : 어떤 상태나 상황의 대상이나 동작의 주체를 나타내는 조사.
ตัวชี้ประธาน
คำชี้ที่ใช้แสดงสิ่งที่อยู่ในสถานการณ์หรือสภาพใด ๆ หรือผู้ที่เป็นประธานของอาการกริยา

• **들다** (คำกริยา) : 안에 담기거나 그 일부를 이루다.
ประกอบ, บรรจุ
ถูกบรรจุอยู่ในหรือได้ประกอบเป็นส่วนหนึ่ง

• -어 있다 : 앞의 말이 나타내는 상태가 계속됨을 나타내는 표현.
...อยู่
สำนวนที่แสดงว่าสภาพที่คำพูดข้างหน้าแสดงไว้นั้นดำเนินอยู่อย่างต่อเนื่อง

• -네 : (아주낮춤으로) 지금 깨달은 일에 대하여 말함을 나타내는 종결 어미.
...จัง, ...นะ, ...เนอะ
(ใช้ในการลดระดับอย่างมากและเป็นทางการ) วิภัตติปัจจัยลงท้ายประโยคที่แสดงการพูดบอกเกี่ยวกับเหตุการณ์ที่ได้เข้าใจอย่างลึกซึ้งในตอนนี้

여자 : 거참, 신기하+네.

• **거참** (คำอุทาน) : 안타까움이나 아쉬움, 놀라움의 뜻을 나타낼 때 하는 말.
เฮ้อ, โอ้, โอ้โฮ, ปัดโธ่
คำที่ใช้เมื่อแสดงความหมายของความเสียดาย เสียใจ หรือตกใจ

• **신기하다** (คำคุณศัพท์) : 믿을 수 없을 정도로 색다르고 이상하다.
แปลก, ประหลาด, มหัศจรรย์, อัศจรรย์, น่าพิศวง, เหลือเชื่อ
ผิดไปจากธรรมชาติและแปลกประหลาดจนกระทั่งไม่สามารถเชื่อได้

• -네 : (아주낮춤으로) 지금 깨달은 일에 대하여 말함을 나타내는 종결 어미.
...จัง, ...นะ, ...เนอะ
(ใช้ในการลดระดับอย่างมากและเป็นทางการ) วิภัตติปัจจัยลงท้ายประโยคที่แสดงการพูดบอกเกี่ยวกับเหตุการณ์ที่ได้เข้าใจอย่างลึกซึ้งในตอนนี้

소년 : 아, 그거+요.

• **아** (คำอุทาน) : 남에게 말을 걸거나 주의를 끌 때, 말에 앞서 내는 소리.
อา, เออ
เสียงที่เปล่งออกมาเมื่อเริ่มต้นพูดหรือพูดเกริ่นเพื่อเรียกความสนใจผู้อื่น

• **그거** (สรรพนาม) : 앞에서 이미 이야기한 대상을 가리키는 말.
สิ่งนั้น, อันนั้น, เรื่องนั้น
คำที่แสดงถึงสิ่งที่ได้พูดไปก่อนหน้านี้แล้ว

• 요 : 높임의 대상인 상대방에게 존대의 뜻을 나타내는 조사.
ค่ะ/ครับ, คะ/ครับ
คำชี้ที่แสดงความหมายของการยกย่องแก่ฝ่ายตรงข้ามที่เป็นสถานะสูง

소년 : 저번+에 제+가 어떤 여자+분 지갑+을 찾+[아 주]+었+는데 그분+이 잔돈+이 찾아 줬는데 없+다고 사례금+을 안 주+시+었+거든요. 주셨거든요

• **저번** (คำนาม) : 말하고 있는 때 이전의 지나간 차례나 때.
ครั้งโน้น
เวลาหรือลำดับที่ผ่านไปก่อนตอนที่กำลังพูด

• 에 : 앞말이 시간이나 때임을 나타내는 조사.
ตอน...
คำชี้ที่แสดงว่าคำพูดข้างหน้าเป็นเวลาหรือช่วงเวลา

• **제** (สรรพนาม) : 말하는 사람이 자신을 낮추어 가리키는 말인 '저'에 조사 '가'가 붙을 때의 형태.
ดิฉัน, ผม, กระผม
รูปที่คำชี้ "가" ตามหลังคำว่า "저" ซึ่งเป็นคำที่ผู้พูดชี้ถึงตนเองอย่างถ่อมตัว

• 가 : 어떤 상태나 상황에 놓인 대상이나 동작의 주체를 나타내는 조사.
คำชี้ประธาน
คำชี้ที่ใช้แสดงสิ่งที่อยู่ในสถานการณ์หรือสภาพใด ๆ หรือผู้ที่เป็นประธานของอากัปกริยา

• **어떤** (คุณศัพท์) : 굳이 말할 필요가 없는 대상을 뚜렷하게 밝히지 않고 나타낼 때 쓰는 말.
ใครคนหนึ่ง, ใครบางคน, สิ่งใดสิ่งหนึ่ง, สิ่งหนึ่ง, บางสิ่ง
คำที่ใช้พูดแทนสิ่งใดสิ่งหนึ่งโดยที่ไม่จำเป็นต้องเน้นสิ่งที่ต้องการพูด

• **여자** (คำนาม) : 여성으로 태어난 사람.
ผู้หญิง, สตรี
คนที่เกิดมาเป็นผู้หญิง

• 분 : '높임'의 뜻을 더하는 접미사.
ท่าน...
ปัจจัยที่ใช้เพิ่มเข้าไปในคำเพื่อให้มีความหมายว่า 'การยกย่อง'

• **지갑** (คำนาม) : 돈, 카드, 명함 등을 넣어 가지고 다닐 수 있게 가죽이나 헝겊 등으로 만든 물건.
กระเป๋าเงิน, กระเป๋าสตางค์
สิ่งของที่ทำด้วยผ้าหรือหนังเพื่อให้สามารถใส่เงิน ธนบัตรและบัตรต่าง ๆ และพกไปมาได้

• 을 : 동작이 직접적으로 영향을 미치는 대상을 나타내는 조사.
ไม่พบคำแปล
คำชี้ที่แสดงเป้าหมายที่การกระทำส่งผลกระทบโดยตรง

• **찾다** (คำกริยา) : 무엇을 얻거나 누구를 만나려고 여기저기를 살피다. 또는 그것을 얻거나 그 사람을 만나다.
ค้น, ค้นหา, หา, ตามหา, สืบ, สืบหา, เสาะหา, ตามหา, เสาะหา, หาพบ, หาเจอ
เที่ยวติดตามไปหลาย ๆ แห่ง เพื่อสืบเสาะหาคนหรือสิ่งของ หรือเพื่อให้ได้สิ่งนั้น ๆ หรือพบคนนั้น ๆ

• -아 주다 : 남을 위해 앞의 말이 나타내는 행동을 함을 나타내는 표현.
ช่วย..., ช่วย...ให้
สำนวนที่แสดงว่าทำการกระทำที่ปรากฏในคำพูดข้างหน้าเพื่อผู้อื่น

• -었- : 사건이 과거에 일어났음을 나타내는 어미.
...แล้ว(อดีตกาล)
วิภัตติปัจจัยที่แสดงว่าเหตุการณ์ได้เกิดขึ้นในอดีต

• -는데 : 뒤의 말을 하기 위하여 그 대상과 관련이 있는 상황을 미리 말함을 나타내는 연결 어미.
ก็...นะ ว่าแต่···
วิภัตติปัจจัยเชื่อมระหว่างประโยคที่แสดงการพูดสถานการณ์ที่เกี่ยวกับเป้าหมายนั้น ๆ ไว้ล่วงหน้าเพื่อที่จะพูดต่อเนื่อง

• **그분** (สรรพนาม) : (아주 높이는 말로) 그 사람.
ท่านนั้น, ผู้นั้น, ท่านผู้นั้น, คนนั้น
(คำสุภาพอย่างมาก) คนนั้น

• 이 : 어떤 상태나 상황의 대상이나 동작의 주체를 나타내는 조사.
ตัวชี้ประธาน
คำชี้ที่ใช้แสดงสิ่งที่อยู่ในสถานการณ์หรือสภาพใด ๆ หรือผู้ที่เป็นประธานของอากัปกริยา

• **잔돈** (คำนาม) : 단위가 작은 돈.
เงินปลีก, เงินย่อย
เงินหน่วยเล็ก

• 이 : 어떤 상태나 상황의 대상이나 동작의 주체를 나타내는 조사.
ตัวชี้ประธาน
คำชี้ที่ใช้แสดงสิ่งที่อยู่ในสถานการณ์หรือสภาพใด ๆ หรือผู้ที่เป็นประธานของอากัปกริยา

• **없다** (คำคุณศัพท์) : 사람, 사물, 현상 등이 어떤 곳에 자리나 공간을 차지하고 존재하지 않는 상태이다.
ไม่มี, ปราศจาก, ไร้ซึ่ง...
คน วัตถุหรือปรากฏการณ์ เป็นต้น อยู่ในสภาพที่ไม่ได้ครอบครองที่หรือพื้นที่ในสถานที่ใด ๆ

• -다고 : 어떤 행위의 목적, 의도를 나타내거나 어떤 상황의 이유, 원인을 나타내는 연결 어미.
เพราะว่าเป็น..., เพราะเป็น..., บอกว่าเป็น...
วิภัตติปัจจัยเชื่อมระหว่างประโยคที่แสดงจุดประสงค์หรือความตั้งใจของการกระทำใด ๆ หรือแสดงสาเหตุ
เหตุผลของสถานการณ์ใด ๆ

• **사례금** (คำนาม) : 고마운 뜻을 나타내려고 주는 돈.
เงินตอบแทน, ค่าตอบแทน, ค่าเหนื่อย
เงินที่ให้เพื่อแสดงความหมายว่าขอบคุณ

• 을 : 동작이 직접적으로 영향을 미치는 대상을 나타내는 조사.
ไม่พบคำแปล
คำชี้ที่แสดงเป้าหมายที่การกระทำส่งผลกระทบโดยตรง

• **안** (คำวิเศษณ์) : 부정이나 반대의 뜻을 나타내는 말.
ไม่
คำที่แสดงความหมายถึงการปฏิเสธหรือการต่อต้าน

• **주다** (คำกริยา) : 물건 등을 남에게 건네어 가지거나 쓰게 하다.
ให้, มอบ, ยื่นให้, มอบให้
ให้สิ่งของ เป็นต้น แก่คนอื่นเพื่อทำให้ใช้หรือมีไว้

• -시- : 어떤 동작이나 상태의 주체를 높이는 뜻을 나타내는 어미.
วิภัตติปัจจัยที่แสดงการยกย่องประธานในประโยค
วิภัตติปัจจัยที่ใช้แสดงความหมายซึ่งยกย่องประธานของอากัปกิริยาหรือสภาพใด ๆ

• -었- : 사건이 과거에 일어났음을 나타내는 어미.
...แล้ว(อดีตกาล)
วิภัตติปัจจัยที่แสดงว่าเหตุการณ์ได้เกิดขึ้นในอดีต

• -거든요 : (두루높임으로) 앞의 내용에 대해 말하는 사람이 생각한 이유나 원인, 근거를 나타내는 표현.
เพราะ..., เพราะว่า...
(ใช้ในการยกย่องอย่างไม่เป็นทางการ) สำนวนที่ผู้พูดแสดงมูลเหต เหตุผล สาเหตุเกี่ยวกับเนื้อหาข้างหน้า

< 11 단원(บท) >

제목 : 새에 대한 논문을 쓰고 계시나 보죠?

● 본문 (เนื้อหาเดิม)

강의 준비를 하기 위해 교수님 한 분이 컴퓨터를 켜고 있었다.

그런데 컴퓨터가 바이러스에 걸렸는지 작동되지 않아 수리 기사를 부르게 되었다.

수리공이 컴퓨터를 고치다가 저장된 파일을 보니 독수리, 참새, 앵무새, 까치, 비둘기, 제비 등 모두 새 이름으로 되어 있었다.

수리 기사는 궁금증을 참다못해 교수님에게 물었다.

수리 기사 : 교수님, 파일 이름을 모두 새 이름으로 지으셨네요.

요즘 새에 대한 논문을 쓰고 계시나 보죠?

교수님이 울상을 지으면서 말했다.

교수님 : 아니에요.

실은 그것 때문에 짜증이 나서 미치겠어요.

파일 저장할 때마다 '새 이름으로 저장'이라고 나오는데 이제 생각나는 새 이름도 없는데.

● 발음 (การออกเสียง)

강의 준비를 하기 위해 교수님 한 분이 컴퓨터를 켜고 있었다.
강의 준비를 하기 위해 교수님 한 부니 컴퓨터를 켜고 이썯따.
gangui junbireul hagi wihae gyosunim han buni keompyuteoreul kyeogo isseotda.

그런데 컴퓨터가 바이러스에 걸렸는지 작동되지 않아 수리 기사를 부르게 되었다.
그런데 컴퓨터가 바이러스에 걸련는지 작똥되지 아나 수리 기사를 부르게 되얻따.
geureonde keompyuteoga baireoseue geollyeonneunji jakdongdoeji ana suri gisareul bureuge doeeotda.

수리공이 컴퓨터를 고치다가 저장된 파일을 보니 독수리, 참새, 앵무새, 까치, 비둘기, 제비 등 모두 새
수리공이 컴퓨터를 고치다가 저장된 파이를 보니 독쑤리, 참새, 앵무새, 까치, 비둘기, 제비 등 모두 새
surigongi keompyuteoreul gochidaga jeojangdoen paireul boni doksuri, chamsae, aengmusae, kkachi, bidulgi, jebi deung modu sae

이름으로 되어 있었다.
이르므로 되어 이썯따.
ireumeuro doeeo isseotda.

수리 기사는 궁금증을 참다못해 교수님에게 물었다.
수리 기사는 궁금쯩을 참따모태 교수니메게 무럳따.
suri gisaneun gunggeumjeungeul chamdamotae gyosunimege mureotda.

수리 기사 : 교수님, 파일 이름을 모두 새 이름으로 지으셨네요.
수리 기사 : 교수님, 파일 이르믈 모두 새 이르므로 지으션네요.
suri gisa : gyosunim, pail ireumeul modu sae ireumeuro jieusyeonneyo.

요즘 새에 대한 논문을 쓰고 계시나 보죠?
요즘 새에 대한 논무늘 쓰고 게시나 보죠?
yojeum saee daehan nonmuneul sseugo gyesina(gesina) bojyo?

교수님이 울상을 지으면서 말했다.
교수니미 울쌍을 지으면서 말핻따.
gyosunimi ulsangeul jieumyeonseo malhaetda.

교수님 : 아니에요.
교수님 : 아니에요.
gyosunim : anieyo.

실은 그것 때문에 짜증이 나서 미치겠어요.
시른 그건 때무네 짜증이 나서 미치게써요.
sireun geugeot ttaemune jjajeungi naseo michigesseoyo.

파일 저장할 때마다 '새 이름으로 저장'이라고 나오는데 이제 생각나는
파일 저장할 때마다 '새 이르므로 저장'이라고 나오는데 이제 생강나는
pail jeojanghal ttaemada 'sae ireumeuro jeojang'irago naoneunde ije saenggangnaneun

새 이름도 없는데.
새 이름도 엄는데.
sae ireumdo eomneunde.

● 어휘 (ศัพท์) / 문법 (ไวยากรณ์)

강의 준비+를 하+기 위해서 교수+님 한 분+이 컴퓨터+를 켜+고 있+었+다.

그런데 컴퓨터+가 바이러스+에 걸리+었+는지 작동되+지 않+아 수리 기사+를 부르+게 되+었+다.

수리공+이 컴퓨터+를 고치+다가 저장되+ㄴ 파일+을 보+니 독수리, 참새, 앵무새, 까치, 비둘기, 제비 등 모두 새 이름+으로 되+어 있+었+다.

수리 기사+는 궁금증+을 참다못하+여 교수+님+에게 묻(물)+었+다.

수리 기사 : 교수+님, 파일 이름+을 모두 새 이름+으로 짓(지)+으시+었+네요.

요즘 새+에 대한 논문+을 쓰+고 계시+나 보+지요?

교수+님+이 울상+을 짓(지)+으면서 말하+였+다.

교수님 : 아니+에요.

실은 그것 때문+에 짜증+이 나+(아)서 미치+겠+어요.

파일 저장하+ㄹ 때+마다 '새 이름+으로 저장'+이라고 나오+는데

이제 생각나+는 새 이름+도 없+는데.

강의 준비+를 하+[기 위해서] 교수+님 한 분+이 컴퓨터+를 켜+[고 있]+었+다.

• **강의** (คำนาม) : 대학이나 학원, 기관 등에서 지식이나 기술 등을 체계적으로 가르침.
สอน, บรรยาย
การสอนความรู้หรือทักษะ เป็นต้น ในมหาวิทยาลัย สถาบันกวดวิชาหรือหน่วยงาน เป็นต้น อย่างเป็นระบบ

• **준비** (คำนาม) : 미리 마련하여 갖춤.
การเตรียม, การตระเตรียม, การเตรียมการ, การเตรียมตัว
การเตรียมพร้อมไว้ล่วงหน้า

• 를 : 동작이 직접적으로 영향을 미치는 대상을 나타내는 조사.
ไม่พบคำแปล
คำชี้ที่แสดงเป้าหมายที่การกระทำส่งผลกระทบโดยตรง

• **하다** (คำกริยา) : 어떤 행동이나 동작, 활동 등을 행하다.
ทำ
ทำกิจกรรม การเคลื่อนไหว หรือพฤติกรรมใด ๆ เป็นต้น

• -기 위해서 : 어떤 일을 하는 목적인 의도를 나타내는 표현.
เพื่อ..., เพื่อที่จะ..., เพื่อจะ
สำนวนที่แสดงความตั้งใจที่เป็นจุดมุ่งหมายที่จะทำสิ่งใดๆ

• **교수** (คำนาม) : 대학에서 학문을 연구하고 가르치는 일을 하는 사람. 또는 그 직위.
อาจารย์, อาจารย์มหาวิทยาลัย
คนที่ทำงานสอนและค้นคว้าวิจัยวิชาการในมหาวิทยาลัย หรือตำแหน่งดังกล่าว

• 님 : '높임'의 뜻을 더하는 접미사.
คุณ..., ท่าน...
ปัจจัยที่ใช้เพิ่มความหมายของคำว่า 'การยกย่อง'

• **한** (คุณศัพท์) : 하나의.
หนึ่ง
อันหนึ่ง

• **분** (คำนาม) : 사람을 높여서 세는 단위.
ท่าน
หน่วยที่ใช้นับจำนวนคนที่เราพูดถึงด้วยความเคารพ

• 이 : 어떤 상태나 상황의 대상이나 동작의 주체를 나타내는 조사.
ตัวชี้ประธาน
คำชี้ที่ใช้แสดงสิ่งที่อยู่ในสถานการณ์หรือสภาพใด ๆ หรือผู้ที่เป็นประธานของอากัปกริยา

• **컴퓨터** (คำนาม) : 전자 회로를 이용하여 문서, 사진, 영상 등의 대량의 데이터를 빠르고 정확하게 처리하는 기계.
คอมพิวเตอร์
เครื่องมือที่จัดการข้อมูลในปริมาณมาก วิดีโอ ภาพถ่าย เอกสาร เป็นต้น ได้อย่างแม่นยำและรวดเร็ว โดยใช้วงจรอิเล็กทรอนิกส์

• 를 : 동작이 직접적으로 영향을 미치는 대상을 나타내는 조사.
ไม่พบคำแปล
คำชี้ที่แสดงเป้าหมายที่การกระทำส่งผลกระทบโดยตรง

• **켜다** (คำกริยา) : 전기 제품 등을 작동하게 만들다.
เปิด(ไฟ)
ทำให้เครื่องใช้ไฟฟ้า เป็นต้น ทำงาน

• -고 있다 : 앞의 말이 나타내는 행동이 계속 진행됨을 나타내는 표현.
กำลัง...อยู่
สำนวนที่แสดงว่าการกระทำที่ปรากฏในคำพูดข้างหน้าได้ดำเนินอย่างต่อเนื่อง

• -었- : 사건이 과거에 일어났음을 나타내는 어미.
...แล้ว(อดีตกาล)
วิภัตติปัจจัยที่แสดงว่าเหตุการณ์ได้เกิดขึ้นในอดีต

• -다 : 어떤 사건이나 사실, 상태를 서술함을 나타내는 종결 어미.
วิภัตติปัจจัยลงท้ายประโยคบอกเล่า
วิภัตติปัจจัยลงท้ายประโยคที่แสดงการบอกเล่าเหตุการณ์ ข้อเท็จจริง หรือสภาพการณ์ใด ๆ

그런데 컴퓨터+가 바이러스+에 걸리+었+는지 작동되+[지 않]+아 수리 기사+를 **걸렸는지** 부르+[게 되]+었+다.

• **그런데** (คำวิเศษณ์) : 이야기를 앞의 내용과 관련시키면서 다른 방향으로 바꿀 때 쓰는 말.
แต่, แต่ว่า
คำที่ใช้ตอนเปลี่ยนทิศทางไปยังทิศทางอื่นโดยที่ทำให้เนื้อเรื่องมีสัมพันธ์กับเนื้อหาข้างหน้า

• **컴퓨터** (คำนาม) : 전자 회로를 이용하여 문서, 사진, 영상 등의 대량의 데이터를 빠르고 정확하게 처리하는 기계.
คอมพิวเตอร์
เครื่องมือที่จัดการข้อมูลในปริมาณมาก วิดีโอ ภาพถ่าย เอกสาร เป็นต้น ได้อย่างแม่นยำและรวดเร็ว โดยใช้วงจรอิเล็กทรอนิกส์

• 가 : 어떤 상태나 상황에 놓인 대상이나 동작의 주체를 나타내는 조사.
คำชี้ประธาน
คำชี้ที่ใช้แสดงสิ่งที่อยู่ในสถานการณ์หรือสภาพใด ๆ หรือผู้ที่เป็นประธานของอากัปกริยา

• **바이러스** (คำนาม) : 컴퓨터를 비정상적으로 작용하게 만드는 프로그램.
ไวรัส(คอมพิวเตอร์)
โปรแกรมที่ทำให้เครื่องคอมพิวเตอร์ทำงานไม่ปกติ

• 에 : 앞말이 무엇의 조건, 환경, 상태 등임을 나타내는 조사.
ใน..., ตามที่...
คำชี้ที่แสดงว่าคำพูดข้างหน้าเป็นสภาพ สิ่งแวดล้อม เงื่อนไขของอะไร เป็นต้น

• **걸리다** (คำกริยา) : 어떤 상태에 빠지게 되다.
ถูก, โดน, ต้อง
ตกอยู่ในสภาพใดๆ

• -었- : 사건이 과거에 일어났음을 나타내는 어미.
...แล้ว(อดีตกาล)
วิภัตติปัจจัยที่แสดงว่าเหตุการณ์ได้เกิดขึ้นในอดีต

• -는지 : 뒤에 오는 말의 내용에 대한 막연한 이유나 판단을 나타내는 연결 어미.
...หรือไม่ จึง..., ...หรือเปล่า จึง...
วิภัตติปัจจัยเชื่อมระหว่างประโยคที่แสดงเหตุผลหรือการวินิจฉัยที่ไม่แน่ชัด เกี่ยวกับเนื้อหาในประโยคหลัง

• **작동되다** (คำกริยา) : 기계 등이 움직여 일하다.
เดินเครื่อง, ติดเครื่อง
เครื่องจักรเคลื่อนไหวทำงาน

• -지 않다 : 앞의 말이 나타내는 행위나 상태를 부정하는 뜻을 나타내는 표현.
ไม่...
สำนวนที่ใช้แสดงความหมายปฏิเสธการกระทำหรือสภาพที่ปรากฏในคำพูดข้างหน้า

• -아 : 앞에 오는 말이 뒤에 오는 말에 대한 원인이나 이유임을 나타내는 연결 어미.
เพราะ...จึง...
วิภัตติปัจจัยเชื่อมระหว่างประโยคที่แสดงการที่คำพูดข้างหน้าเป็นสาเหตุหรือเหตุผลของคำพูดตามมาข้างหลัง

• **수리** (คำนาม) : 고장 난 것을 손보아 고침.
การซ่อมแซม, การแก้ไข, การซ่อม, การปฏิสังขรณ์, การปรับปรุง, การบูรณะ
การแก้ไขซ่อมแซมสิ่งที่ชำรุด

• **기사** (คำนาม) : 국가나 단체가 인정한 기술 자격증을 가진 기술자.
ผู้ที่ขับรถยนต์หรือเดินเครื่องจักร เป็นต้นเป็นอาชีพ
ผู้เชี่ยวชาญที่มีใบอนุญาตประกอบวิชาชีพทางด้านเทคนิคเฉพาะทาง ซึ่งได้รับการรับรองจากรัฐบาลหรือองค์กรใด ๆ

• 를 : 동작이 직접적으로 영향을 미치는 대상을 나타내는 조사.
ไม่พบคำแปล
คำชี้ที่แสดงเป้าหมายที่การกระทำส่งผลกระทบโดยตรง

• **부르다** (คำกริยา) : 부탁하여 오게 하다.
ตามมา, เรียกมา, เชิญมา
ขอร้องให้มา

• -게 되다 : 앞의 말이 나타내는 상태나 상황이 됨을 나타내는 표현.
กลายเป็น..., กลายเป็นได้..., ได้...
สำนวนที่แสดงว่าคำพูดข้างหน้าได้กลายเป็นสภาพหรือสถานการณ์ที่ปรากฏ

• -었- : 사건이 과거에 일어났음을 나타내는 어미.
...แล้ว(อดีตกาล)
วิภัตติปัจจัยที่แสดงว่าเหตุการณ์ได้เกิดขึ้นในอดีต

• -다 : 어떤 사건이나 사실, 상태를 서술함을 나타내는 종결 어미.
วิภัตติปัจจัยลงท้ายประโยคบอกเล่า
วิภัตติปัจจัยลงท้ายประโยคที่แสดงการบอกเล่าเหตุการณ์ ข้อเท็จจริง หรือสภาพการณ์ใด ๆ

수리공+이 컴퓨터+를 고치+다가 저장되+ㄴ 파일+을 보+니 독수리, 참새, 앵무새, 까치, 비둘기, 제비 **저장된** 등 모두 새 이름+으로 되+[어 있]+었+다.

• **수리공** (คำนาม) : 고장 난 것을 고치는 일을 하는 사람.
ช่างซ่อม
คนที่ทำงานซ่อมแซมสิ่งของที่ชำรุด

• 이 : 어떤 상태나 상황의 대상이나 동작의 주체를 나타내는 조사.
ตัวชี้ประธาน
คำชี้ที่ใช้แสดงสิ่งที่อยู่ในสถานการณ์หรือสภาพใด ๆ หรือผู้ที่เป็นประธานของอากัปกริยา

• **컴퓨터** (คำนาม) : 전자 회로를 이용하여 문서, 사진, 영상 등의 대량의 데이터를 빠르고 정확하게 처리하는 기계.
คอมพิวเตอร์
เครื่องมือที่จัดการข้อมูลในปริมาณมาก วิดีโอ ภาพถ่าย เอกสาร เป็นต้น ได้อย่างแม่นยำและรวดเร็ว โดยใช้วงจรอิเล็กทรอนิกส์

• 를 : 동작이 직접적으로 영향을 미치는 대상을 나타내는 조사.
ไม่พบคำแปล
คำชี้ที่แสดงเป้าหมายที่การกระทำส่งผลกระทบโดยตรง

• **고치다** (คำกริยา) : 고장이 나거나 못 쓰게 된 것을 손질하여 쓸 수 있게 하다.
ซ่อม, ซ่อมแซม, ปะ
ซ่อมแซมสิ่งของที่เสียหรือใช้ไม่ได้แล้วทำให้ใช้ได้อีกครั้ง

• -다가 : 어떤 행동이 진행되는 중에 다른 행동이 나타남을 나타내는 연결 어미.
พลาง, แล้ว..., ระหว่าง
วิภัตติปัจจัยเชื่อมระหว่างประโยคที่แสดงการกระทำอื่นเกิดขึ้นในระหว่างที่การกระทำใด ๆ กำลังดำเนินอยู่

• **저장되다** (คำกริยา) : 물건이나 재화 등이 모아져서 보관되다.
ถูกเก็บ, ถูกรักษา, ถูกเก็บรักษา
สิ่งของ เงินหรือทรัพย์สิน เป็นต้น ถูกรวบรวมและเก็บรักษา

• -ㄴ : 앞의 말이 관형어의 기능을 하게 만들고 사건이나 동작이 완료되어 그 상태가 유지되고 있음을 나타내는 어미.
ที่..., ...อยู่
วิภัตติปัจจัยที่แสดงการที่ทำให้คำพูดข้างหน้าทำหน้าที่เป็นคุณศัพท์ขยายนามและเหตุการณ์หรืออากัปกิริยานั้นเสร็จสิ้นไปแล้วและยังคงสภาพดังกล่าวอย่างต่อเนื่องอยู่

• **파일** (คำนาม) : 컴퓨터의 기억 장치에 일정한 단위로 저장된 정보의 묶음.
ไฟล์, แฟ้ม, แฟ้มข้อมูล(คอมพิวเตอร์)
การรวมข้อมูลที่ถูกบันทึกไว้ในหน่วยความจำของคอมพิวเตอร์ให้เป็นหน่วยตามที่กำหนด

• 을 : 동작이 직접적으로 영향을 미치는 대상을 나타내는 조사.
ไม่พบคำแปล
คำชี้ที่แสดงเป้าหมายที่การกระทำส่งผลกระทบโดยตรง

• **보다** (คำกริยา) : 대상의 내용이나 상태를 알기 위하여 살피다.
ดู, มอง, ส่อง(กระจก, กล้องจุลทรรศน์)
พิจารณาเพื่อให้รู้เนื้อหาหรือสภาพของวัตถุ

• -니 : 앞에서 이야기한 내용과 관련된 다른 사실을 이어서 설명할 때 쓰는 연결 어미.
พอ...ก็...
วิภัตติปัจจัยเชื่อมระหว่างประโยคที่ใช้เมื่อเชื่อมและอธิบายข้อเท็จจริงอื่นที่เกี่ยวข้องกับเนื้อหาที่ได้บอกเล่าไว้ในประโยคหน้า

• **독수리** (คำนาม) : 갈고리처럼 굽은 날카로운 부리와 발톱을 가지고 있으며 빛깔이 검은 큰 새.
นกอินทรี
นกสีดำขนาดใหญ่ มีเล็บเท้าและจงอยที่แหลมคมและโง้งคล้ายตะขอ

• **참새** (คำนาม) : 주로 사람이 사는 곳 근처에 살며, 몸은 갈색이고 배는 회백색인 작은 새.
นกกระจอก
นกตัวเล็กสีน้ำตาล ท้องมีสีเทา และส่วนใหญ่อาศัยอยู่บริเวณที่คนอยู่อาศัย

• **앵무새** (คำนาม) : 사람의 말을 잘 흉내 내며 여러 빛깔을 가진 새.
นกแก้ว
นกที่มีสีหลากสีและมีความสามารถในการเลียนแบบคำพูดของคนได้ดี

• **까치** (คำนาม) : 머리에서 등까지는 검고 윤이 나며 어깨와 배는 흰, 사람의 집 근처에 사는 새.
นกกางเขน
นกที่อาศัยบริเวณบ้านของคน ท้องและบ่ามีสีขาว ตั้งแต่หัวจนถึงหลังมีสีดำเงาวาว

• **비둘기** (คำนาม) : 공원이나 길가 등에서 흔히 볼 수 있는, 다리가 짧고 날개가 큰 회색 혹은 하얀색의 새.

นกพิราบ

นกที่มีขาสั้นและมีปีกสีขาวหรือสีเทาซึ่งสามารถพบเห็นได้ง่ายทั่วไปตามสวนสาธารณะหรือตามถนนหนทาง เป็นต้น

• **제비** (คำนาม) : 등은 검고 배는 희며 매우 빠르게 날고, 봄에 한국에 날아왔다가 가을에 남쪽으로 날아가는 작은 여름 철새.

นกนางแอ่น

นกฤดูร้อนที่ย้ายถิ่นตามฤดูกาลลำตัวเล็ก ที่บินมาที่ประเทศเกาหลีในฤดูใบไม้ผลิและบินไปยังทิศใต้ในฤดูใบไม้ร่วง ซึ่งหลังเป็นสีดำท้องสีขาวและบินได้รวดเร็วมาก

• **등** (คำนาม) : 앞에서 말한 것 외에도 같은 종류의 것이 더 있음을 나타내는 말.

อื่น ๆ, เป็นต้น

คำที่ใช้แสดงว่ายังมีสิ่งที่อยู่ในประเภทเดียวกันอีกนอกเหนือจากสิ่งที่กล่าวไปแล้วข้างหน้า

• **모두** (คำวิเศษณ์) : 빠짐없이 다.

ทั้งหมด, ทุก, ทั้งสิ้น, ทั้งมวล, ทั้งปวง, ทุกคน, ทุกอย่าง, ทั้งนั้น

ทั้งหมดโดยไม่มีข้อยกเว้น

• **새** (คำนาม) : 몸에 깃털과 날개가 있고 날 수 있으며 다리가 둘인 동물.

นก

สัตว์ที่มีสองเท้า มีขนและปีกที่ร่างกายและสามารถบินได้

• **이름** (คำนาม) : 다른 것과 구별하기 위해 동물, 사물, 현상 등에 붙여서 부르는 말.

ชื่อ

คำที่ใช้เรียกโดยมีไว้ใช้กับปรากฏการณ์ สัตว์ สิ่งของ เป็นต้น เพื่อแยกแยะกับสิ่งอื่น

• 으로 : 어떤 일의 방법이나 방식을 나타내는 조사.

โดย..., ด้วย...

คำชี้ที่แสดงวิธีการหรือวิธีของงานใด ๆ

• **되다** (คำกริยา) : 어떤 형태나 구조로 이루어지다.

ประกอบด้วย, มี, มีอยู่

ประกอบด้วยรูปแบบหรือโครงสร้างใด ๆ

• -어 있다 : 앞의 말이 나타내는 상태가 계속됨을 나타내는 표현.

...อยู่

สำนวนที่แสดงว่าสภาพที่คำพูดข้างหน้าแสดงไว้นั้นดำเนินอยู่อย่างต่อเนื่อง

• -었- : 사건이 과거에 일어났음을 나타내는 어미.

...แล้ว(อดีตกาล)

วิภัตติปัจจัยที่แสดงว่าเหตุการณ์ได้เกิดขึ้นในอดีต

• -다 : 어떤 사건이나 사실, 상태를 서술함을 나타내는 종결 어미.
วิภัตติปัจจัยลงท้ายประโยคบอกเล่า
วิภัตติปัจจัยลงท้ายประโยคที่แสดงการบอกเล่าเหตุการณ์ ข้อเท็จจริง หรือสภาพการณ์ใด ๆ

수리 기사+는 궁금증+을 참다못하+여 교수+님+에게 묻(물)+었+다.
참다못해 **물었다**

• **수리** (คำนาม) : 고장 난 것을 손보아 고침.
การซ่อมแซม, การแก้ไข, การซ่อม, การปฏิสังขรณ์, การปรับปรุง, การบูรณะ
การแก้ไขซ่อมแซมสิ่งที่ชำรุด

• **기사** (คำนาม) : 국가나 단체가 인정한 기술 자격증을 가진 기술자.
ผู้ที่ขับรถยนต์หรือเดินเครื่องจักร เป็นต้นเป็นอาชีพ
ผู้เชี่ยวชาญที่มีใบอนุญาตประกอบวิชาชีพทางด้านเทคนิคเฉพาะทาง ซึ่งได้รับการรับรองจากรัฐบาลหรือองค์กรใด ๆ

• 는 : 문장 속에서 어떤 대상이 화제임을 나타내는 조사.
...นั้น
คำชี้ที่แสดงว่าเป้าหมายใดๆเป็นหัวเรื่องในประโยค

• **궁금증** (คำนาม) : 몹시 궁금한 마음.
อาการอยากรู้อยากเห็น, ความสอดรู้สอดเห็น
ความรู้สึกที่อยากรู้เป็นอย่างมาก

• 을 : 동작이 직접적으로 영향을 미치는 대상을 나타내는 조사.
ไม่พบคำแปล
คำชี้ที่แสดงเป้าหมายที่การกระทำส่งผลกระทบโดยตรง

• **참다못하다** (คำกริยา) : 참을 수 있는 만큼 참다가 더 이상 참지 못하다.
อดทนไม่ได้, อดรนทนไม่ไหว
อดทนเท่าที่จะทนได้จนในที่สุด แล้วก็ไม่สามารถทนได้อีกต่อไป

• -여 : 앞의 말이 뒤의 말보다 먼저 일어났거나 뒤의 말에 대한 방법이나 수단이 됨을 나타내는 연결 어미.
แล้ว..., แล้วจึง...
วิภัตติปัจจัยเชื่อมระหว่างประโยคที่แสดงการที่คำพูดข้างหน้าเกิดขึ้นก่อนคำพูดข้างหลัง
หรือกลายเป็นวิธีการหรือวิธีทำเกี่ยวกับคำพูดข้างหลัง

• **교수** (คำนาม) : 대학에서 학문을 연구하고 가르치는 일을 하는 사람. 또는 그 직위.
อาจารย์, อาจารย์มหาวิทยาลัย
คนที่ทำงานสอนและค้นคว้าวิจัยวิชาการในมหาวิทยาลัย หรือตำแหน่งดังกล่าว

• 님 : '높임'의 뜻을 더하는 접미사.
คุณ..., ท่าน...
ปัจจัยที่ใช้เพิ่มความหมายของคำว่า 'การยกย่อง'

• 에게 : 어떤 행동이 미치는 대상임을 나타내는 조사.
แก่, ให้แก่, ให้, ถึง
คำชี้ที่แสดงว่าเป็นเป้าหมายที่การกระทำใด ๆ มีผลต่อ

• **묻다** (คำกริยา) : 대답이나 설명을 요구하며 말하다.
ถาม, ซัก
พูดเรียกร้องให้ตอบหรืออธิบาย

• -었- : 사건이 과거에 일어났음을 나타내는 어미.
...แล้ว(อดีตกาล)
วิภัตติปัจจัยที่แสดงว่าเหตุการณ์ได้เกิดขึ้นในอดีต

• -다 : 어떤 사건이나 사실, 상태를 서술함을 나타내는 종결 어미.
วิภัตติปัจจัยลงท้ายประโยคบอกเล่า
วิภัตติปัจจัยลงท้ายประโยคที่แสดงการบอกเล่าเหตุการณ์ ข้อเท็จจริง หรือสภาพการณ์ใด ๆ

수리 기사 : 교수+님, 파일 이름+을 모두 새 이름+으로 짓(지)+으시+었+네요.
지으셨네요

• **교수** (คำนาม) : 대학에서 학문을 연구하고 가르치는 일을 하는 사람. 또는 그 직위.
อาจารย์, อาจารย์มหาวิทยาลัย
คนที่ทำงานสอนและค้นคว้าวิจัยวิชาการในมหาวิทยาลัย หรือตำแหน่งดังกล่าว

• 님 : '높임'의 뜻을 더하는 접미사.
คุณ..., ท่าน...
ปัจจัยที่ใช้เพิ่มความหมายของคำว่า 'การยกย่อง'

• **파일** (คำนาม) : 컴퓨터의 기억 장치에 일정한 단위로 저장된 정보의 묶음.
ไฟล์, แฟ้ม, แฟ้มข้อมูล(คอมพิวเตอร์)
การรวมข้อมูลที่ถูกบันทึกไว้ในหน่วยความจำของคอมพิวเตอร์ให้เป็นหน่วยตามที่กำหนด

• **이름** (คำนาม) : 다른 것과 구별하기 위해 동물, 사물, 현상 등에 붙여서 부르는 말.
ชื่อ
คำที่ใช้เรียกโดยมีไว้ใช้กับปรากฏการณ์ สัตว์ สิ่งของ เป็นต้น เพื่อแยกแยะกับสิ่งอื่น

• 을 : 동작이 직접적으로 영향을 미치는 대상을 나타내는 조사.
ไม่พบคำแปล
คำชี้ที่แสดงเป้าหมายที่การกระทำส่งผลกระทบโดยตรง

• **모두** (คำวิเศษณ์) : 빠짐없이 다.
ทั้งหมด, ทุก, ทั้งสิ้น, ทั้งมวล, ทั้งปวง, ทุกคน, ทุกอย่าง, ทั้งนั้น
ทั้งหมดโดยไม่มีข้อยกเว้น

• **새** (คำนาม) : 몸에 깃털과 날개가 있고 날 수 있으며 다리가 둘인 동물.
นก
สัตว์ที่มีสองเท้า มีขนและปีกที่ร่างกายและสามารถบินได้

• **이름** (คำนาม) : 다른 것과 구별하기 위해 동물, 사물, 현상 등에 붙여서 부르는 말.
ชื่อ
คำที่ใช้เรียกโดยมีไว้ใช้กับปรากฏการณ์ สัตว์ สิ่งของ เป็นต้น เพื่อแยกแยะกับสิ่งอื่น

• 으로 : 어떤 일의 방법이나 방식을 나타내는 조사.
โดย..., ด้วย...
คำชี้ที่แสดงวิธีการหรือวิธีของงานใด ๆ

• **짓다** (คำกริยา) : 이름 등을 정하다.
สร้าง, ตั้ง
กำหนดชื่อหรือสิ่งอื่น

• -으시- : 어떤 동작이나 상태의 주체를 높이는 뜻을 나타내는 어미.
ไม่พบคำแปล
วิภัตติปัจจัยที่ใช้แสดงความหมายว่ายกย่องประธานของการกระทำหรือสภาพใด ๆ

• -었- : 어떤 사건이 과거에 완료되었거나 그 사건의 결과가 현재까지 지속되는 상황을 나타내는 어미.
...แล้ว
วิภัตติปัจจัยที่แสดงว่าเหตุการณ์ใดๆเสร็จสมบูรณ์ไปแล้วในอดีตหรือแสดงสถานการณ์ที่ผลลัพธ์ของเหตุการณ์ดังกล่าวต่อเนื่องจนถึงปัจจุบัน

• -네요 : (두루높임으로) 말하는 사람이 직접 경험하여 새롭게 알게 된 사실에 대해 감탄함을 나타낼 때 쓰는 표현.
...จังค่ะ(ครับ)
(ใช้ในการยกย่องอย่างไม่เป็นทางการ) สำนวนที่ใช้เมื่อแสดงการอุทานเกี่ยวกับสิ่งที่ผู้พูดเพิ่งรู้เมื่อได้ประสบด้วยตนเอง

수리 기사 : 요즘 새+[에 대한] 논문+을 쓰+[고 계시]+[나 보]+지요?
쓰고 계시나 보죠

• **요즘** (คำนาม) : 아주 가까운 과거부터 지금까지의 사이.
ปัจจุบัน, ขณะนี้, สมัยนี้, ในระยะนี้, หมู่นี้, เมื่อไม่นานมานี้, เมื่อเร็ว ๆ นี้, ทุกวันนี้, ล่าสุด
ระยะเวลาตั้งแต่อดีตเมื่อไม่นานมานี้จนถึงปัจจุบัน

• **새** (คำนาม) : 몸에 깃털과 날개가 있고 날 수 있으며 다리가 둘인 동물.
นก
สัตว์ที่มีสองเท้า มีขนและปีกที่ร่างกายและสามารถบินได้

• 에 대한 : 뒤에 오는 명사를 수식하며 앞에 오는 명사를 뒤에 오는 명사의 대상으로 함을 나타내는 표현.
เกี่ยวกับ..., สัมพันธ์กับ...
สำนวนที่ขยายคำนามที่ตามมาข้างหลังและแสดงว่าคำนามที่อยู่ข้างหน้าเป็นเป้าหมายของคำนามที่ตามมาข้างหลัง

• **논문** (คำนาม) : 어떠한 주제에 대한 학술적인 연구 결과를 일정한 형식에 맞추어 체계적으로 쓴 글.
วิทยานิพนธ์, บทความงานวิจัย
บทความที่เขียนผลงานวิจัยเชิงวิชาการเกี่ยวกับหัวข้อใดหัวข้อหนึ่งอย่างเป็นระบบและตรงตามกับรูปแบบที่กำหนด

• 을 : 동작이 직접적으로 영향을 미치는 대상을 나타내는 조사.
ไม่พบคำแปล
คำชี้ที่แสดงเป้าหมายที่การกระทำส่งผลกระทบโดยตรง

• **쓰다** (คำกริยา) : 머릿속의 생각이나 느낌 등을 종이 등에 글로 적어 나타내다.
เขียน
เขียนแสดงความรู้สึกหรือความนึกคิดในหัวลงบนกระดาษ เป็นต้น

• -고 계시다 : (높임말로) 앞의 말이 나타내는 행동이 계속 진행됨을 나타내는 표현.
กำลัง...อยู่
(คำยกย่อง) สำนวนที่แสดงว่าการกระทำที่คำพูดข้างหน้าแสดงไว้นั้นดำเนินอย่างต่อเนื่อง

• -나 보다 : 앞의 말이 나타내는 사실을 추측함을 나타내는 표현.
ดูเหมือนว่าจะ..., คงจะ...
สำนวนที่แสดงการคาดคะเนสภาพการณ์หรือการกระทำที่ปรากฏในคำพูดข้างหน้า

• -지요 : (두루높임으로) 말하는 사람이 듣는 사람에게 친근함을 나타내며 물을 때 쓰는 종결 어미.
...ค่ะ(ครับ)
(ใช้ในการยกย่องอย่างไม่เป็นทางการ) วิภัตติปัจจัยลงท้ายประโยคเมื่อผู้พูดถามไปพร้อมกับการแสดงความสนิทสนมกับผู้ฟัง

교수+님+이 울상+을 짓(지)+으면서 말하+였+다.
지으면서 말했다

• **교수** (คำนาม) : 대학에서 학문을 연구하고 가르치는 일을 하는 사람. 또는 그 직위.
อาจารย์, อาจารย์มหาวิทยาลัย
คนที่ทำงานสอนและค้นคว้าวิจัยวิชาการในมหาวิทยาลัย หรือตำแหน่งดังกล่าว

• 님 : '높임'의 뜻을 더하는 접미사.
คุณ..., ท่าน...
ปัจจัยที่ใช้เพิ่มความหมายของคำว่า 'การยกย่อง'

• 이 : 어떤 상태나 상황의 대상이나 동작의 주체를 나타내는 조사.
ตัวชี้ประธาน
คำชี้ที่ใช้แสดงสิ่งที่อยู่ในสถานการณ์หรือสภาพใด ๆ หรือผู้ที่เป็นประธานของอากัปกริยา

• **울상** (คำนาม) : 울려고 하는 얼굴 표정.
หน้าเบ้, หน้าเหยเก, หน้าเสีย, หน้าเจื่อน, หน้าบูดเบี้ยว
สีหน้าที่กำลังจะร้องไห้

• 을 : 동작이 직접적으로 영향을 미치는 대상을 나타내는 조사.
ไม่พบคำแปล
คำชี้ที่แสดงเป้าหมายที่การกระทำส่งผลกระทบโดยตรง

• **짓다** (คำกริยา) : 어떤 표정이나 태도 등을 얼굴이나 몸에 나타내다.
เผย, สร้าง
ทำให้ปรากฏสีหน้าใดหรือท่าทางใด เป็นต้น ออกบนหน้าตาหรือร่างกาย

• -으면서 : 두 가지 이상의 동작이나 상태가 함께 일어남을 나타내는 연결 어미.
ในขณะที่..., ...พร้อมกันกับ..., ...พลาง...พลาง, ...ไปพลาง...ไปพลาง, ...พร้อมทั้ง...
วิภัตติปัจจัยเชื่อมระหว่างประโยคที่ใช้แสดงการที่อากัปกิริยา สภาพ หรือข้อเท็จจริงตั้งแต่สองสิ่งขึ้นไปเกิดขึ้นร่วมกัน

• **말하다** (คำกริยา) : 어떤 사실이나 자신의 생각 또는 느낌을 말로 나타내다.
พูด, บอก, กล่าว, เล่า
แสดงข้อเท็จจริงใด ๆ หรือความคิดหรือความรู้สึกของตัวเองเป็นคำพูด

• -였- : 사건이 과거에 일어났음을 나타내는 어미.
...แล้ว(อดีตกาล)
วิภัตติปัจจัยที่แสดงว่าเหตุการณ์ได้เกิดขึ้นในอดีต

• -다 : 어떤 사건이나 사실, 상태를 서술함을 나타내는 종결 어미.
วิภัตติปัจจัยลงท้ายประโยคบอกเล่า
วิภัตติปัจจัยลงท้ายประโยคที่แสดงการบอกเล่าเหตุการณ์ ข้อเท็จจริง หรือสภาพการณ์ใด ๆ

교수님 : 아니+에요.

실은 그것 때문+에 짜증+이 나+(아)서 미치+겠+어요.
나서

• **아니다** (คำคุณศัพท์) : 어떤 사실이나 내용을 부정하는 뜻을 나타내는 말.
ไม่, ไม่ใช่
คำที่แสดงความหมายเชิงปฏิเสธเนื้อหาหรือข้อเท็จจริงใด ๆ

• -에요 : (두루높임으로) 어떤 사실을 서술하거나 질문함을 나타내는 종결 어미.
วิภัตติปัจจัยลงท้ายประโยคที่ใช้ในการยกย่องโดยทั่วไป
(ใช้ในการยกย่องอย่างไม่เป็นทางการ) วิภัตติปัจจัยลงท้ายประโยคที่แสดงการบอกเล่าหรือการถามถึงสิ่งใด ๆ

• **실은** (คำวิเศษณ์) : 사실을 말하자면. 실제로는.
จริง, ตามจริง, ตามความเป็นจริง, โดยแท้จริงแล้ว, จริง ๆ แล้ว
ถ้าจะพูดความเป็นจริง โดยแท้จริงนั้น

• **그것** (สรรพนาม) : 앞에서 이미 이야기한 대상을 가리키는 말.
เรื่องนั้น, อันนั้น, สิ่งนั้น
คำที่บ่งชี้ถึงเป้าหมายที่พูดถึงแล้วในก่อนหน้า

• **때문** (คำนาม) : 어떤 일의 원인이나 이유.
เพราะ, เพราะว่า
เหตุผลหรือสาเหตุของเรื่องใด ๆ

• 에 : 앞말이 어떤 일의 원인임을 나타내는 조사.
เพราะ..., เนื่องจาก..., จาก...
คำชี้ที่แสดงว่าคำพูดข้างหน้าเป็นเหตุผลของเรื่องใด ๆ

• **짜증** (คำนาม) : 마음에 들지 않아서 화를 내거나 싫은 느낌을 겉으로 드러내는 일. 또는 그런 성미.
ความหงุดหงิด, ความรำคาญ, ความโมโห
การแสดงความรู้สึกที่ไม่ชอบหรือโกรธเพราะไม่พอใจออกมาภายนอก หรือนิสัยที่เป็นเช่นนั้น

• 이 : 어떤 상태나 상황의 대상이나 동작의 주체를 나타내는 조사.
ตัวชี้ประธาน
คำชี้ที่ใช้แสดงสิ่งที่อยู่ในสถานการณ์หรือสภาพใด ๆ หรือผู้ที่เป็นประธานของอากัปกริยา

• **나다** (คำกริยา) : 어떤 감정이나 느낌이 생기다.
เกิด, มี, ออก
อารมณ์หรือความรู้สึกใดได้เกิดขึ้น

• -아서 : 이유나 근거를 나타내는 연결 어미.
เพราะ..จึง...
วิภัตติปัจจัยเชื่อมระหว่างประโยคที่แสดงเหตุผลหรือสาเหตุ

• **미치다** (คำกริยา) : 어떤 상태가 너무 심해서 정신이 없어질 정도로 괴로워하다.
บ้า, สติหลุด
ทรมานจนเสียสติเนื่องจากสภาพการณ์ใดที่ร้ายแรงมาก

• -겠- : 완곡하게 말하는 태도를 나타내는 어미.
จะ..
วิภัตติปัจจัยที่แสดงท่าทีที่พูดอย่างนุ่มนวล

• -어요 : (두루높임으로) 어떤 사실을 서술하거나 질문, 명령, 권유함을 나타내는 종결 어미.
วิภัตติปัจจัยลงท้ายประโยคที่ใช้ในการยกย่องโดยทั่วไป
(ใช้ในการยกย่องอย่างไม่เป็นทางการ) วิภัตติปัจจัยลงท้ายประโยคที่แสดงการบอกเล่า การถาม การสั่ง หรือการชักชวนเรื่องใด ๆ

교수님 : 파일 저장하+[ㄹ 때]+마다 '새 이름+으로 저장'+이라고 나오+는데
저장할 때

이제 생각나+는 새 이름+도 없+는데.

• **파일** (คำนาม) : 컴퓨터의 기억 장치에 일정한 단위로 저장된 정보의 묶음.
ไฟล์, แฟ้ม, แฟ้มข้อมูล(คอมพิวเตอร์)
การรวมข้อมูลที่ถูกบันทึกไว้ในหน่วยความจำของคอมพิวเตอร์ให้เป็นหน่วยตามที่กำหนด

• **저장하다** (คำกริยา) : 물건이나 재화 등을 모아서 보관하다.
เก็บ, รักษา, เก็บรักษา
รวบรวมสิ่งของ เงินหรือทรัพย์สิน เป็นต้น และเก็บรักษา

• -ㄹ 때 : 어떤 행동이나 상황이 일어나는 동안이나 그 시기 또는 그러한 일이 일어난 경우를 나타내는 표현.
เมื่อ..., ตอน..., ตอนที่...
สำนวนที่แสดงระยะเวลาหรือเวลาที่กระทำการใดๆหรือเกิดสถานการณ์ใดๆหรือแสดงกรณีที่เรื่องดังกล่าวเกิดขึ้น

• 마다 : 하나하나 빠짐없이 모두의 뜻을 나타내는 조사.
ทุก ๆ, แต่ละ
คำชี้ที่แสดงความหมายทั้งหมดอย่างไม่ตกหล่นสักอย่าง

• **새** (คุณศัพท์) : 생기거나 만든 지 얼마 되지 않은.
ใหม่
ที่เพิ่งจะมีขึ้นได้ไม่นาน ที่เพิ่งจะสร้างขึ้นได้ไม่นาน

• **이름** (คำนาม) : 다른 것과 구별하기 위해 동물, 사물, 현상 등에 붙여서 부르는 말.
ชื่อ
คำที่ใช้เรียกโดยมีไว้ใช้กับปรากฏการณ์ สัตว์ สิ่งของ เป็นต้น เพื่อแยกแยะกับสิ่งอื่น

• 으로 : 어떤 일의 방법이나 방식을 나타내는 조사.
โดย..., ด้วย...
คำชี้ที่แสดงวิธีการหรือวิธีของงานใด ๆ

• **저장** (คำนาม) : 물건이나 재화 등을 모아서 보관함.
การเก็บ, การรักษา, การเก็บรักษา
การรวบรวมสิ่งของ เงินหรือทรัพย์สิน เป็นต้น และเก็บรักษา

• 이라고 : 앞의 말이 원래 말해진 그대로 인용됨을 나타내는 조사.
ว่า...
คำชี้ที่แสดงการอ้างอิงคำข้างหน้าตามเดิมที่พูดไว้

• **나오다** (คำกริยา) : 책, 신문, 방송 등에 글이나 그림 등이 실리거나 어떤 내용이 나타나다.
ออกพิมพ์, ตีพิมพ์, พิมพ์ออกมา, ถ่ายทอดออกมา
รูปหรือข้อความถูกตีพิมพ์หรือเนื้อหาใดได้ปรากฏในหนังสือ หนังสือพิมพ์หรือการออกอากาศ เป็นต้น

• -는데 : 뒤의 말을 하기 위하여 그 대상과 관련이 있는 상황을 미리 말함을 나타내는 연결 어미.
ก็...นะ ว่าแต่...
วิภัตติปัจจัยเชื่อมระหว่างประโยคที่แสดงการพูดสถานการณ์ที่เกี่ยวกับเป้าหมายนั้น ๆ ไว้ล่วงหน้าเพื่อที่จะพูดต่อเนื่อง

• **이제** (คำวิเศษณ์) : 말하고 있는 바로 이때에.
ตอนนี้, ขณะนี้
ตอนนี้ในขณะที่พูด

• **생각나다** (คำกริยา) : 새로운 생각이 머릿속에 떠오르다.
คิดออก, นึกออก, นึกได้, นึกขึ้นได้
ความคิดใหม่ ๆ เกิดขึ้นในใจ

• -는 : 앞의 말이 관형어의 기능을 하게 만들고 사건이나 동작이 현재 일어남을 나타내는 어미.
...ที่...
วิภัตติปัจจัยที่แสดงการที่ทำให้คำพูดข้างหน้าทำหน้าที่เป็นคุณศัพท์ขยายนามและเหตุการณ์หรืออากัปกิริยาเกิดขึ้นในปัจจุบัน

• **새** (คำนาม) : 몸에 깃털과 날개가 있고 날 수 있으며 다리가 둘인 동물.
นก
สัตว์ที่มีสองเท้า มีขนและปีกที่ร่างกายและสามารถบินได้

• **이름** (คำนาม) : 다른 것과 구별하기 위해 동물, 사물, 현상 등에 붙여서 부르는 말.
ชื่อ
คำที่ใช้เรียกโดยมีไว้ใช้กับปรากฏการณ์ สัตว์ สิ่งของ เป็นต้น เพื่อแยกแยะกับสิ่งอื่น

• 도 : 이미 있는 어떤 것에 다른 것을 더하거나 포함함을 나타내는 조사.
...ด้วย
คำชี้ที่แสดงการรวมหรือเพิ่มสิ่งอื่นลงในสิ่งใด ๆ ที่มีอยู่แล้ว

• **없다** (คำคุณศัพท์) : 어떤 물건을 가지고 있지 않거나 자격이나 능력 등을 갖추지 않은 상태이다.
ไม่มี, ปราศจาก, ไร้ซึ่ง...
อยู่ในสภาพที่ไม่มีสิ่งของใด ๆ อยู่ ไม่มีคุณสมบัติหรือความสามารถ เป็นต้น

• -는데 : (두루낮춤으로) 듣는 사람의 반응을 기대하며 어떤 일에 대해 감탄함을 나타내는 종결 어미.
...นะ
(ใช้ในการลดระดับอย่างไม่เป็นทางการ) วิภัตติปัจจัยลงท้ายประโยคที่แสดงความประหลาดใจในเรื่องใด ๆ
โดยคาดหวังในปฏิกิริยาของผู้ฟัง

< 12 단원(บท) >

제목 : 이 늦은 시간에 여기서 뭐 하고 계세요?

● 본문 (เนื้อหาเดิม)

늦은 밤 담력 훈련에 참가한 두 여자가 마지막 코스인 공동묘지를 지나가고 있었다.

그녀들은 무서웠지만 애써 태연한 모습으로 걸어가고 있었는데 갑자기 '톡탁톡탁' 하는 소리가 들려오기 시작했다.

깜짝 놀란 두 여자는 공포에 질려 가까스로 천천히 발걸음을 내딛고 있었다.

그때 눈앞에 망치를 들고 정으로 묘비를 쪼고 있는 노인의 모습이 희미하게 보였다.

순간 두 여자는 안도의 한숨을 내쉬며 말했다.

여자 1 : 할아버지, 귀신인 줄 알고 깜짝 놀랐잖아요.

그런데 이 늦은 시간에 여기서 뭐 하고 계세요?

여자 2 : 내일 밝을 때 하시는 게 좋을 것 같아요.

지금은 어두워서 위험하세요.

할아버지 : 음, 오늘 안에 빨리 끝내야 돼.

여자 1 : 그런데 묘비에 무슨 문제라도 있나요?

할아버지 : 글쎄, 어떤 멍청한 녀석들이 묘비에 내 이름을 잘못 써 놨잖아.

● 발음 (การออกเสียง)

늦은 밤 담력 훈련에 참가한 두 여자가 마지막 코스인 공동묘지를 지나가고 있었다.
느즌 밤 담녁 훌려네 참가한 두 여자가 마지막 코스인 공동묘지를 지나가고 이썯따.
neujeun bam damnyeok hullyeone chamgahan du yeojaga majimak koseuin gongdongmyojireul jinagago isseotda.

그녀들은 무서웠지만 애써 태연한 모습으로 걸어가고 있었는데 갑자기 '톡탁톡탁' 하는 소리가 들려오기
그녀드른 무서월찌만 애써 태연한 모스브로 거러가고 이썬는데 갑짜기 '톡탁톡탁' 하는 소리가 들려오기
geunyeodeureun museowotjiman aesseo taeyeonhan moseubeuro georeogago isseonneunde gapjagi 'toktaktoktak' haneun soriga deullyeoogi

시작했다.
시자캗따.
sijakaetda.

깜짝 놀란 두 여자는 공포에 질려 가까스로 천천히 발걸음을 내딛고 있었다.
깜짝 놀란 두 여자는 공포에 질려 가까스로 천천히 발꺼르믈 내딛꼬 이썯따.
kkamjjak nollan du yeojaneun gongpoe jillyeo gakkaseuro cheoncheonhi balgeoreumeul naeditgo isseotda.

그때 눈앞에 망치를 들고 정으로 묘비를 쪼고 있는 노인의 모습이 희미하게 보였다.
그때 누나페 망치를 들고 정으로 묘비를 쪼고 인는 노이네 모스비 히미하게 보엳따.
geuttae nunape mangchireul deulgo jeongeuro myobireul jjogo inneun noinui(noine) moseubi huimihage(himihage) boyeotda.

순간 두 여자는 안도의 한숨을 내쉬며 말했다.
순간 두 여자는 안도에 한수믈 내쉬며 말핻따.
sungan du yeojaneun andoui(andoe) hansumeul naeswimyeo malhaetda.

여자 1 : 할아버지, 귀신인 줄 알고 깜짝 놀랐잖아요.
여자 1 : 하라버지, 귀시닌 줄 알고 깜짝 놀랃짜나요.
yeoja 1 : harabeoji, gwisinin jul algo kkamjjak nollatjanayo.

그런데 이 늦은 시간에 여기서 뭐 하고 계세요?
그런데 이 느즌 시가네 여기서 뭐 하고 게세요?
geureonde i neujeun sigane yeogiseo mwo hago gyeseyo(geseyo)?

여자 2 : 내일 밝을 때 하시는 게 좋을 것 같아요.
여자 2 : 내일 발글 때 하시는 게 조을 껀 가타요.
yeoja 2 : naeil balgeul ttae hasineun ge joeul geot gatayo.

지금은 어두워서 위험하세요.
지그믄 어두워서 위험하세요.
jigeumeun eoduwoseo wiheomhaseyo.

할아버지 : 음, 오늘 안에 빨리 끝내야 돼.
하라버지 : 음, 오늘 아네 빨리 끈내에 돼.
harabeoji : eum, oneul ane ppalli kkeunnaeya dwae.

여자 1 : 그런데 묘비에 무슨 문제라도 있나요?
여자 1 : 그런데 묘비에 무슨 문제라도 인나요?
yeoja 1 : geureonde myobie museun munjerado innayo?

할아버지 : 글쎄, 어떤 멍청한 녀석들이 묘비에 내 이름을 잘못 써 놨잖아.
하라버지 : 글쎄, 어떤 멍청한 녀석드리 묘비에 내 이르믈 잘몯 써 놛짜나.
harabeoji : geulsse, eotteon meongcheonghan nyeoseokdeuri myobie nae ireumeul jalmot sseo nwatjana.

● 어휘 (ศัพท์) / 문법 (ไวยากรณ์)

늦+은 밤 담력 훈련+에 참가하+ㄴ 두 여자+가 마지막 코스+이+ㄴ 공동묘지+를 지나가+고 있+었+다.

그녀+들+은 무섭(무서우)+었+지만 애쓰(애ㅆ)+어 태연하+ㄴ 모습+으로 걸어가+고 있+었+는데 갑자기

'톡탁톡탁' 하+는 소리+가 들려오+기 시작하+였+다.

깜짝 놀라+ㄴ 두 여자+는 공포+에 질리+어 가까스로 천천히 발걸음+을 내딛+고 있+었+다.

그때 눈앞+에 망치+를 들+고 정+으로 묘비+를 쪼+고 있+는 노인+의 모습+이 희미하+게 보이+었+다.

순간 두 여자+는 안도+의 한숨+을 내쉬+며 말하+였+다.

여자 1 : 할아버지, 귀신+이+ㄴ 줄 알+고 깜짝 놀라+았+잖아요.

그런데 이 늦+은 시간+에 여기+서 뭐 하+고 계시+어요?

여자 2 : 내일 밝+을 때 하+시+는 것(거)+이 좋+을 것 같+아요.

지금+은 어둡(어두우)+어서 위험하+세요.

할아버지 : 음, 오늘 안+에 빨리 끝내+(어)야 되+어.

여자 1 : 그런데 묘비+에 무슨 문제+라도 있+나요?

할아버지 : 글쎄, 어떤 멍청하+ㄴ 녀석+들+이 묘비+에 나+의 이름+을 잘못

쓰(ㅆ)+어 놓+았+잖아.

늦+은 밤 담력 훈련+에 참가하+ㄴ 두 여자+가 마지막 코스+이+ㄴ 공동묘지+를 지나가+[고 있]+었+다.
참가한 코스인

• **늦다** (คำคุณศัพท์) : 적당한 때를 지나 있다. 또는 시기가 한창인 때를 지나 있다.
ช้า, สาย
ผ่านช่วงเวลาที่เหมาะสม หรือผ่านช่วงเวลาที่เป็นระดับสูงสุด

• -은 : 앞의 말이 관형어의 기능을 하게 만들고 현재의 상태를 나타내는 어미.
ที่..., ซึ่ง...
วิภัตติปัจจัยที่ทำให้คำพูดข้างหน้าทำหน้าที่เป็นคุณศัพท์ขยายนามและแสดงถึงสภาพที่เป็นอยู่ในปัจจุบัน

• **밤** (คำนาม) : 해가 진 후부터 다음 날 해가 뜨기 전까지의 어두운 동안.
กลางคืน
ช่วงเวลามืดตั้งแต่หลังพระอาทิตย์ตกจนก่อนพระอาทิตย์ขึ้นในวันถัดไป

• **담력** (คำนาม) : 겁이 없고 용감한 기운.
พลังความกล้าหาญ, พลังแห่งความไม่เกรงกลัว, พลังความไม่เกรงขาม, พลังความไม่หวาดกลัว
พลังแห่งความกล้าหาญและไม่มีความเกรงกลัว

• **훈련** (คำนาม) : 가르쳐서 익히게 함.
การฝึกฝน, การฝึกหัด, การฝึกปฏิบัติ
การที่ทำให้ฝึกฝนด้วยการสอน

• 에 : 앞말이 목적지이거나 어떤 행위의 진행 방향임을 나타내는 조사.
ที่...
คำชี้ที่แสดงว่าคำพูดข้างหน้าเป็นทิศทางที่ดำเนินไปของการกระทำใด ๆ หรือเป็นจุดหมายปลายทาง

• **참가하다** (คำกริยา) : 모임이나 단체, 경기, 행사 등의 자리에 가서 함께하다.
เข้าร่วม
เข้าไปหรือมีส่วนร่วมในกลุ่มหรือการประชุม การแข่งขันหรือกิจกรรมใด ๆ เป็นต้น

• -ㄴ : 앞의 말이 관형어의 기능을 하게 만들고 사건이나 동작이 과거에 일어났음을 나타내는 어미.
ที่..., ...มา
วิภัตติปัจจัยที่แสดงการที่ทำให้คำพูดข้างหน้าทำหน้าที่เป็นคุณศัพท์ขยายนามและเหตุการณ์หรืออากัปกิริยาเกิดได้ขึ้นในอดีตแล้ว

• **두** (คุณศัพท์) : 둘의.
2, สอง
ที่เป็นจำนวนสอง

• **여자** (คำนาม) : 여성으로 태어난 사람.
ผู้หญิง, สตรี
คนที่เกิดมาเป็นผู้หญิง

• 가 : 어떤 상태나 상황에 놓인 대상이나 동작의 주체를 나타내는 조사.
คำชี้ประธาน
คำชี้ที่ใช้แสดงสิ่งที่อยู่ในสถานการณ์หรือสภาพใด ๆ หรือผู้ที่เป็นประธานของอากัปกริยา

• **마지막** (คำนาม) : 시간이나 순서의 맨 끝.
สุดท้าย, ตอนสุดท้าย, วาระสุดท้าย, ครั้งสุดท้าย, อวสาน, ท้ายที่สุด
หลังสุดของลำดับหรือช่วงเวลา

• **코스** (คำนาม) : 어떤 목적에 따라 정해진 길.
เส้นทาง, แนวทาง, วิถีทาง, ทาง, แนวทางปฏิบัติ
ทางที่ถูกกำหนดตามจุดมุ่งหมายบางอย่าง

• 이다 : 주어가 지시하는 대상의 속성이나 부류를 지정하는 뜻을 나타내는 서술격 조사.
เป็น
คำชี้ภาคแสดงการกที่แสดงความหมายที่กำหนดประเภทหรือคุณสมบัติของเป้าหมายที่ประธานบ่งชี้

• -ㄴ : 앞의 말이 관형어의 기능을 하게 만들고 현재의 상태를 나타내는 어미.
...ที่
วิภัตติปัจจัยที่ทำให้คำพูดข้างหน้าทำหน้าที่เป็นคุณศัพท์ขยายนามและแสดงถึงสภาพที่เป็นอยู่ในปัจจุบัน

• **공동묘지** (คำนาม) : 한 지역에 여러 사람의 무덤이 있어 공동으로 관리하는 무덤.
สุสานรวม
สุสานที่มีการดูแลร่วมกัน มีหลุมศพของคนหลายคนอยู่ในพื้นที่เดียวกัน

• 를 : 동작의 도착지나 동작이 이루어지는 장소를 나타내는 조사.
ไม่พบคำแปล
คำชี้ที่แสดงจุดหมายปลายทางของการกระทำหรือสถานที่ที่การกระทำเกิดขึ้น

• **지나가다** (คำกริยา) : 어떤 곳을 통과하여 가다.
ผ่านไป
ไปโดยผ่านสถานที่ใด

• -고 있다 : 앞의 말이 나타내는 행동이 계속 진행됨을 나타내는 표현.
กำลัง...อยู่
สำนวนที่แสดงว่าการกระทำที่ปรากฏในคำพูดข้างหน้าได้ดำเนินอย่างต่อเนื่อง

• -었- : 사건이 과거에 일어났음을 나타내는 어미.
...แล้ว(อดีตกาล)
วิภัตติปัจจัยที่แสดงว่าเหตุการณ์ได้เกิดขึ้นในอดีต

• -다 : 어떤 사건이나 사실, 상태를 서술함을 나타내는 종결 어미.
วิภัตติปัจจัยลงท้ายประโยคบอกเล่า
วิภัตติปัจจัยลงท้ายประโยคที่แสดงการบอกเล่าเหตุการณ์ ข้อเท็จจริง หรือสภาพการณ์ใด ๆ

그녀+들+은 무섭(무서우)+었+지만 애쓰(애ㅆ)+어 태연하+ㄴ 모습+으로 걸어가+[고 있]+었+는데
무서웠지만 애써 태연한

갑자기 '톡탁톡탁' 하+는 소리+가 들려오+기 시작하+였+다.
시작했다

• **그녀** (สรรพนาม) : 앞에서 이미 이야기한 여자를 가리키는 말.
เธอ, หล่อน, เจ้าหล่อน
คำบ่งชี้ถึงผู้หญิงที่พูดถึงไปก่อนหน้านี้แล้ว

• 들 : '복수'의 뜻을 더하는 접미사.
พวก..., ...ทั้งหลาย, ที่เป็นพหูพจน์
ปัจจัยที่เพิ่มคำไปในคำเพื่อให้มีความหมายว่า 'พหูพจน์'

• 은 : 문장 속에서 어떤 대상이 화제임을 나타내는 조사.
ตัวชี้หัวเรื่อง
คำชี้ที่แสดงว่าเป้าหมายใด ๆ เป็นหัวข้อเรื่องในประโยค

• **무섭다** (คำคุณศัพท์) : 어떤 대상이 꺼려지거나 무슨 일이 일어날까 두렵다.
กลัว, น่ากลัว
อยากหลีกเลี่ยงเป้าหมายใด ๆ หรือกลัวว่าจะเกิดเรื่องใด ๆ ขึ้น

• -었- : 사건이 과거에 일어났음을 나타내는 어미.
...แล้ว(อดีตกาล)
วิภัตติปัจจัยที่แสดงว่าเหตุการณ์ได้เกิดขึ้นในอดีต

• -지만 : 앞에 오는 말을 인정하면서 그와 반대되거나 다른 사실을 덧붙일 때 쓰는 연결 어미.
...แต่..., ...แต่ทว่า..., ...แต่ว่า...
วิภัตติปัจจัยเชื่อมระหว่างประโยคที่ใช้เมื่อยอมรับคำพูดข้างหน้าพร้อมทั้งพูดเนื้อหาที่ขัดแย้งหรือไม่เหมือนกันกับคำพูดนั้น ๆ เพิ่มเติม

• **애쓰다** (คำกริยา) : 무엇을 이루기 위해 힘을 들이다.
พยายาม, พากเพียร, บากบั่น, อุตสาหะ, มานะ
ใช้ความพยายามเพื่อให้ประสบผลสำเร็จในบางสิ่ง

• -어 : 앞의 말이 뒤의 말보다 먼저 일어났거나 뒤의 말에 대한 방법이나 수단이 됨을 나타내는 연결 어미.
แล้ว..., แล้วจึง...
วิภัตติปัจจัยเชื่อมระหว่างประโยคที่แสดงการที่คำพูดข้างหน้าเกิดขึ้นก่อนคำพูดข้างหลัง
หรือกลายเป็นวิธีการหรือวิธีทำเกี่ยวกับคำพูดข้างหลัง

• **태연하다** (คำคุณศัพท์) : 당연히 머뭇거리거나 두려워할 상황에서 태도나 얼굴빛이 아무렇지도 않다.
นิ่ง, นิ่งเฉย, ไม่สะทกสะท้าน, เงียบเฉย, เยือกเย็น
สีหน้าหรือท่าทางที่ไม่แสดงอะไรเลยในสถานการณ์ที่ลังเลหรือน่ากลัวอย่างแน่นอน

• -ㄴ : 앞의 말이 관형어의 기능을 하게 만들고 현재의 상태를 나타내는 어미.
...ที่
วิภัตติปัจจัยที่ทำให้คำพูดข้างหน้าทำหน้าที่เป็นคุณศัพท์ขยายนามและแสดงถึงสภาพที่เป็นอยู่ในปัจจุบัน

• **모습** (คำนาม) : 겉으로 드러난 상태나 모양.
ลักษณะ, ท่าทาง
สภาพหรือลักษณะที่ปรากฏออกมาภายนอก

• 으로 : 어떤 일의 방법이나 방식을 나타내는 조사.
โดย..., ด้วย...
คำชี้ที่แสดงวิธีการหรือวิธีของงานใด ๆ

• **걸어가다** (คำกริยา) : 목적지를 향하여 다리를 움직여 나아가다.
เดินไป, ก้าวเดินไป
ขยับขามุ่งหน้าไปยังทิศทางที่เป็นจุดหมายปลายทาง

• -고 있다 : 앞의 말이 나타내는 행동이 계속 진행됨을 나타내는 표현.
กำลัง...อยู่
สำนวนที่แสดงว่าการกระทำที่ปรากฏในคำพูดข้างหน้าได้ดำเนินอย่างต่อเนื่อง

• -었- : 사건이 과거에 일어났음을 나타내는 어미.
...แล้ว(อดีตกาล)
วิภัตติปัจจัยที่แสดงว่าเหตุการณ์ได้เกิดขึ้นในอดีต

• -는데 : 뒤의 말을 하기 위하여 그 대상과 관련이 있는 상황을 미리 말함을 나타내는 연결 어미.
ก็...นะ ว่าแต่...
วิภัตติปัจจัยเชื่อมระหว่างประโยคที่แสดงการพูดสถานการณ์ที่เกี่ยวกับเป้าหมายนั้น ๆ ไว้ล่วงหน้าเพื่อที่จะพูดต่อเนื่อง

• **갑자기** (คำวิเศษณ์) : 미처 생각할 틈도 없이 빨리.
อย่างไม่ทันรู้ตัว, อย่างกะทันหัน, โดยฉับพลัน, ทันทีทันใด
เร็วอย่างที่ไม่มีแม้แต่เวลาที่จะคิด

• **톡탁톡탁** (คำวิเศษณ์) : 단단한 물건을 계속해서 가볍게 두드리는 소리.
ก๊อก ๆ
เสียงที่เคาะของแข็งเบา ๆ ต่อเนื่อง

• **하다** (คำกริยา) : 그런 소리가 나다. 또는 그런 소리를 내다.
เกิดเสียง, ส่งเสียง
เกิดเสียงแบบนั้นขึ้น หรือส่งเสียงแบบดังกล่าว

• -는 : 앞의 말이 관형어의 기능을 하게 만들고 사건이나 동작이 현재 일어남을 나타내는 어미.
...ที่...
วิภัตติปัจจัยที่แสดงการที่ทำให้คำพูดข้างหน้าทำหน้าที่เป็นคุณศัพท์ขยายนามและเหตุการณ์หรืออากัปกิริยาเกิดขึ้นในปัจจุบัน

• **소리** (คำนาม) : 물체가 진동하여 생긴 음파가 귀에 들리는 것.
เสียง
การที่หูได้ยินคลื่นเสียงที่เกิดขึ้นจากการสั่นของวัตถุ

• 가 : 어떤 상태나 상황에 놓인 대상이나 동작의 주체를 나타내는 조사.
คำชี้ประธาน
คำชี้ที่ใช้แสดงสิ่งที่อยู่ในสถานการณ์หรือสภาพใด ๆ หรือผู้ที่เป็นประธานของอากัปกริยา

• **들려오다** (คำกริยา) : 어떤 소리나 소식 등이 들리다.
ได้ยิน, เข้า(หู)
ได้ยินเสียงหรือข่าวใด เป็นต้น

• -기 : 앞의 말이 명사의 기능을 하게 하는 어미.
การ...
วิภัตติปัจจัยที่ทำให้คำข้างหน้ามีหน้าที่เป็นคำนาม

• **시작하다** (คำกริยา) : 어떤 일이나 행동의 처음 단계를 이루거나 이루게 하다.
เริ่ม, เริ่มทำ, เริ่มต้น, เริ่มลงมือ
ทำให้บรรลุหรือได้บรรลุในขั้นเริ่มต้นในการกระทำใดหรืองานใด

• -였- : 사건이 과거에 일어났음을 나타내는 어미.
...แล้ว(อดีตกาล)
วิภัตติปัจจัยที่แสดงว่าเหตุการณ์ได้เกิดขึ้นในอดีต

• -다 : 어떤 사건이나 사실, 상태를 서술함을 나타내는 종결 어미.
วิภัตติปัจจัยลงท้ายประโยคบอกเล่า
วิภัตติปัจจัยลงท้ายประโยคที่แสดงการบอกเล่าเหตุการณ์ ข้อเท็จจริง หรือสภาพการณ์ใด ๆ

깜짝 <u>놀라+ㄴ</u> 두 여자+는 공포+에 <u>질리+어</u> 가까스로 천천히 발걸음+을 내딛+[고 있]+었+다. **놀란** **질려**

• **깜짝** (คำวิเศษณ์) : 갑자기 놀라는 모양.
อย่างตกใจ, อย่างสะดุ้ง
ลักษณะตกใจอย่างกะทันหัน

• **놀라다** (คำกริยา) : 뜻밖의 일을 당하거나 무서워서 순간적으로 긴장하거나 가슴이 뛰다.
ตกใจ, ตกตื่น, สะดุ้งตกใจ, ผวา
หัวใจเต้นหรือตึงเครียดชั่วครู่เพราะประสบกับสิ่งที่ไม่คาดคิดหรือหวาดกลัว

• -ㄴ : 앞의 말이 관형어의 기능을 하게 만들고 사건이나 동작이 과거에 일어났음을 나타내는 어미.
ที่..., ...มา
วิภัตติปัจจัยที่แสดงการที่ทำให้คำพูดข้างหน้าทำหน้าที่เป็นคุณศัพท์ขยายนามและเหตุการณ์หรืออากัปกิริยาเกิดได้ขึ้นในอดีตแล้ว

• **두** (คุณศัพท์) : 둘의.
2, สอง
ที่เป็นจำนวนสอง

• **여자** (คำนาม) : 여성으로 태어난 사람.
ผู้หญิง, สตรี
คนที่เกิดมาเป็นผู้หญิง

• 는 : 문장 속에서 어떤 대상이 화제임을 나타내는 조사.
...นั้น
คำชี้ที่แสดงว่าเป้าหมายใดๆเป็นหัวเรื่องในประโยค

• **공포** (คำนาม) : 두렵고 무서움.
สยองขวัญ, น่ากลัว, น่าสะพรึงกลัว
ความหวาดหวั่นและกลัว

• 에 : 앞말이 어떤 일의 원인임을 나타내는 조사.
เพราะ..., เนื่องจาก..., จาก...
คำชี้ที่แสดงว่าคำพูดข้างหน้าเป็นเหตุผลของเรื่องใด ๆ

• **질리다** (คำกริยา) : 몹시 놀라거나 무서워서 얼굴빛이 변하다.
(ใจ)ฝ่อ, (ใจ)แป้ว
สีหน้าเปลี่ยนไป เนื่องจากตกใจหรือกลัวมาก

• -어 : 앞에 오는 말이 뒤에 오는 말에 대한 원인이나 이유임을 나타내는 연결 어미.
เพราะ...จึง...
วิภัตติปัจจัยเชื่อมระหว่างประโยคที่แสดงการที่คำพูดข้างหน้าเป็นสาเหตุหรือเหตุผลของคำพูดตามมาข้างหลัง

• **가까스로** (คำวิเศษณ์) : 매우 어렵게 힘을 들여.
อย่างลำบากยากเย็น
ด้วยความยากลำบากมาก

• **천천히** (คำวิเศษณ์) : 움직임이나 태도가 느리게.
อย่างช้า ๆ, อย่างเชื่องช้า
การเคลื่อนไหวหรือการกระทำที่เป็นไปอย่างช้า ๆ

• **발걸음** (คำนาม) : 발을 옮겨 걷는 동작.
การก้าวเท้า, การย่างเท้า
อากัปกริยาการเคลื่อนไหวแล้วเดินด้วยเท้า

• 을 : 동작이 직접적으로 영향을 미치는 대상을 나타내는 조사.
ไม่พบคำแปล
คำชี้ที่แสดงเป้าหมายที่การกระทำส่งผลกระทบโดยตรง

• **내딛다** (คำกริยา) : 서 있다가 앞쪽으로 발을 옮기다.
ก้าวย่าง, ก้าวออกไป, ก้าวไปข้างหน้า, เดินหน้า
ระหว่างเคยยืนอยู่แล้วก้าวเท้าออกไปสู่ด้านหน้า

• -고 있다 : 앞의 말이 나타내는 행동이 계속 진행됨을 나타내는 표현.
กำลัง...อยู่
สำนวนที่แสดงว่าการกระทำที่ปรากฏในคำพูดข้างหน้าได้ดำเนินอย่างต่อเนื่อง

• -었- : 사건이 과거에 일어났음을 나타내는 어미.
...แล้ว(อดีตกาล)
วิภัตติปัจจัยที่แสดงว่าเหตุการณ์ได้เกิดขึ้นในอดีต

• -다 : 어떤 사건이나 사실, 상태를 서술함을 나타내는 종결 어미.
วิภัตติปัจจัยลงท้ายประโยคบอกเล่า
วิภัตติปัจจัยลงท้ายประโยคที่แสดงการบอกเล่าเหตุการณ์ ข้อเท็จจริง หรือสภาพการณ์ใด ๆ

그때 눈앞+에 망치+를 들+고 정+으로 묘비+를 쪼+[고 있]+는 노인+의 모습+이 희미하+게 <u>보이+었+다</u>. **보였다**

• **그때** (คำนาม) : 앞에서 이야기한 어떤 때.
ตอนนั้น
เวลาใด ๆ ที่ได้พูดมาก่อนหน้านี้แล้ว

• **눈앞** (คำนาม) : 눈에 바로 보이는 곳.
ต่อหน้า, คาตา, อยู่ตรงหน้า
ที่ที่สามารถมองเห็นได้ด้วยตา

• 에 : 앞말이 어떤 장소나 자리임을 나타내는 조사.
ที่...
คำชี้ที่แสดงว่าคำพูดข้างหน้าเป็นตำแหน่งหรือสถานที่ใด ๆ

• **망치** (คำนาม) : 쇠뭉치에 손잡이를 달아 단단한 물건을 두드리거나 못을 박는 데 쓰는 연장.
ค้อน
เครื่องมือที่มีด้ามจับติดอยู่ที่ก้อนเหล็ก ใช้ตอกตะปูหรือทุบสิ่งของที่แข็ง

• 를 : 동작이 직접적으로 영향을 미치는 대상을 나타내는 조사.
ไม่พบคำแปล
คำชี้ที่แสดงเป้าหมายที่การกระทำส่งผลกระทบโดยตรง

• **들다** (คำกริยา) : 손에 가지다.
ถือ, หิ้ว
มีอยู่ในมือ

• -고 : 앞의 말이 나타내는 행동이나 그 결과가 뒤에 오는 행동이 일어나는 동안에 그대로 지속됨을 나타내는 연결 어미.
ไม่พบคำแปล
วิภัตติปัจจัยเชื่อมระหว่างประโยคที่แสดงว่าการกระทำหรือผลลัพธ์ที่ปรากฏในประโยคหน้าถูกดำเนินอย่างต่อเนื่องในช่วงเวลาที่การกระทำในประโยคหลังเกิดขึ้น

• **정** (คำนาม) : 돌에 구멍을 뚫거나 돌을 쪼아서 다듬는 데 쓰는 쇠로 만든 연장.
เหล็กสลัก
เครื่องมือที่ทำด้วยเหล็กที่ใช้ตอนเจาะก้อนหินให้เรียบหรือเจาะหินให้เป็นรู

• 으로 : 어떤 일의 수단이나 도구를 나타내는 조사.
โดย..., ด้วย...
คำชี้ที่แสดงวิธีการหรือเครื่องมือของงานใด ๆ

• **묘비** (คำนาม) : 죽은 사람의 이름, 출생일, 사망일, 행적, 신분 등을 새겨서 무덤 앞에 세우는 비석.
หลักจารึกบนหลุมฝังศพ, ศิลาหน้าหลุมฝังศพ
หินจารึกที่สลักชื่อ วันเกิด วันที่เสียชีวิต ผลงาน สถานภาพ เป็นต้น ของผู้ตายและตั้งไว้หน้าหลุมฝังศพ

• 를 : 동작이 직접적으로 영향을 미치는 대상을 나타내는 조사.
ไม่พบคำแปล
คำชี้ที่แสดงเป้าหมายที่การกระทำส่งผลกระทบโดยตรง

• **쪼다** (คำกริยา) : 뾰족한 끝으로 쳐서 찍다.
เจาะ, แกะ, ขุด, จิก
ผ่าโดยตอกด้วยปลายที่แหลม

• -고 있다 : 앞의 말이 나타내는 행동이 계속 진행됨을 나타내는 표현.
กำลัง...อยู่
สำนวนที่แสดงว่าการกระทำที่ปรากฏในคำพูดข้างหน้าได้ดำเนินอย่างต่อเนื่อง

• -는 : 앞의 말이 관형어의 기능을 하게 만들고 사건이나 동작이 현재 일어남을 나타내는 어미.
...ที่...
วิภัตติปัจจัยที่แสดงการที่ทำให้คำพูดข้างหน้าทำหน้าที่เป็นคุณศัพท์ขยายนามและเหตุการณ์หรืออากัปกิริยาเกิดขึ้นในปัจจุบัน

• **노인** (คำนาม) : 나이가 들어 늙은 사람.
ผู้สูงอายุ, ผู้อาวุโส
คนแก่ที่มีอายุมาก

• 의 : 앞의 말이 뒤의 말에 대하여 소유, 소속, 소재, 관계, 기원, 주체의 관계를 가짐을 나타내는 조사.
ของ...
คำชี้ที่แสดงว่าคำพูดข้างหน้ามีความสัมพันธ์กับประธาน แหล่งกำเนิด ความสัมพันธ์ วัตถุดิบ การสังกัด การเป็นเจ้าของต่อคำพูดข้างหลัง

• **모습** (คำนาม) : 사람이나 사물의 생김새.
รูปร่าง, ลักษณะ
รูปร่างของคนหรือวัตถุ

• 이 : 어떤 상태나 상황의 대상이나 동작의 주체를 나타내는 조사.
ตัวชี้ประธาน
คำชี้ที่ใช้แสดงสิ่งที่อยู่ในสถานการณ์หรือสภาพใด ๆ หรือผู้ที่เป็นประธานของอากัปกริยา

• **희미하다** (คำคุณศัพท์) : 분명하지 못하고 흐릿하다.
เลือนราง, คลุมเครือ, ไม่ชัดเจน, มัว, จาง, ครึ้ม, ทึบ
ขุ่นมัวและไม่ชัดเจน

• -게 : 앞의 말이 뒤에서 가리키는 일의 목적이나 결과, 방식, 정도 등이 됨을 나타내는 연결 어미.
อย่าง..., ให้...
วิภัตติปัจจัยเชื่อมระหว่างประโยคที่แสดงว่าคำพูดข้างหน้าชี้บอกระดับ วิธีการ ผลลัพธ์หรือวัตถุประสงค์ หรืออื่นๆ ของสิ่งที่อยู่ในเนื้อหาข้างหลัง

• **보이다** (คำกริยา) : 눈으로 대상의 존재나 겉모습을 알게 되다.
เห็น, มองเห็น
รู้รูปร่างหรือการมีอยู่ของวัตถุได้ด้วยตา

• -었- : 사건이 과거에 일어났음을 나타내는 어미.
...แล้ว(อดีตกาล)
วิภัตติปัจจัยที่แสดงว่าเหตุการณ์ได้เกิดขึ้นในอดีต

• -다 : 어떤 사건이나 사실, 상태를 서술함을 나타내는 종결 어미.
วิภัตติปัจจัยลงท้ายประโยคบอกเล่า
วิภัตติปัจจัยลงท้ายประโยคที่แสดงการบอกเล่าเหตุการณ์ ข้อเท็จจริง หรือสภาพการณ์ใด ๆ

순간 두 여자+는 안도+의 한숨+을 내쉬+며 말하+였+다.
말했다

• **순간** (คำนาม) : 어떤 일이 일어나거나 어떤 행동이 이루어지는 바로 그때.
ตอนนั้น, ขณะนั้น
ตอนนั้นพอดีที่เกิดเรื่องใด ๆ หรือเกิดการกระทำใด ๆ

• **두** (คุณศัพท์) : 둘의.
2, สอง
ที่เป็นจำนวนสอง

• **여자** (คำนาม) : 여성으로 태어난 사람.
ผู้หญิง, สตรี
คนที่เกิดมาเป็นผู้หญิง

• 는 : 문장 속에서 어떤 대상이 화제임을 나타내는 조사.
...นั้น
คำชี้ที่แสดงว่าเป้าหมายใดๆเป็นหัวเรื่องในประโยค

• **안도** (คำนาม) : 어떤 일이 잘되어 마음을 놓음.
การวางใจ, ความปลอดภัย, ความสุขสงบ, การผ่อนคลาย, การปลดเปลื้อง, การบรรเทา
การวางใจเนื่องจากเรื่องใดได้ดำเนินไปด้วยดี

• 의 : 앞의 말이 뒤의 말에 대하여 속성이나 수량을 한정하거나 같은 자격임을 나타내는 조사.
ที่..., ที่เป็น...
คำชี้ที่แสดงว่าคำพูดข้างหน้าเป็นคุณสมบัติที่เหมือนกันหรือกำหนดปริมาณหรือคุณสมบัติต่อคำพูดข้างหลัง

• **한숨** (คำนาม) : 걱정이 있을 때나 긴장했다가 마음을 놓을 때 길게 몰아서 내쉬는 숨.
การถอนหายใจ, การหายใจเฮือกหนึ่ง
ลมหายใจที่หายใจออกมาอย่างยาวเมื่อมีความกังวลหรือเมื่อตื่นเต้นแล้ววางใจ

• 을 : 동작이 직접적으로 영향을 미치는 대상을 나타내는 조사.
ไม่พบคำแปล
คำชี้ที่แสดงเป้าหมายที่การกระทำส่งผลกระทบโดยตรง

• **내쉬다** (คำกริยา) : 숨을 몸 밖으로 내보내다.
หายใจออก
ปล่อยลมหายใจออกไปนอกร่างกาย

• -며 : 두 가지 이상의 동작이나 상태가 함께 일어남을 나타내는 연결 어미.
ขณะที่
วิภัตติปัจจัยเชื่อมระหว่างประโยคที่ใช้แสดงการที่อากัปกิริยา สภาพ หรือข้อเท็จจริงตั้งแต่สองสิ่งขึ้นไปเกิดขึ้นร่วมกัน

• **말하다** (คำกริยา) : 어떤 사실이나 자신의 생각 또는 느낌을 말로 나타내다.
พูด, บอก, กล่าว, เล่า
แสดงข้อเท็จจริงใด ๆ หรือความคิดหรือความรู้สึกของตัวเองเป็นคำพูด

• -였- : 사건이 과거에 일어났음을 나타내는 어미.
...แล้ว(อดีตกาล)
วิภัตติปัจจัยที่แสดงว่าเหตุการณ์ได้เกิดขึ้นในอดีต

• -다 : 어떤 사건이나 사실, 상태를 서술함을 나타내는 종결 어미.
วิภัตติปัจจัยลงท้ายประโยคบอกเล่า
วิภัตติปัจจัยลงท้ายประโยคที่แสดงการบอกเล่าเหตุการณ์ ข้อเท็จจริง หรือสภาพการณ์ใด ๆ

여자 1 : 할아버지, 귀신+이+[ㄴ 줄] 알+고 깜짝 놀라+았+잖아요.
귀신인 줄 놀랐잖아요

• **할아버지** (คำนาม) : (친근하게 이르는 말로) 늙은 남자를 이르거나 부르는 말.
ฮาราบอจี : คุณตา
(คำที่ใช้เรียกอย่างสนิทสนม) คำที่กล่าวถึงหรือเรียกผู้ชายแก่ที่มีอายุมาก

• **귀신** (คำนาม) : 사람이 죽은 뒤에 남는다고 하는 영혼.
วิญญาณ, ผี
วิญญาณที่พูดกันว่ามีเหลืออยู่หลังจากที่คนตาย

• 이다 : 주어가 지시하는 대상의 속성이나 부류를 지정하는 뜻을 나타내는 서술격 조사.
เป็น
คำชี้ภาคแสดงการกที่แสดงความหมายที่กำหนดประเภทหรือคุณสมบัติของเป้าหมายที่ประธานบ่งชี้

• -ㄴ 줄 : 어떤 사실이나 상태에 대해 알고 있거나 모르고 있음을 나타내는 표현.
(รู้, ไม่รู้)ว่า...
สำนวนที่แสดงการที่รู้หรือไม่รู้เกี่ยวกับสภาพหรือข้อเท็จจริงใด ๆ อยู่แล้ว

• **알다** (คำกริยา) : 교육이나 경험, 생각 등을 통해 사물이나 상황에 대한 정보 또는 지식을 갖추다.
รู้, ทราบ
มีความรู้หรือรู้ข้อมูลที่เกี่ยวกับสถานการณ์หรือสิ่งต่าง ๆ โดยผ่านความคิด ประสบการณ์หรือการศึกษา เป็นต้น

• -고 : 앞의 말과 뒤의 말이 차례대로 일어남을 나타내는 연결 어미.
...แล้ว...
วิภัตติปัจจัยเชื่อมระหว่างประโยคที่แสดงการเกิดคำพูดในประโยคหน้าและประโยคหลังตามลำดับ

• **깜짝** (คำวิเศษณ์) : 갑자기 놀라는 모양.
อย่างตกใจ, อย่างสะดุ้ง
ลักษณะตกใจอย่างกะทันหัน

• **놀라다** (คำกริยา) : 뜻밖의 일을 당하거나 무서워서 순간적으로 긴장하거나 가슴이 뛰다.
ตกใจ, ตกตื่น, สะดุ้งตกใจ, ผวา
หัวใจเต้นหรือตึงเครียดชั่วครู่เพราะประสบกับสิ่งที่ไม่คาดคิดหรือหวาดกลัว

• -았- : 어떤 사건이 과거에 완료되었거나 그 사건의 결과가 현재까지 지속되는 상황을 나타내는 어미.
...แล้ว
วิภัตติปัจจัยที่แสดงว่าเหตุการณ์ใดๆเสร็จสมบูรณ์ไปแล้วในอดีตหรือแสดงสถานการณ์ที่ผลลัพธ์ของเหตุการณ์ดังกล่าวต่อเนื่องจนถึงปัจจุบัน

• -잖아요 : (두루높임으로) 어떤 상황에 대해 말하는 사람이 상대방에게 확인하거나 정정해 주듯이 말함을 나타내는 표현.
...นะค่ะ/ครับ, ก็...ยังไงหล่ะค่ะ/ครับ
(ใช้ในการยกย่องอย่างไม่เป็นทางการ) สำนวนที่ใช้แสดงการที่ผู้พูดพูดกับอีกฝ่ายเกี่ยวกับสถานการณ์ใดๆเชิงยืนยันให้แนใจหรือแก้ไขให้

여자 1 : 그런데 이 늦+은 시간+에 여기+서 뭐 하+[고 계시]+어요? 하고 계세요

• **그런데** (คำวิเศษณ์) : 이야기를 앞의 내용과 관련시키면서 다른 방향으로 바꿀 때 쓰는 말.
แต่, แต่ว่า
คำที่ใช้ตอนเปลี่ยนทิศทางไปยังทิศทางอื่นโดยที่ทำให้เนื้อเรื่องมีสัมพันธ์กับเนื้อหาข้างหน้า

• **이** (คุณศัพท์) : 말하는 사람에게 가까이 있거나 말하는 사람이 생각하고 있는 대상을 가리킬 때 쓰는 말.
นี่
คำที่ใช้ตอนที่บ่งชี้สิ่งที่ผู้พูดกำลังคิดอยู่หรือสิ่งที่อยู่ใกล้กับผู้พูด

• **늦다** (คำคุณศัพท์) : 적당한 때를 지나 있다. 또는 시기가 한창인 때를 지나 있다.
ช้า, สาย
ผ่านช่วงเวลาที่เหมาะสม หรือผ่านช่วงเวลาที่เป็นระดับสูงสุด

• -은 : 앞의 말이 관형어의 기능을 하게 만들고 현재의 상태를 나타내는 어미.
ที่..., ซึ่ง...
วิภัตติปัจจัยที่ทำให้คำพูดข้างหน้าทำหน้าที่เป็นคุณศัพท์ขยายนามและแสดงถึงสภาพที่เป็นอยู่ในปัจจุบัน

• **시간** (คำนาม) : 어떤 일을 하도록 정해진 때. 또는 하루 중의 어느 한 때.
เวลา, ช่วงเวลา, ช่วง
ช่วงที่ถูกกำหนดให้ทำงานใดๆ หรือช่วงใดช่วงหนึ่งในหนึ่งวัน

• 에 : 앞말이 시간이나 때임을 나타내는 조사.
ตอน...
คำชี้ที่แสดงว่าคำพูดข้างหน้าเป็นเวลาหรือช่วงเวลา

• **여기** (สรรพนาม) : 말하는 사람에게 가까운 곳을 가리키는 말.
ที่นี่, ที่นี่, ตรงนี้
คำที่ใช้เรียกสถานที่ที่อยู่ใกล้ตัวผู้พูด

• 서 : 앞말이 행동이 이루어지고 있는 장소임을 나타내는 조사.
ที่...
คำชี้ที่แสดงว่าคำพูดข้างหน้าเป็นสถานที่ที่การกระทำดำเนินอยู่

• **뭐 (สรรพนาม)** : 모르는 사실이나 사물을 가리키는 말.
อะไร
คำที่บ่งชี้ถึงสิ่งหรือข้อเท็จจริงที่ไม่รู้

• **하다 (คำกริยา)** : 어떤 행동이나 동작, 활동 등을 행하다.
ทำ
ทำกิจกรรม การเคลื่อนไหว หรือพฤติกรรมใด ๆ เป็นต้น

• -고 계시다 : (높임말로) 앞의 말이 나타내는 행동이 계속 진행됨을 나타내는 표현.
กำลัง...อยู่
(คำยกย่อง) สำนวนที่แสดงว่าการกระทำที่คำพูดข้างหน้าแสดงไว้นั้นดำเนินอย่างต่อเนื่อง

• -어요 : (두루높임으로) 어떤 사실을 서술하거나 질문, 명령, 권유함을 나타내는 종결 어미.
วิภัตติปัจจัยลงท้ายประโยคที่ใช้ในการยกย่องโดยทั่วไป
(ใช้ในการยกย่องอย่างไม่เป็นทางการ) วิภัตติปัจจัยลงท้ายประโยคที่แสดงการบอกเล่า การถาม การสั่ง หรือการชักชวนเรื่องใด ๆ

여자 2 : 내일 밝+[을 때] 하+시+[는 것(거)]+이 좋+[을 것 같]+아요.
하시는 게

• **내일 (คำวิเศษณ์)** : 오늘의 다음 날에.
พรุ่งนี้, วันพรุ่งนี้, ในวันพรุ่งนี้
วันถัดไปของวันนี้

• **밝다 (คำคุณศัพท์)** : 빛을 많이 받아 어떤 장소가 환하다.
สว่าง, มีแสงมาก
สถานที่ใด ๆ สว่างเนื่องจากได้รับแสงมาก

• -을 때 : 어떤 행동이나 상황이 일어나는 동안이나 그 시기 또는 그러한 일이 일어난 경우를 나타내는 표현.
เมื่อ..., ตอน..., ตอนที่...
สำนวนที่ใช้แสดงระยะเวลาหรือช่วงเวลาที่เกิดการกระทำหรือสถานการณ์ใด ๆ หรือแสดงกรณีที่เรื่องดังกล่าวเกิดขึ้น

• **하다 (คำกริยา)** : 어떤 행동이나 동작, 활동 등을 행하다.
ทำ
ทำกิจกรรม การเคลื่อนไหว หรือพฤติกรรมใด ๆ เป็นต้น

• -시- : 어떤 동작이나 상태의 주체를 높이는 뜻을 나타내는 어미.
วิภัตติปัจจัยที่แสดงการยกย่องประธานในประโยค
วิภัตติปัจจัยที่ใช้แสดงความหมายซึ่งยกย่องประธานของอากัปกิริยาหรือสภาพใด ๆ

• -는 것 : 명사가 아닌 것을 문장에서 명사처럼 쓰이게 하거나 '이다' 앞에 쓰일 수 있게 할 때 쓰는 표현.
การ..., การที่..., สิ่งที่...
สำนวนที่ทำให้คำที่ไม่ใช่คำนามใช้เหมือนคำนามในประโยคหรือทำให้ใช้วางไว้หน้า '이다' ได้

• 이 : 어떤 상태나 상황의 대상이나 동작의 주체를 나타내는 조사.
ตัวชี้ประธาน
คำชี้ที่ใช้แสดงสิ่งที่อยู่ในสถานการณ์หรือสภาพใด ๆ หรือผู้ที่เป็นประธานของอากัปกริยา

• **좋다** (คำคุณศัพท์) : 어떤 일을 하기가 쉽거나 편하다.
ดี, ง่าย, สบาย, ไม่ยาก
การทำงานใด ๆ ง่ายหรือสบาย

• -을 것 같다 : 추측을 나타내는 표현.
ดูเหมือนว่าจะ..., คงจะ..
สำนวนที่ใช้แสดงการสันนิษฐาน

• -아요 : (두루높임으로) 어떤 사실을 서술하거나 질문, 명령, 권유함을 나타내는 종결 어미.
วิภัตติปัจจัยลงท้ายประโยคที่ใช้ในการยกย่องโดยทั่วไป
(ใช้ในการยกย่องอย่างไม่เป็นทางการ) วิภัตติปัจจัยลงท้ายประโยคที่แสดงการบอกเล่า การถาม การสั่ง หรือการชักชวนเรื่องใด ๆ

> **여자 2 : 지금+은 어둡(어두우)+어서 위험하+세요.**
> **어두워서**

• **지금** (คำนาม) : 말을 하고 있는 바로 이때.
เดี๋ยวนี้, ตอนนี้, ประเดี๋ยวนี้
ตอนนี้ที่กำลังพูดอยู่'

• 은 : 문장 속에서 어떤 대상이 화제임을 나타내는 조사.
ตัวชี้หัวเรื่อง
คำชี้ที่แสดงว่าเป้าหมายใด ๆ เป็นหัวข้อเรื่องในประโยค

• **어둡다** (คำคุณศัพท์) : 빛이 없거나 약해서 밝지 않다.
มืด, ไม่สว่าง
แสงไม่มีหรืออ่อนจึงไม่สว่าง

• -어서 : 이유나 근거를 나타내는 연결 어미.
เพราะ..จึง...
วิภัตติปัจจัยเชื่อมระหว่างประโยคที่แสดงเหตุผลหรือสาเหตุ

• **위험하다** (คำคุณศัพท์) : 해를 입거나 다칠 가능성이 있어 안전하지 못하다.
อันตราย, เป็นอันตราย, เป็นภัย
ไม่ปลอดภัยเพราะมีโอกาสที่จะได้รับความเสียหายหรือได้รับบาดเจ็บ

• -세요 : (두루높임으로) 설명, 의문, 명령, 요청의 뜻을 나타내는 종결 어미.
วิภัตติปัจจัยลงท้ายประโยคที่ใช้ในระดับภาษาที่สุภาพโดยทั่วไป
(ใช้ในการยกย่องอย่างไม่เป็นทางการ) วิภัตติปัจจัยลงท้ายประโยคที่แสดงความหมายของการอธิบาย การถาม การสั่ง หรือการขอร้อง

할아버지 : 음, 오늘 안+에 빨리 끝내+[(어)야 되]+어. **끝내야 돼**

• **음** (คำอุทาน) : 마음에 들지 않거나 걱정스러울 때 하는 소리.
อืม
เสียงที่เปล่งตอนที่กังวลหรือไม่ถูกใจ

• **오늘** (คำนาม) : 지금 지나가고 있는 이날.
วันนี้
วันนี้ที่กำลังผ่านไปตอนนี้

• **안** (คำนาม) : 일정한 기준이나 한계를 넘지 않은 정도.
ภายใน
ระดับที่ไม่เกิดข้อจำกัดหรือมาตรฐานที่กำหนดไว้

• 에 : 앞말이 시간이나 때임을 나타내는 조사.
ตอน...
คำชี้ที่แสดงว่าคำพูดข้างหน้าเป็นเวลาหรือช่วงเวลา

• **빨리** (คำวิเศษณ์) : 걸리는 시간이 짧게.
เร็ว, รวดเร็ว, ไว ๆ , อย่างรวดเร็ว
ใช้เวลาเพียงไม่นาน

• **끝내다** (คำกริยา) : 일을 마지막까지 이루다.
ทำให้เสร็จ, ทำให้เสร็จสิ้น
ทำสิ่งใด ๆ ให้เสร็จสิ้น

• -어야 되다 : 반드시 그럴 필요나 의무가 있음을 나타내는 표현.
ต้อง...ครับ(คะ), จำเป็นต้อง...ครับ(คะ)
สำนวนที่แสดงความจำเป็นหรือการมีหน้าที่ที่จะต้องกระทำอย่างเด็ดขาด

• -어 : (두루낮춤으로) 어떤 사실을 서술하거나 물음, 명령, 권유를 나타내는 종결 어미.
วิภัตติปัจจัยลงท้ายประโยคที่ใช้ในการลดระดับภาษาโดยทั่วไป
(ใช้ในการลดระดับอย่างไม่เป็นทางการ) วิภัตติปัจจัยลงท้ายประโยคที่แสดงการบอกเล่าข้อเท็จจริงใด ๆ หรือการถาม การสั่ง หรือการชักชวน

여자 1 : 그런데 묘비+에 무슨 문제+라도 있+나요?

• **그런데** (คำวิเศษณ์) : 이야기를 앞의 내용과 관련시키면서 다른 방향으로 바꿀 때 쓰는 말.
แต่, แต่ว่า
คำที่ใช้ตอนเปลี่ยนทิศทางไปยังทิศทางอื่นโดยที่ทำให้เนื้อเรื่องมีสัมพันธ์กับเนื้อหาข้างหน้า

• **묘비** (คำนาม) : 죽은 사람의 이름, 출생일, 사망일, 행적, 신분 등을 새겨서 무덤 앞에 세우는 비석.
หลักจารึกบนหลุมฝังศพ, ศิลาหน้าหลุมฝังศพ
หินจารึกที่สลักชื่อ วันเกิด วันที่เสียชีวิต ผลงาน สถานภาพ เป็นต้น ของผู้ตายแล้วตั้งไว้หน้าหลุมฝังศพ

• 에 : 앞말이 어떤 장소나 자리임을 나타내는 조사.
ที่...
คำชี้ที่แสดงว่าคำพูดข้างหน้าเป็นตำแหน่งหรือสถานที่ใด ๆ

• **무슨** (คุณศัพท์) : 확실하지 않거나 잘 모르는 일, 대상, 물건 등을 물을 때 쓰는 말.
อะไร
คำที่ใช้ถามเหตุการณ์ เป้าหมายหรือสิ่งของ เป็นต้น ที่ไม่แน่ใจหรือไม่รู้

• **문제** (คำนาม) : 난처하거나 해결하기 어려운 일.
ปัญหา, เรื่อง
เรื่องที่แก้ไขได้ยากหรือไม่รู้จะทำอย่างไรดี

• 라도 : 불확실한 사실에 대한 말하는 이의 의심이나 의문을 나타내는 조사.
ไม่แน่ว่า..., ไม่ว่าจะ...
คำชี้ที่แสดงคำถามหรือข้อสงสัยของผู้พูดเกี่ยวกับข้อเท็จจริงที่ไม่ชัดเจน

• **있다** (คำคุณศัพท์) : 어떤 사람에게 무슨 일이 생긴 상태이다.
มี, เกิด
เป็นสภาพที่มีเรื่องใด ๆ เกิดขึ้นกับคนใด ๆ

• -나요 : (두루높임으로) 앞의 내용에 대해 상대방에게 물어볼 때 쓰는 표현.
...หรือครับ(คะ), ...ไหมครับ(คะ)
(ใช้ในการยกย่องอย่างไม่เป็นทางการ) สำนวนที่ใช้เมื่อถามฝ่ายตรงข้ามเกี่ยวกับเนื้อหาข้างหน้า

할아버지 : 글쎄, 어떤 멍청하+ㄴ 녀석+들+이 묘비+에 나+의 이름+을 잘못 **멍청한** **내** 쓰(ㅆ)+[어 놓]+았+잖아. **써 놨잖아**

• **글쎄** (คำอุทาน) : 말하는 이가 자신의 뜻이나 주장을 다시 강조하거나 고집할 때 쓰는 말.
นั่นสิ, ใช่แล้ว, นั่นแหละ, ก็นั่นไงล่ะ, ก็บอกแล้วไง
คำที่ใช้พูดเมื่อผู้พูดต้องการเน้นหรือดันทุรังในสิ่งที่ตนเองได้พูดไปแล้วหรือยืนยันความคิดของตนเอง

• **어떤** (คุณศัพท์) : 굳이 말할 필요가 없는 대상을 뚜렷하게 밝히지 않고 나타낼 때 쓰는 말.
ใครคนหนึ่ง, ใครบางคน, สิ่งใดสิ่งหนึ่ง, สิ่งหนึ่ง, บางสิ่ง
คำที่ใช้พูดแทนสิ่งใดสิ่งหนึ่งโดยที่ไม่จำเป็นต้องเน้นสิ่งที่ต้องการพูด

• **멍청하다** (คำคุณศัพท์) : 일을 제대로 판단하지 못할 정도로 어리석다.
โง่, โง่เขลา, งี่เง่า, เซ่อ, ทึ่ม, ทื่อ
โง่เง่าจนไม่สามารถวินิจฉัยงานได้อย่างเป็นปกติ

• -ㄴ : 앞의 말이 관형어의 기능을 하게 만들고 현재의 상태를 나타내는 어미.
...ที่
วิภัตติปัจจัยที่ทำให้คำพูดข้างหน้าทำหน้าที่เป็นคุณศัพท์ขยายนามและแสดงถึงสภาพที่เป็นอยู่ในปัจจุบัน

• **녀석** (คำนาม) : (낮추는 말로) 남자.
ไอ้...
(คำไม่ยกย่อง) ผู้ชาย

• 들 : '복수'의 뜻을 더하는 접미사.
พวก..., ...ทั้งหลาย, ที่เป็นพหูพจน์
ปัจจัยที่เพิ่มคำไปในคำเพื่อให้มีความหมายว่า 'พหูพจน์'

• 이 : 어떤 상태나 상황의 대상이나 동작의 주체를 나타내는 조사.
ตัวชี้ประธาน
คำชี้ที่ใช้แสดงสิ่งที่อยู่ในสถานการณ์หรือสภาพใด ๆ หรือผู้ที่เป็นประธานของอากัปกริยา

• **묘비** (คำนาม) : 죽은 사람의 이름, 출생일, 사망일, 행적, 신분 등을 새겨서 무덤 앞에 세우는 비석.
หลักจารึกบนหลุมฝังศพ, ศิลาหน้าหลุมฝังศพ
หินจารึกที่สลักชื่อ วันเกิด วันที่เสียชีวิต ผลงาน สถานภาพ เป็นต้น ของผู้ตายและตั้งไว้หน้าหลุมฝังศพ

• 에 : 앞말이 어떤 장소나 자리임을 나타내는 조사.
ที่...
คำชี้ที่แสดงว่าคำพูดข้างหน้าเป็นตำแหน่งหรือสถานที่ใด ๆ

• **나** (สรรพนาม) : 말하는 사람이 친구나 아랫사람에게 자기를 가리키는 말.
ฉัน
คำที่คนพูดใช้เรียกตนเองต่อเพื่อนหรือคนที่อายุน้อยกว่า

• 의 : 앞의 말이 뒤의 말에 대하여 소유, 소속, 소재, 관계, 기원, 주체의 관계를 가짐을 나타내는 조사.
ของ...
คำชี้ที่แสดงว่าคำพูดข้างหน้ามีความสัมพันธ์กับประธาน แหล่งกำเนิด ความสัมพันธ์ วัตถุดิบ การสังกัด การเป็นเจ้าของต่อคำพูดข้างหลัง

• **이름** (คำนาม) : 사람의 성과 그 뒤에 붙는 그 사람만을 부르는 말.
ชื่อ, นาม
คำที่ใช้เรียกแต่คนนั้นๆ ซึ่งอยู่ข้างหลังนามสกุลของคนและข้างหลังนั้น

• 을 : 동작이 직접적으로 영향을 미치는 대상을 나타내는 조사.
ไม่พบคำแปล
คำชี้ที่แสดงเป้าหมายที่การกระทำส่งผลกระทบโดยตรง

• **잘못** (คำวิเศษณ์) : 바르지 않게 또는 틀리게.
ผิด, ผิดพลาด
อย่างไม่ถูกต้องหรือผิดพลาด

• **쓰다** (คำกริยา) : 연필이나 펜 등의 필기도구로 종이 등에 획을 그어서 일정한 글자를 적다.
เขียน
เขียนตัวอักษรตามที่กำหนดโดยใช้อุปกรณ์การเขียนลากเส้นบนกระดาษ เป็นต้น

• -어 놓다 : 앞의 말이 나타내는 행동을 끝내고 그 결과를 유지함을 나타내는 표현.
...ไว้, ...เอาไว้
สำนวนที่แสดงว่าได้ทำการกระทำที่ปรากฏในคำพูดข้างหน้าเสร็จสิ้นแล้วและยังคงรักษาผลลัพธ์ดังกล่าวไว้

• -았- : 어떤 사건이 과거에 완료되었거나 그 사건의 결과가 현재까지 지속되는 상황을 나타내는 어미.
...แล้ว
วิภัตติปัจจัยที่แสดงว่าเหตุการณ์ใดๆเสร็จสมบูรณ์ไปแล้วในอดีตหรือแสดงสถานการณ์ที่ผลลัพธ์ของเหตุการณ์ดังกล่าวต่อเนื่องจนถึงปัจจุบัน

• -잖아 : (두루낮춤으로) 어떤 상황에 대해 말하는 사람이 상대방에게 확인하거나 정정해 주듯이 말함을 나타내는 표현.
...ต่างหาก, ...แล้ว, ก็...แล้วไง
(ใช้ในการลดระดับอย่างไม่เป็นทางการ) สำนวนที่ใช้แสดงการที่ผู้พูดพูดกับอีกฝ่ายเกี่ยวกับสถานการณ์ใดๆเชิงยืนยันให้แน่ใจหรือแก้ไขให้

< 13 단원(บท) >

제목 : 엄마는 왜 흰머리가 있어?

● 본문 (เนื้อหาเดิม)

어느 날 설거지를 하고 있는 엄마에게 어린 딸이 머리를 갸우뚱거리며 질문을 했다.

딸 : 엄마 머리 앞쪽에 하얀색 머리카락이 있어.

엄마 : 이제 엄마도 흰머리가 점점 많이 생기네.

딸 : 나는 흰머리가 없는데 엄마는 왜 흰머리가 있어?

흰머리가 왜 생기는지 궁금해.

엄마 : 우리 딸이 엄마 말을 안 들어서 엄마가 속이 상하거나 슬퍼지면 흰머리가

한 개씩 생기더라고.

그러니까 앞으로 엄마가 하는 말 잘 들어야 돼.

딸은 잠시 동안 생각을 하다가 엄마에게 다시 물었다.

딸 : 엄마, 외할머니 머리는 전부 하얀색인데?

● 발음 (การออกเสียง)

어느 날 설거지를 하고 있는 엄마에게 어린 딸이 머리를 갸우뚱거리며 질문을 했다.
어느 날 설거지를 하고 인는 엄마에게 어린 따리 머리를 갸우뚱거리며 질무늘 핻따.
eoneu nal seolgeojireul hago inneun eommaege eorin ttari meorireul gyauttunggeorimyeo jilmuneul haetda.

딸 : 엄마 머리 앞쪽에 하얀색 머리카락이 있어.
딸 : 엄마 머리 압쪼게 하얀색 머리카라기 이써.
ttal : eomma meori apjjoge hayansaek meorikaragi isseo.

엄마 : 이제 엄마도 흰머리가 점점 많이 생기네.
엄마 : 이제 엄마도 힌머리가 점점 마니 생기네.
eomma : ije eommado hinmeoriga jeomjeom mani saenggine.

딸 : 나는 흰머리가 없는데 엄마는 왜 흰머리가 있어?
딸 : 나는 힌머리가 엄는데 엄마는 왜 힌머리가 이써?
ttal : naneun hinmeoriga eomneunde eommaneun wae hinmeoriga isseo?

흰머리가 왜 생기는지 궁금해.
힌머리가 왜 생기는지 궁금해.
hinmeoriga wae saenggineunji gunggeumhae.

엄마 : 우리 딸이 엄마 말을 안 들어서 엄마가 속이 상하거나 슬퍼지면 흰머리가
엄마 : 우리 따리 엄마 마를 안 드러서 엄마가 소기 상하거나 슬퍼지면 힌머리가
eomma : uri ttari eomma mareul an deureoseo eommaga sogi sanghageona seulpeojimyeon hinmeoriga

한 개씩 생기더라고.
한 개씩 생기더라고.
han gaessik saenggideorago.

그러니까 앞으로 엄마가 하는 말 잘 들어야 돼.
그러니까 아프로 엄마가 하는 말 잘 드러야 돼.
geureonikka apeuro eommaga haneun mal jal deureoya dwae.

딸은 잠시 동안 생각을 하다가 엄마에게 다시 물었다.
따른 잠시 동안 생가글 하다가 엄마에게 다시 무런따.
ttareun jamsi dongan saenggageul hadaga eommaege dasi mureotda.

딸 : 엄마, 외할머니 머리는 전부 하얀색인데?
딸 : 엄마, 외할머니 머리는 전부 하얀새긴데?
ttal : eomma, oehalmeoni meorineun jeonbu hayansaeginde?

● 어휘 (ศัพท์) / 문법 (ไวยากรณ์)

어느 날 설거지+를 하+고 있+는 엄마+에게 어리+ㄴ 딸+이 머리+를 갸우뚱거리+며 질문+을 하+였+다.

딸 : 엄마 머리 앞쪽+에 하얀색 머리카락+이 있+어.

엄마 : 이제 엄마+도 흰머리+가 점점 많이 생기+네.

딸 : 나+는 흰머리+가 없+는데 엄마+는 왜 흰머리+가 있+어?

흰머리+가 왜 생기+는지 궁금하+여.

엄마 : 우리 딸+이 엄마 말+을 안 들+어서 엄마+가 속+이 상하+거나 슬프(슬ㅍ)+어지+면

흰머리+가 한 개+씩 생기+더라고.

그러니까 앞+으로 엄마+가 하+는 말 잘 들+어야 되+어.

딸+은 잠시 동안 생각+을 하+다가 엄마+에게 다시 묻(물)+었+다.

딸 : 엄마, 외할머니 머리+는 전부 하얀색+이+ㄴ데?

어느 날 설거지+를 하+[고 있]+는 엄마+에게 어리+ㄴ 딸+이 머리+를 갸우뚱거리+며 질문+을 하+였+다.
어린 했다

• **어느** (คุณศัพท์) : 확실하지 않거나 분명하게 말할 필요가 없는 사물, 사람, 때, 곳 등을 가리키는 말.
...หนึ่ง
คำพูดที่บ่งบอกสถานที่ เวลา คน สิ่งของ เป็นต้น ที่ไม่จำเป็นต้องพูดอย่างชัดเจนหรือไม่แน่ชัด

• **날** (คำนาม) : 밤 열두 시에서 다음 밤 열두 시까지의 이십사 시간 동안.
วัน
ระยะเวลายี่สิบสี่ชั่วโมงตั้งแต่เที่ยงคืนจนถึงเที่ยงคืนของวันถัดไป

• **설거지** (คำนาม) : 음식을 먹고 난 뒤에 그릇을 씻어서 정리하는 일.
การล้างจาน, การล้างชาม
การล้างจานและจัดเก็บหลังจากที่กินอาหารเสร็จ

• 를 : 동작이 직접적으로 영향을 미치는 대상을 나타내는 조사.
ไม่พบคำแปล
คำชี้ที่แสดงเป้าหมายที่การกระทำส่งผลกระทบโดยตรง

• **하다** (คำกริยา) : 어떤 행동이나 동작, 활동 등을 행하다.
ทำ
ทำกิจกรรม การเคลื่อนไหว หรือพฤติกรรมใด ๆ เป็นต้น

• -고 있다 : 앞의 말이 나타내는 행동이 계속 진행됨을 나타내는 표현.
กำลัง...อยู่
สำนวนที่แสดงว่าการกระทำที่ปรากฏในคำพูดข้างหน้าได้ดำเนินอย่างต่อเนื่อง

• -는 : 앞의 말이 관형어의 기능을 하게 만들고 사건이나 동작이 현재 일어남을 나타내는 어미.
...ที่...
วิภัตติปัจจัยที่แสดงการที่ทำให้คำพูดข้างหน้าทำหน้าที่เป็นคุณศัพท์ขยายนามและเหตุการณ์หรืออากัปกิริยาเกิดขึ้นในปัจจุบัน

• **엄마** (คำนาม) : 격식을 갖추지 않아도 되는 상황에서 어머니를 이르거나 부르는 말.
อ็อมมา : แม่
คำที่กล่าวถึงหรือเรียกคุณแม่ ซึ่งในสถานการณ์ที่ไม่จำเป็นต้องทำตามแบบแผน

• 에게 : 어떤 행동이 미치는 대상임을 나타내는 조사.
แก่, ให้แก่, ให้, ถึง
คำชี้ที่แสดงว่าเป็นเป้าหมายที่การกระทำใด ๆ มีผลต่อ

• **어리다** (คำคุณศัพท์) : 나이가 적다.
อายุน้อย, ยังเด็ก
อายุน้อย

• -ㄴ : 앞의 말이 관형어의 기능을 하게 만들고 현재의 상태를 나타내는 어미.
...ที่
วิภัตติปัจจัยที่ทำให้คำพูดข้างหน้าทำหน้าที่เป็นคุณศัพท์ขยายนามและแสดงถึงสภาพที่เป็นอยู่ในปัจจุบัน

• **딸** (คำนาม) : 부모가 낳은 아이 중 여자. 여자인 자식.
ลูกสาว
ลูกที่เป็นผู้หญิงในบรรดาลูกที่พ่อแม่ให้กำเนิด ลูกที่เป็นผู้หญิง

• 이 : 어떤 상태나 상황의 대상이나 동작의 주체를 나타내는 조사.
ตัวชี้ประธาน
คำชี้ที่ใช้แสดงสิ่งที่อยู่ในสถานการณ์หรือสภาพใด ๆ หรือผู้ที่เป็นประธานของอากัปกริยา

• **머리** (คำนาม) : 사람이나 동물의 몸에서 얼굴과 머리털이 있는 부분을 모두 포함한 목 위의 부분.
หัว, ศีรษะ
ส่วนบนของลำคอที่รวมใบหน้าและส่วนที่มีเส้นผมในร่างกายของคนหรือสัตว์

• 를 : 동작이 직접적으로 영향을 미치는 대상을 나타내는 조사.
ไม่พบคำแปล
คำชี้ที่แสดงเป้าหมายที่การกระทำส่งผลกระทบโดยตรง

• **갸우뚱거리다** (คำกริยา) : 물체가 자꾸 이쪽저쪽으로 기울어지며 흔들리다. 또는 그렇게 하다.
เอียงไปเอียงมา, เอนไปเอนมา, แกว่งไปแกว่งมา
วัตถุเอียงและแกว่งไกวไปทางโน้นทางนี้อยู่เรื่อย ๆ หรือทำให้เป็นเช่นดังกล่าว

• -며 : 두 가지 이상의 동작이나 상태가 함께 일어남을 나타내는 연결 어미.
ขณะที่
วิภัตติปัจจัยเชื่อมระหว่างประโยคที่ใช้แสดงการที่อากัปกิริยา สภาพ หรือข้อเท็จจริงตั้งแต่สองสิ่งขึ้นไปเกิดขึ้นร่วมกัน

• **질문** (คำนาม) : 모르는 것이나 알고 싶은 것을 물음.
คำถาม, การซักถาม, การสอบถาม
การถามถึงสิ่งที่ไม่รู้หรือสิ่งที่อยากรู้

• 을 : 동작이 직접적으로 영향을 미치는 대상을 나타내는 조사.
ไม่พบคำแปล
คำชี้ที่แสดงเป้าหมายที่การกระทำส่งผลกระทบโดยตรง

• **하다** (คำกริยา) : 어떤 행동이나 동작, 활동 등을 행하다.
ทำ
ทำกิจกรรม การเคลื่อนไหว หรือพฤติกรรมใด ๆ เป็นต้น

• -였- : 사건이 과거에 일어났음을 나타내는 어미.
...แล้ว(อดีตกาล)
วิภัตติปัจจัยที่แสดงว่าเหตุการณ์ได้เกิดขึ้นในอดีต

• -다 : 어떤 사건이나 사실, 상태를 서술함을 나타내는 종결 어미.
วิภัตติปัจจัยลงท้ายประโยคบอกเล่า
วิภัตติปัจจัยลงท้ายประโยคที่แสดงการบอกเล่าเหตุการณ์ ข้อเท็จจริง หรือสภาพการณ์ใด ๆ

딸 : 엄마 머리 앞쪽+에 하얀색 머리카락+이 있+어.

• **엄마** (คำนาม) : 격식을 갖추지 않아도 되는 상황에서 어머니를 이르거나 부르는 말.
อ็อมมา : แม่
คำที่กล่าวถึงหรือเรียกคุณแม่ ซึ่งในสถานการณ์ที่ไม่จำเป็นต้องทำตามแบบแผน

• **머리** (คำนาม) : 사람이나 동물의 몸에서 얼굴과 머리털이 있는 부분을 모두 포함한 목 위의 부분.
หัว, ศีรษะ
ส่วนบนของลำคอที่รวมใบหน้าและส่วนที่มีเส้นผมในร่างกายของคนหรือสัตว์

• **앞쪽** (คำนาม) : 앞을 향한 방향.
ข้างหน้า, ด้านหน้า, ส่วนหน้า, ตอนหน้า
ทิศทางที่มุ่งไปยังด้านหน้า

• 에 : 앞말이 어떤 장소나 자리임을 나타내는 조사.
ที่...
คำชี้ที่แสดงว่าคำพูดข้างหน้าเป็นตำแหน่งหรือสถานที่ใด ๆ

• **하얀색** (คำนาม) : 눈이나 우유의 빛깔과 같이 밝고 선명한 흰색.
สีขาว
สีขาวชัดและใสคล้ายกับสีของหิมะหรือน้ำนม

• **머리카락** (คำนาม) : 머리털 하나하나.
เส้นผม
เส้นผมแต่ละเส้น

• 이 : 어떤 상태나 상황의 대상이나 동작의 주체를 나타내는 조사.
ตัวชี้ประธาน
คำชี้ที่ใช้แสดงสิ่งที่อยู่ในสถานการณ์หรือสภาพใด ๆ หรือผู้ที่เป็นประธานของอากัปกริยา

• **있다** (คำคุณศัพท์) : 무엇이 어떤 곳에 자리나 공간을 차지하고 존재하는 상태이다.
มี, มีอยู่ร่วม, ครอบคลุม
อะไรมีสภาพที่มีอยู่จริงและครอบครองในพื้นที่หรือสถานที่ใด ๆ

• -어 : (두루낮춤으로) 어떤 사실을 서술하거나 물음, 명령, 권유를 나타내는 종결 어미.
วิภัตติปัจจัยลงท้ายประโยคที่ใช้ในการลดระดับภาษาโดยทั่วไป
(ใช้ในการลดระดับอย่างไม่เป็นทางการ) วิภัตติปัจจัยลงท้ายประโยคที่แสดงการบอกเล่าข้อเท็จจริงใด ๆ หรือการถาม การสั่ง หรือการชักชวน

엄마 : 이제 엄마+도 흰머리+가 점점 많이 생기+네.

• **이제** (คำวิเศษณ์) : 지금의 시기가 되어.
ตอนนี้, มาถึงตอนนี้, มาถึงเวลานี้
เมื่อมาถึงเวลานี้

• **엄마** (คำนาม) : 격식을 갖추지 않아도 되는 상황에서 어머니를 이르거나 부르는 말.
อ็อมมา : แม่
คำที่กล่าวถึงหรือเรียกคุณแม่ ซึ่งในสถานการณ์ที่ไม่จำเป็นต้องทำตามแบบแผน

• 도 : 이미 있는 어떤 것에 다른 것을 더하거나 포함함을 나타내는 조사.
...ด้วย
คำชี้ที่แสดงการรวมหรือเพิ่มสิ่งอื่นลงในสิ่งใด ๆ ที่มีอยู่แล้ว

• **흰머리** (คำนาม) : 하얗게 된 머리카락.
ผมขาว, ผมหงอก
เส้นผมที่กลายเป็นสีขาว

• 가 : 어떤 상태나 상황에 놓인 대상이나 동작의 주체를 나타내는 조사.
คำชี้ประธาน
คำชี้ที่ใช้แสดงสิ่งที่อยู่ในสถานการณ์หรือสภาพใด ๆ หรือผู้ที่เป็นประธานของอากัปกริยา

• **점점** (คำวิเศษณ์) : 시간이 지남에 따라 정도가 조금씩 더.
ค่อย ๆ, เรื่อย ๆ, ทุกที ๆ
ระดับที่เปลี่ยนแปลงทีละนิดตามเวลาที่ผ่านพ้นไป

• **많이** (คำวิเศษณ์) : 수나 양, 정도 등이 일정한 기준보다 넘게.
อย่างมาก, มาก
จำนวน ปริมาณหรือระดับ เป็นต้น เกินกว่ามาตรฐานที่ได้กำหนดไว้

• **생기다** (คำกริยา) : 없던 것이 새로 있게 되다.
เกิด, เกิดขึ้น, กำเนิด, มีขึ้นมาใหม่
สิ่งที่ไม่เคยมีมาก่อนเกิดขึ้นมาใหม่

• -네 : (아주낮춤으로) 지금 깨달은 일에 대하여 말함을 나타내는 종결 어미.
...จัง, ...นะ, ...เนอะ
(ใช้ในการลดระดับอย่างมากและเป็นทางการ) วิภัตติปัจจัยลงท้ายประโยคที่แสดงการพูดบอกเกี่ยวกับเหตุการณ์ที่ได้เข้าใจอย่างลึกซึ้งในตอนนี้

딸 : 나+는 흰머리+가 없+는데 엄마+는 왜 흰머리+가 있+어?

• **나** (สรรพนาม) : 말하는 사람이 친구나 아랫사람에게 자기를 가리키는 말.
ฉัน
คำที่คนพูดใช้เรียกตนเองต่อเพื่อนหรือคนที่อายุน้อยกว่า

• 는 : 어떤 대상이 다른 것과 대조됨을 나타내는 조사.
สำหรับ..., ส่วน...
คำชี้ที่แสดงว่าเป้าหมายใดถูกเทียบกับสิ่งอื่น

• **흰머리** (คำนาม) : 하얗게 된 머리카락.
ผมขาว, ผมหงอก
เส้นผมที่กลายเป็นสีขาว

• 가 : 어떤 상태나 상황에 놓인 대상이나 동작의 주체를 나타내는 조사.
คำชี้ประธาน
คำชี้ที่ใช้แสดงสิ่งที่อยู่ในสถานการณ์หรือสภาพใด ๆ หรือผู้ที่เป็นประธานของอากัปกริยา

• **없다** (คำคุณศัพท์) : 사람, 사물, 현상 등이 어떤 곳에 자리나 공간을 차지하고 존재하지 않는 상태이다.
ไม่มี, ปราศจาก, ไร้ซึ่ง...
คน วัตถุหรือปรากฏการณ์ เป็นต้น อยู่ในสภาพที่ไม่ได้ครอบครองที่หรือพื้นที่ในสถานที่ใด ๆ

• -는데 : 뒤의 말을 하기 위하여 그 대상과 관련이 있는 상황을 미리 말함을 나타내는 연결 어미.
ก็...นะ ว่าแต่...
วิภัตติปัจจัยเชื่อมระหว่างประโยคที่แสดงการพูดสถานการณ์ที่เกี่ยวกับเป้าหมายนั้น ๆ ไว้ล่วงหน้าเพื่อที่จะพูดต่อเนื่อง

• **엄마** (คำนาม) : 격식을 갖추지 않아도 되는 상황에서 어머니를 이르거나 부르는 말.
อ็อมมา : แม่
คำที่กล่าวถึงหรือเรียกคุณแม่ ซึ่งในสถานการณ์ที่ไม่จำเป็นต้องทำตามแบบแผน

• 는 : 어떤 대상이 다른 것과 대조됨을 나타내는 조사.
สำหรับ..., ส่วน...
คำชี้ที่แสดงว่าเป้าหมายใดถูกเทียบกับสิ่งอื่น

• **왜** (คำวิเศษณ์) : 무슨 이유로. 또는 어째서.
ทำไม, ด้วยเหตุใด, เพราะอะไร
ด้วยเหตุผลอันใด หรือเพราะอะไร

• **흰머리** (คำนาม) : 하얗게 된 머리카락.
ผมขาว, ผมหงอก
เส้นผมที่กลายเป็นสีขาว

• 가 : 어떤 상태나 상황에 놓인 대상이나 동작의 주체를 나타내는 조사.
คำชี้ประธาน
คำชี้ที่ใช้แสดงสิ่งที่อยู่ในสถานการณ์หรือสภาพใด ๆ หรือผู้ที่เป็นประธานของอากัปกริยา

• **있다** (คำคุณศัพท์) : 무엇이 어떤 곳에 자리나 공간을 차지하고 존재하는 상태이다.
มี, มีอยู่ร่วม, ครอบคลุม
อะไรมีสภาพที่มีอยู่จริงและครอบครองในพื้นที่หรือสถานที่ใด ๆ

• -어 : (두루낮춤으로) 어떤 사실을 서술하거나 물음, 명령, 권유를 나타내는 종결 어미.
วิภัตติปัจจัยลงท้ายประโยคที่ใช้ในการลดระดับภาษาโดยทั่วไป
(ใช้ในการลดระดับอย่างไม่เป็นทางการ) วิภัตติปัจจัยลงท้ายประโยคที่แสดงการบอกเล่าข้อเท็จจริงใด ๆ หรือการถาม การสั่ง หรือการชักชวน

딸 : 흰머리+가 왜 생기+는지 궁금하+여. **궁금해**

• **흰머리** (คำนาม) : 하얗게 된 머리카락.
ผมขาว, ผมหงอก
เส้นผมที่กลายเป็นสีขาว

• 가 : 어떤 상태나 상황에 놓인 대상이나 동작의 주체를 나타내는 조사.
คำชี้ประธาน
คำชี้ที่ใช้แสดงสิ่งที่อยู่ในสถานการณ์หรือสภาพใด ๆ หรือผู้ที่เป็นประธานของอากัปกริยา

• **왜** (คำวิเศษณ์) : 무슨 이유로. 또는 어째서.
ทำไม, ด้วยเหตุใด, เพราะอะไร
ด้วยเหตุผลอันใด หรือเพราะอะไร

• **생기다** (คำกริยา) : 없던 것이 새로 있게 되다.
เกิด, เกิดขึ้น, กำเนิด, มีขึ้นมาใหม่
สิ่งที่ไม่เคยมีมาก่อนเกิดขึ้นมาใหม่

• -는지 : 뒤에 오는 말의 내용에 대한 막연한 이유나 판단을 나타내는 연결 어미.
...หรือไม่ จึง..., ...หรือเปล่า จึง...
วิภัตติปัจจัยเชื่อมระหว่างประโยคที่แสดงเหตุผลหรือการวินิจฉัยที่ไม่แน่ชัด เกี่ยวกับเนื้อหาในประโยคหลัง

• **궁금하다** (คำคุณศัพท์) : 무엇이 무척 알고 싶다.
สงสัย, อยากรู้อยากเห็น
อยากรู้อะไรเป็นอย่างมาก

• -여 : (두루낮춤으로) 어떤 사실을 서술하거나 물음, 명령, 권유를 나타내는 종결 어미.
วิภัตติปัจจัยลงท้ายประโยคที่ใช้ในการลดระดับภาษาโดยทั่วไป
(ใช้ในการลดระดับอย่างไม่เป็นทางการ) วิภัตติปัจจัยลงท้ายประโยคที่แสดงการบอกเล่าข้อเท็จจริงบางอย่าง หรือการถาม การสั่ง หรือการชักชวน

엄마 : 우리 딸+이 엄마 말+을 안 <u>듣(들)+어서</u> 엄마+가 속+이 상하+거나 **들어서** <u>슬프(슬ㅍ)+어지+면</u> 흰머리+가 한 개+씩 생기+더라고. **슬퍼지면**

• **우리** (สรรพนาม) : 말하는 사람이 자기보다 높지 않은 사람에게 자기와 관련된 것을 친근하게 나타낼 때 쓰는 말.
ของเรา, ของพวกเรา
คำที่ใช้เมื่อผู้พูดแสดงสิ่งที่เกี่ยวข้องกับตนเองอย่างสนิทสนมและเมื่อพูดกับคนที่ไม่อาวุโสกว่าตน

• **딸** (คำนาม) : 부모가 낳은 아이 중 여자. 여자인 자식.
ลูกสาว
ลูกที่เป็นผู้หญิงในบรรดาลูกที่พ่อแม่ให้กำเนิด ลูกที่เป็นผู้หญิง

• 이 : 어떤 상태나 상황의 대상이나 동작의 주체를 나타내는 조사.
ตัวชี้ประธาน
คำชี้ที่ใช้แสดงสิ่งที่อยู่ในสถานการณ์หรือสภาพใด ๆ หรือผู้ที่เป็นประธานของอากัปกริยา

• **엄마** (คำนาม) : 격식을 갖추지 않아도 되는 상황에서 어머니를 이르거나 부르는 말.
อ็อมมา : แม่
คำที่กล่าวถึงหรือเรียกคุณแม่ ซึ่งในสถานการณ์ที่ไม่จำเป็นต้องทำตามแบบแผน

• **말** (คำนาม) : 생각이나 느낌을 표현하고 전달하는 사람의 소리.
การพูด, คำพูด
เสียงของคนที่แสดงและถ่ายทอดความรู้สึกหรือความคิด

• 을 : 동작이 직접적으로 영향을 미치는 대상을 나타내는 조사.
ไม่พบคำแปล
คำชี้ที่แสดงเป้าหมายที่การกระทำส่งผลกระทบโดยตรง

• **안** (คำวิเศษณ์) : 부정이나 반대의 뜻을 나타내는 말.
ไม่
คำที่แสดงความหมายถึงการปฏิเสธหรือการต่อต้าน

• **듣다** (คำกริยา) : 다른 사람이 말하는 대로 따르다.
ฟัง, เชื่อฟัง, ทำตาม, ปฏิบัติตาม
ทำตามที่ผู้อื่นบอก

• -어서 : 이유나 근거를 나타내는 연결 어미.
เพราะ...จึง...
วิภัตติปัจจัยเชื่อมระหว่างประโยคที่แสดงเหตุผลหรือสาเหตุ

• **엄마** (คำนาม) : 격식을 갖추지 않아도 되는 상황에서 어머니를 이르거나 부르는 말.
อ็อมมา : แม่
คำที่กล่าวถึงหรือเรียกคุณแม่ ซึ่งในสถานการณ์ที่ไม่จำเป็นต้องทำตามแบบแผน

• 가 : 어떤 상태나 상황에 놓인 대상이나 동작의 주체를 나타내는 조사.
คำชี้ประธาน
คำชี้ที่ใช้แสดงสิ่งที่อยู่ในสถานการณ์หรือสภาพใด ๆ หรือผู้ที่เป็นประธานของอากัปกริยา

• **속** (คำนาม) : 품고 있는 마음이나 생각.
ความคิด, จิตใจ, ความรู้สึก
ความคิดหรือจิตใจที่เก็บซ่อนไว้

• 이 : 어떤 상태나 상황의 대상이나 동작의 주체를 나타내는 조사.
ตัวชี้ประธาน
คำชี้ที่ใช้แสดงสิ่งที่อยู่ในสถานการณ์หรือสภาพใด ๆ หรือผู้ที่เป็นประธานของอากัปกริยา

• **상하다** (คำกริยา) : 싫은 일을 당하여 기분이 안 좋아지거나 마음이 불편해지다.
(อารมณ์)เสีย, ทำให้เสีย(อารมณ์, ศักดิ์ศรี), ถูกทำร้ายจิตใจ, ช้ำใจ, เจ็บใจ, เจ็บอกเจ็บใจ
ทำให้ไม่สบายใจหรืออารมณ์ไม่ดีเพราะประสบกับเรื่องที่ไม่ชอบ

• -거나 : 앞에 오는 말과 뒤에 오는 말 중에서 하나가 선택될 수 있음을 나타내는 연결 어미.
ไม่...ก็..., ...หรือไม่ก็...
วิภัตติปัจจัยเชื่อมระหว่างประโยคที่แสดงถึงการสามารถเลือกเอาสิ่งหนึ่งระหว่างสิ่งที่อยู่ในคำพูดข้างหน้าและคำพูดข้างหลัง

• **슬프다** (คำคุณศัพท์) : 눈물이 날 만큼 마음이 아프고 괴롭다.
เศร้า, เศร้าโศก, เสียใจ
ปวดใจและทุกข์ทรมานใจจนน้ำตาจะไหล

• -어지다 : 앞에 오는 말이 나타내는 대로 행동하게 되거나 그 상태로 됨을 나타내는 표현.
...แล้ว
สำนวนที่แสดงว่าได้ทำการกระทำตามที่คำพูดข้างหน้าแสดงไว้หรือจะกลายเป็นสภาพดังกล่าว

• -면 : 뒤에 오는 말에 대한 근거나 조건이 됨을 나타내는 연결 어미.
ถ้า...
วิภัตติปัจจัยเชื่อมระหว่างประโยคที่แสดงถึงการที่กลายเป็นสาเหตุหรือเงื่อนไขเกี่ยวกับคำพูดตามมาข้างหลัง

• **흰머리** (คำนาม) : 하얗게 된 머리카락.
ผมขาว, ผมหงอก
เส้นผมที่กลายเป็นสีขาว

• 가 : 어떤 상태나 상황에 놓인 대상이나 동작의 주체를 나타내는 조사.
คำชี้ประธาน
คำชี้ที่ใช้แสดงสิ่งที่อยู่ในสถานการณ์หรือสภาพใด ๆ หรือผู้ที่เป็นประธานของอากัปกริยา

• **한** (คุณศัพท์) : 하나의.
หนึ่ง
อันหนึ่ง

• **개** (คำนาม) : 낱으로 떨어진 물건을 세는 단위.
ชิ้น, แผ่น, ท่อน, ก้อน, อัน, แท่ง, ลูก(ลักษณนาม)
หน่วยนับสิ่งของที่แยกเป็นชิ้น ๆ

• 씩 : '그 수량이나 크기로 나뉨'의 뜻을 더하는 접미사.
ทีละ..
ปัจจัยที่ใช้เพิ่มเข้าไปในคำเพื่อให้มีความหมายว่า 'การแบ่งเป็นปริมาณหรือขนาดดังกล่าว'

• **생기다** (คำกริยา) : 없던 것이 새로 있게 되다.
เกิด, เกิดขึ้น, กำเนิด, มีขึ้นมาใหม่
สิ่งที่ไม่เคยมีมาก่อนเกิดขึ้นมาใหม่

• -더라고 : (두루낮춤으로) 과거에 경험하여 새로 알게 된 사실에 대해 지금 상대방에게 옮겨 전할 때 쓰는 표현.
รู้มาว่า..., ได้ยินมาว่า..., เห็นว่า...
(ใช้ในการลดระดับอย่างไม่เป็นทางการ) สำนวนที่ใช้เมื่อนำข้อเท็จจริงเกี่ยวกับสิ่งที่ประสบมาในอดีตจึงเพิ่งได้รู้มาถ่ายทอดแก่ผู้ฟังในขณะนี้

엄마 : 그러니까 앞+으로 엄마+가 하+는 말 잘 듣(들)+[어야 되]+어.
들어야 돼

• **그러니까** (คำวิเศษณ์) : 그런 이유로. 또는 그런 까닭에.
เพราะฉะนั้น, ด้วยเหตุนั้น, ดังนั้น
ด้วยเหตุผลดังกล่าว หรือเป็นสาเหตุดังกล่าว

• **앞** (คำนาม) : 다가올 시간.
ข้างหน้า, ต่อไป, วันหน้า, วันหลัง
เวลาที่ใกล้เข้ามา

• 으로 : 시간을 나타내는 조사.
ตอน..., ในตอน..., (หลังจาก)ที่...
คำชี้ที่แสดงเวลา

• **엄마** (คำนาม) : 격식을 갖추지 않아도 되는 상황에서 어머니를 이르거나 부르는 말.
อ็อมมา : แม่
คำที่กล่าวถึงหรือเรียกคุณแม่ ซึ่งในสถานการณ์ที่ไม่จำเป็นต้องทำตามแบบแผน

• 가 : 어떤 상태나 상황에 놓인 대상이나 동작의 주체를 나타내는 조사.
คำชี้ประธาน
คำชี้ที่ใช้แสดงสิ่งที่อยู่ในสถานการณ์หรือสภาพใด ๆ หรือผู้ที่เป็นประธานของอากัปกริยา

• **하다** (คำกริยา) : 어떤 행동이나 동작, 활동 등을 행하다.
ทำ
ทำกิจกรรม การเคลื่อนไหว หรือพฤติกรรมใด ๆ เป็นต้น

• -는 : 앞의 말이 관형어의 기능을 하게 만들고 사건이나 동작이 현재 일어남을 나타내는 어미.
...ที่...
วิภัตติปัจจัยที่แสดงการที่ทำให้คำพูดข้างหน้าทำหน้าที่เป็นคุณศัพท์ขยายนามและเหตุการณ์หรืออากัปกิริยาเกิดขึ้นในปัจจุบัน

• **말** (คำนาม) : 생각이나 느낌을 표현하고 전달하는 사람의 소리.
การพูด, คำพูด
เสียงของคนที่แสดงและถ่ายทอดความรู้สึกหรือความคิด

• **잘** (คำวิเศษณ์) : 관심을 집중해서 주의 깊게.
อย่างดี, อย่างระวัง, อย่างสนอกสนใจ, อย่างให้ความสำคัญ
อย่างระมัดระวังโดยพุ่งความสนใจ

• **듣다** (คำกริยา) : 다른 사람이 말하는 대로 따르다.
ฟัง, เชื่อฟัง, ทำตาม, ปฏิบัติตาม
ทำตามที่ผู้อื่นบอก

• -어야 되다 : 반드시 그럴 필요나 의무가 있음을 나타내는 표현.
ต้อง...ครับ(ค่ะ), จำเป็นต้อง...ครับ(ค่ะ)
สำนวนที่แสดงความจำเป็นหรือการมีหน้าที่ที่จะต้องกระทำอย่างเด็ดขาด

• -어 : (두루낮춤으로) 어떤 사실을 서술하거나 물음, 명령, 권유를 나타내는 종결 어미.
วิภัตติปัจจัยลงท้ายประโยคที่ใช้ในการลดระดับภาษาโดยทั่วไป
(ใช้ในการลดระดับอย่างไม่เป็นทางการ) วิภัตติปัจจัยลงท้ายประโยคที่แสดงการบอกเล่าข้อเท็จจริงใด ๆ หรือการถาม การสั่ง หรือการชักชวน

딸+은 잠시 동안 생각+을 하+다가 엄마+에게 다시 묻(물)+었+다.
물었다

• **딸** (คำนาม) : 부모가 낳은 아이 중 여자. 여자인 자식.
ลูกสาว
ลูกที่เป็นผู้หญิงในบรรดาลูกที่พ่อแม่ให้กำเนิด ลูกที่เป็นผู้หญิง

• 은 : 문장 속에서 어떤 대상이 화제임을 나타내는 조사.
ตัวชี้หัวเรื่อง
คำชี้ที่แสดงว่าเป้าหมายใด ๆ เป็นหัวข้อเรื่องในประโยค

• **잠시** (คำนาม) : 잠깐 동안.
สักครู่, ประเดี๋ยว, ชั่วครู่, ชั่วคราว, ชั่วขณะ
ในช่วงเวลาชั่วครู่

• **동안** (คำนาม) : 한때에서 다른 때까지의 시간의 길이.
ระยะ, ช่วง, ระหว่าง
ความยาวของระยะเวลาจากช่วงเวลาหนึ่งไปยังอีกช่วงเวลาหนึ่ง

• **생각** (คำนาม) : 사람이 머리를 써서 판단하거나 인식하는 것.
ความคิด, การพิจารณา, การไตร่ตรอง, การพินิจพิเคราะห์
การที่คนใช้สมองวินิจฉัยและเข้าใจ

• 을 : 동작이 직접적으로 영향을 미치는 대상을 나타내는 조사.
ไม่พบคำแปล
คำชี้ที่แสดงเป้าหมายที่การกระทำส่งผลกระทบโดยตรง

• **하다** (คำกริยา) : 어떤 행동이나 동작, 활동 등을 행하다.
ทำ
ทำกิจกรรม การเคลื่อนไหว หรือพฤติกรรมใด ๆ เป็นต้น

• -다가 : 어떤 행동이나 상태 등이 중단되고 다른 행동이나 상태로 바뀜을 나타내는 연결 어미.
แล้ว..., แล้วก็..., ...ก็...
วิภัตติปัจจัยเชื่อมระหว่างประโยคที่แสดงการกระทำหรือสภาพใด ๆ เป็นต้น ถูกหยุดชะงักและเปลี่ยนเป็นการกระทำหรือสภาพอื่น

• **엄마** (คำนาม) : 격식을 갖추지 않아도 되는 상황에서 어머니를 이르거나 부르는 말.
อ็อมมา : แม่
คำที่กล่าวถึงหรือเรียกคุณแม่ ซึ่งในสถานการณ์ที่ไม่จำเป็นต้องทำตามแบบแผน

• 에게 : 어떤 행동이 미치는 대상임을 나타내는 조사.
แก่, ให้แก่, ให้, ถึง
คำชี้ที่แสดงว่าเป็นเป้าหมายที่การกระทำใด ๆ มีผลต่อ

• **다시** (คำวิเศษณ์) : 같은 말이나 행동을 반복해서 또.
อีก, อีกครั้ง, ซ้ำอีกครั้ง
อีกครั้งโดยทำซ้ำหรือพูดเรื่องเดิมซ้ำ

• **묻다** (คำกริยา) : 대답이나 설명을 요구하며 말하다.
ถาม, ซัก
พูดเรียกร้องให้ตอบหรืออธิบาย

• -었- : 사건이 과거에 일어났음을 나타내는 어미.
...แล้ว(อดีตกาล)
วิภัตติปัจจัยที่แสดงว่าเหตุการณ์ได้เกิดขึ้นในอดีต

• -다 : 어떤 사건이나 사실, 상태를 서술함을 나타내는 종결 어미.
วิภัตติปัจจัยลงท้ายประโยคบอกเล่า
วิภัตติปัจจัยลงท้ายประโยคที่แสดงการบอกเล่าเหตุการณ์ ข้อเท็จจริง หรือสภาพการณ์ใด ๆ

딸 : 엄마, 외할머니 머리+는 전부 하얀색+이+ㄴ데? **하얀색인데**

• **엄마** (คำนาม) : 격식을 갖추지 않아도 되는 상황에서 어머니를 이르거나 부르는 말.
อ็อมมา : แม่
คำที่กล่าวถึงหรือเรียกคุณแม่ ซึ่งในสถานการณ์ที่ไม่จำเป็นต้องทำตามแบบแผน

• **외할머니** (คำนาม) : 어머니의 친어머니를 이르거나 부르는 말.
เวฮัลมอนี : ยาย; คุณยาย
คำที่กล่าวถึงหรือเรียกแม่แท้ ๆ ของแม่

• **머리** (คำนาม) : 머리에 난 털.
ผม, เส้นผม
ขนที่งอกที่ศีรษะ

• 는 : 문장 속에서 어떤 대상이 화제임을 나타내는 조사.
...นั้น
คำชี้ที่แสดงว่าเป้าหมายใดๆเป็นหัวเรื่องในประโยค

• **전부** (คำวิเศษณ์) : 빠짐없이 다.
ทั้งหมด, ทั้งปวง, ทั้งสิ้น, ทั้งมวล
ทั้งหมดโดยไม่ขาดตกบกพร่อง

• **하얀색** (คำนาม) : 눈이나 우유의 빛깔과 같이 밝고 선명한 흰색.
สีขาว
สีขาวชัดและใสคล้ายกับสีของหิมะหรือน้ำนม

- 이다 : 주어가 지시하는 대상의 속성이나 부류를 지정하는 뜻을 나타내는 서술격 조사.
  เป็น
  คำชี้ภาคแสดงการกที่แสดงความหมายที่กำหนดประเภทหรือคุณสมบัติของเป้าหมายที่ประธานบ่งชี้

- -ㄴ데 : (두루낮춤으로) 듣는 사람의 반응을 기대하며 어떤 일에 대해 감탄함을 나타내는 종결 어미.
  ...นะ
  (ใช้ในการลดระดับอย่างไม่เป็นทางการ) วิภัตติปัจจัยลงท้ายประโยคที่แสดงการอุทานเกี่ยวกับเหตุการณ์ใดๆ
  โดยคาดหวังปฏิกิริยาของผู้ฟัง

< 14 단원(บท) >

제목 : 혹시 그 여자가 이 아이였습니까?

● 본문 (เนื้อหาเดิม)

한 택시 기사가 젊은 여자 손님을 태우게 되었다.

그 여자는 집으로 가는 내내 창백한 얼굴로 멍하니 창밖을 바라보고 있었다.

이윽고 택시는 여자의 집에 도착했다.

여자 : 기사님, 잠시만 기다려 주세요.

집에 들어가서 택시비 금방 가지고 나올게요.

하지만 한참을 기다려도 여자가 돌아오지 않자 화가 난 택시 기사는 그 집 문을 두드렸고, 잠시 후 안에서 중년의 남자가 나왔다.

택시 기사가 자초지종을 얘기하자 남자는 깜짝 놀라며 안으로 들어갔다가 사진 한 장을 들고 나와 택시 기사한테 물었다.

남자 : 혹시 그 여자가 이 아이였습니까?

택시 기사 : 네, 맞아요.

남자 : 아이고, 오늘이 네 제삿날인 줄 알고 왔구나.

흐느끼는 남자의 모습을 본 택시 기사는 순간 무서웠는지 그냥 도망가 버렸다.

그때 여자가 나오며 하는 말.

여자 : 아빠, 나 잘했지?

남자 : 오냐, 다음부터는 모범택시를 타도록 해라.

● 발음 (การออกเสียง)

한 택시 기사가 젊은 여자 손님을 태우게 되었다.
한 택씨 기사가 절믄 여자 손니믈 태우게 되얻따.
han taeksi gisaga jeolmeun yeoja sonnimeul taeuge doeeotda.

그 여자는 집으로 가는 내내 창백한 얼굴로 멍하니 창밖을 바라보고 있었다.
그 여자는 지브로 가는 내내 창배칸 얼굴로 멍하니 창바끌 바라보고 이썯따.
geu yeojaneun jibeuro ganeun naenae changbaekan eolgullo meonghani changbakkeul barabogo isseotda.

이윽고 택시는 여자의 집에 도착했다.
이윽꼬 택씨는 여자에 지베 도차캗따.
ieukgo taeksineun yeojaui(yeojae) jibe dochakaetda.

여자 : 기사님, 잠시만 기다려 주세요.
여자 : 기사님, 잠시만 기다려 주세요.
yeoja : gisanim, jamsiman gidaryeo juseyo.

집에 들어가서 택시비 금방 가지고 나올게요.
지베 드러가서 택씨비 금방 가지고 나올께요.
jibe deureogaseo taeksibi geumbang gajigo naolgeyo.

하지만 한참을 기다려도 여자가 돌아오지 않자 화가 난 택시 기사는 그 집 문을 두드렸고, 잠시 후
하지만 한차믈 기다려도 여자가 도라오지 안차 화가 난 택씨 기사는 그 집 무늘 두드렫꼬, 잠시 후
hajiman hanchameul gidaryeodo yeojaga doraoji ancha hwaga nan taeksi gisaneun geu jip muneul dudeuryeotgo, jamsi hu

안에서 중년의 남자가 나왔다.
아네서 중녀네 남자가 나왇따.
aneseo jungnyeonui(jungnyeone) namjaga nawatda.

택시 기사가 자초지종을 얘기하자 남자는 깜짝 놀라며 안으로 들어갔다가 사진 한 장을 들고 나와
택씨 기사가 자초지종을 얘기하자 남자는 깜짝 놀라며 아느로 드러갇따가 사진 한 장을 들고 나와
taeksi gisaga jachojijongeul yaegihaja namjaneun kkamjjak nollamyeo aneuro deureogatdaga sajin han jangeul deulgo nawa

택시 기사한테 물었다.
택씨 기사한테 무럳따.
taeksi gisahante mureotda.

남자 : 혹시 그 여자가 이 아이였습니까?
남자 : 혹씨 그 여자가 이 아이엳씀니까?
namja : hoksi geu yeojaga i aiyeotseumnikka?

택시 기사 : 네, 맞아요.
택씨 기사 : 네, 마자요.
taeksi gisa : ne, majayo.

남자 : 아이고, 오늘이 네 제삿날인 줄 알고 왔구나.
남자 : 아이고, 오느리 네 제산나린 줄 알고 왇꾸나.
namja : aigo, oneuri ne jesannarin jul algo watguna.

흐느끼는 남자의 모습을 본 택시 기사는 순간 무서웠는지 그냥 도망가 버렸다.
흐느끼는 남자에 모스블 본 택씨 기사는 순간 무서원는지 그냥 도망가 버렫따.
heuneukkineun namjaui(namjae) moseubeul bon taeksi gisaneun sungan museowonneunji geunyang domangga beoryeotda.

그때 여자가 나오며 하는 말.
그때 여자가 나오며 하는 말.
geuttae yeojaga naomyeo haneun mal.

여자 : 아빠, 나 잘했지?
여자 : 아빠, 나 잘핻찌?
yeoja : appa, na jalhaetji?

남자 : 오냐, 다음부터는 모범택시를 타도록 해라.
남자 : 오냐, 다음부터는 모범택씨를 타도록 해라.
namja : onya, daeumbuteoneun mobeomtaeksireul tadorok haera.

● 어휘 (ศัพท์) / 문법 (ไวยากรณ์)

한 택시 기사+가 젊+은 여자 손님+을 태우+게 되+었+다.

그 여자+는 집+으로 가+는 내내 창백하+ㄴ 얼굴+로 멍하니 창밖+을 바라보+고 있+었+다.

이윽고 택시+는 여자+의 집+에 도착하+였+다.

여자 : 기사+님, 잠시+만 기다리+어 주+세요.

집+에 들어가+(아)서 택시+비 금방 가지+고 나오+ㄹ게요.

하지만 한참+을 기다리+어도 여자+가 돌아오+지 않+자 화+가 나+ㄴ 택시 기사+는 그 집 문+을 두드리+었+고, 잠시 후 안+에서 중년+의 남자+가 나오+았+다.

택시 기사+가 자초지종+을 얘기하+자 남자+는 깜짝 놀라+며 안+으로 들어가+았+다가 사진 한 장+을 들+고 나오+아 택시 기사+한테 묻(물)+었+다.

남자 : 혹시 그 여자+가 이 아이+이+었+습니까?

택시 기사 : 네, 맞+아요.

남자 : 아이고, 오늘+이 너+의 제삿날+이+ㄴ 줄 알+고 오+았+구나.

흐느끼+는 남자+의 모습+을 보+ㄴ 택시 기사+는 순간 무섭(무서우)+었+는지 그냥 도망가+(아) 버리+었+다.

그때 여자+가 나오+며 하+는 말.

여자 : 아빠, 나 잘하+였+지?

남자 : 오냐, 다음+부터+는 모범택시+를 타+도록 하+여라.

한 택시 기사+가 젊+은 여자 손님+을 태우+[게 되]+었+다.

• **한** (คุณศัพท์) : 여럿 중 하나인 어떤.
อันหนึ่ง, สิ่งหนึ่ง, บางอัน, หนึ่ง
สิ่งใด ๆ ซึ่งเป็นหนึ่งในท่ามกลางหลายสิ่ง

• **택시** (คำนาม) : 돈을 받고 손님이 원하는 곳까지 태워 주는 일을 하는 승용차.
รถแท็กซี่
รถยนต์โดยสารรับจ้างโดยผู้ขับจะส่งผู้โดยสารระหว่างที่หนึ่งไปยังที่หนึ่งตามที่ผู้โดยสารต้องการ

• **기사** (คำนาม) : 직업적으로 자동차나 기계 등을 운전하는 사람.
คนขับรถ, โชเฟอร์
ผู้ที่ขับรถยนต์หรือเดินเครื่องจักร เป็นต้นเป็นอาชีพ

• 가 : 어떤 상태나 상황에 놓인 대상이나 동작의 주체를 나타내는 조사.
คำชี้ประธาน
คำชี้ที่ใช้แสดงสิ่งที่อยู่ในสถานการณ์หรือสภาพใด ๆ หรือผู้ที่เป็นประธานของอากัปกริยา

• **젊다** (คำคุณศัพท์) : 나이가 한창때에 있다.
เป็นวัยรุ่น, เป็นหนุ่มเป็นสาว
มีอายุอยู่ในช่วงวัยหนุ่มสาว

• -은 : 앞의 말이 관형어의 기능을 하게 만들고 현재의 상태를 나타내는 어미.
ที่..., ซึ่ง...
วิภัตติปัจจัยที่ทำให้คำพูดข้างหน้าทำหน้าที่เป็นคุณศัพท์ขยายนามและแสดงถึงสภาพที่เป็นอยู่ในปัจจุบัน

• **여자** (คำนาม) : 여성으로 태어난 사람.
ผู้หญิง, สตรี
คนที่เกิดมาเป็นผู้หญิง

• **손님** (คำนาม) : 버스나 택시 등과 같은 교통수단을 이용하는 사람.
แขก, ลูกค้า, ผู้ใช้บริการ
คนที่ใช้ระบบขนส่ง เช่น รถเมล์ หรือแท็กซี่ เป็นต้น

• 을 : 동작이 직접적으로 영향을 미치는 대상을 나타내는 조사.
ไม่พบคำแปล
คำชี้ที่แสดงเป้าหมายที่การกระทำส่งผลกระทบโดยตรง

• **태우다** (คำกริยา) : 차나 배와 같은 탈것이나 짐승의 등에 타게 하다.
บรรทุก, ขึ้น, ขี่
ทำให้ขึ้นไปอยู่บนหลังของสัตว์หรือยานพาหนะ เช่น เรือ รถยนต์ เป็นต้น

• -게 되다 : 앞의 말이 나타내는 상태나 상황이 됨을 나타내는 표현.
กลายเป็น..., กลายเป็นได้..., ได้...
สำนวนที่แสดงว่าคำพูดข้างหน้าได้กลายเป็นสภาพหรือสถานการณ์ที่ปรากฏ

• -었- : 어떤 사건이 과거에 완료되었거나 그 사건의 결과가 현재까지 지속되는 상황을 나타내는 어미.
...แล้ว
วิภัตติปัจจัยที่แสดงว่าเหตุการณ์ใดๆเสร็จสมบูรณ์ไปแล้วในอดีตหรือแสดงสถานการณ์ที่ผลลัพธ์ของเหตุการณ์ดังกล่าวต่อเนื่องจนถึงปัจจุบัน

• -다 : 어떤 사건이나 사실, 상태를 서술함을 나타내는 종결 어미.
วิภัตติปัจจัยลงท้ายประโยคบอกเล่า
วิภัตติปัจจัยลงท้ายประโยคที่แสดงการบอกเล่าเหตุการณ์ ข้อเท็จจริง หรือสภาพการณ์ใด ๆ

그 여자+는 집+으로 가+는 내내 <u>창백하+ㄴ</u> 얼굴+로 멍하니 창밖+을 바라보+[고 있]+었+다. **창백한**

• **그** (คุณศัพท์) : 앞에서 이미 이야기한 대상을 가리킬 때 쓰는 말.
นั้น, นั่น
คำที่ใช้เมื่อบ่งชี้ถึงเป้าหมายที่ได้พูดถึงมาแล้วในก่อนหน้า

• **여자** (คำนาม) : 여성으로 태어난 사람.
ผู้หญิง, สตรี
คนที่เกิดมาเป็นผู้หญิง

• 는 : 문장 속에서 어떤 대상이 화제임을 나타내는 조사.
...นั้น
คำชี้ที่แสดงว่าเป้าหมายใดๆเป็นหัวเรื่องในประโยค

• **집** (คำนาม) : 사람이나 동물이 추위나 더위 등을 막고 그 속에 들어 살기 위해 지은 건물.
บ้าน, ที่อยู่อาศัย
อาคารที่สร้างขึ้นเพื่อคนหรือสัตว์ป้องกันความหนาวหรือความร้อน เป็นต้น และอยู่อาศัยได้ภายในนั้น

• 으로 : 움직임의 방향을 나타내는 조사.
ที่...
คำชี้ที่แสดงทิศทางของการเคลื่อนไหว

• **가다** (คำกริยา) : 한 곳에서 다른 곳으로 장소를 이동하다.
ไป
เคลื่อนออกจากสถานที่แห่งใดแห่งหนึ่งไปยังสถานที่อื่น

• -는 : 앞의 말이 관형어의 기능을 하게 만들고 사건이나 동작이 현재 일어남을 나타내는 어미.
...ที่...
วิภัตติปัจจัยที่แสดงการที่ทำให้คำพูดข้างหน้าทำหน้าที่เป็นคุณศัพท์ขยายนามและเหตุการณ์หรืออากัปกิริยาเกิดขึ้นในปัจจุบัน

• **내내** (คำวิเศษณ์) : 처음부터 끝까지 계속해서.
ตลอด, ทั้ง..., เรื่อยมา
อย่างต่อเนื่องตั้งแต่ต้นจนจบ

• **창백하다** (คำคุณศัพท์) : 얼굴이나 피부가 푸른빛이 돌 만큼 핏기 없이 하얗다.
เผือด, ซีด, ซีดเซียว, ขาว
ใบหน้าหรือผิวที่ขาวเผือดโดยไม่มีสีเลือดจนถึงขนาดกลายเป็นสีเขียว

• -ㄴ : 앞의 말이 관형어의 기능을 하게 만들고 현재의 상태를 나타내는 어미.
...ที่
วิภัตติปัจจัยที่ทำให้คำพูดข้างหน้าทำหน้าที่เป็นคุณศัพท์ขยายนามและแสดงถึงสภาพที่เป็นอยู่ในปัจจุบัน

• **얼굴** (คำนาม) : 어떠한 심리 상태가 겉으로 드러난 표정.
สีหน้า
สีหน้าที่แสดงสภาพจิตใจใด ๆ ออกมาภายนอก

• 로 : 어떤 일의 방법이나 방식을 나타내는 조사.
โดย..., ด้วย...
คำชี้ที่แสดงวิธีการหรือวิธีทางของงานใด ๆ

• **멍하니** (คำวิเศษณ์) : 정신이 나간 것처럼 가만히.
เหม่อ, ทื่อ, อย่างเหม่อลอย, อย่างใจลอย, อย่างมึนงง
อย่างนิ่งเฉยเหมือนเสียสติไป

• **창밖** (คำนาม) : 창문의 밖.
นอกหน้าต่าง
ข้างนอกของหน้าต่าง

• 을 : 동작이 직접적으로 영향을 미치는 대상을 나타내는 조사.
ไม่พบคำแปล
คำชี้ที่แสดงเป้าหมายที่การกระทำส่งผลกระทบโดยตรง

• **바라보다** (คำกริยา) : 바로 향해 보다.
มอง, มองดู
มองตรงไปข้างหน้า

• -고 있다 : 앞의 말이 나타내는 행동이 계속 진행됨을 나타내는 표현.
กำลัง...อยู่
สำนวนที่แสดงว่าการกระทำที่ปรากฏในคำพูดข้างหน้าได้ดำเนินอย่างต่อเนื่อง

• -었- : 어떤 사건이 과거에 완료되었거나 그 사건의 결과가 현재까지 지속되는 상황을 나타내는 어미.
...แล้ว
วิภัตติปัจจัยที่แสดงว่าเหตุการณ์ใดๆเสร็จสมบูรณ์ไปแล้วในอดีตหรือแสดงสถานการณ์ที่ผลลัพธ์ของเหตุการณ์ดังกล่าวต่อเนื่องจนถึงปัจจุบัน

• -다 : 어떤 사건이나 사실, 상태를 서술함을 나타내는 종결 어미.
วิภัตติปัจจัยลงท้ายประโยคบอกเล่า
วิภัตติปัจจัยลงท้ายประโยคที่แสดงการบอกเล่าเหตุการณ์ ข้อเท็จจริง หรือสภาพการณ์ใด ๆ

이윽고 택시+는 여자+의 집+에 도착하+였+다. 도착했다

• **이윽고** (คำวิเศษณ์) : 시간이 얼마쯤 흐른 뒤에 드디어.
หลังจากนั้น, ต่อมา, ในที่สุด, และแล้ว, อีกสักครู่ต่อมา
ในที่สุด หลังจากที่เวลาผ่านไปสักพักหนึ่ง

• **택시** (คำนาม) : 돈을 받고 손님이 원하는 곳까지 태워 주는 일을 하는 승용차.
รถแท็กซี่
รถยนต์โดยสารรับจ้างโดยผู้ขับจะส่งผู้โดยสารระหว่างที่หนึ่งไปยังที่หนึ่งตามที่ผู้โดยสารต้องการ

• 는 : 문장 속에서 어떤 대상이 화제임을 나타내는 조사.
...นั้น
คำชี้ที่แสดงว่าเป้าหมายใดๆเป็นหัวเรื่องในประโยค

• **여자** (คำนาม) : 여성으로 태어난 사람.
ผู้หญิง, สตรี
คนที่เกิดมาเป็นผู้หญิง

• 의 : 앞의 말이 뒤의 말에 대하여 소유, 소속, 소재, 관계, 기원, 주체의 관계를 가짐을 나타내는 조사.
ของ...
คำชี้ที่แสดงว่าคำพูดข้างหน้ามีความสัมพันธ์กับประธาน แหล่งกำเนิด ความสัมพันธ์ วัตถุดิบ การสังกัด การเป็นเจ้าของต่อคำพูดข้างหลัง

• **집** (คำนาม) : 사람이나 동물이 추위나 더위 등을 막고 그 속에 들어 살기 위해 지은 건물.
บ้าน, ที่อยู่อาศัย
อาคารที่สร้างขึ้นเพื่อคนหรือสัตว์ป้องกันความหนาวหรือความร้อน เป็นต้น และอยู่อาศัยได้ภายในนั้น

• 에 : 앞말이 목적지이거나 어떤 행위의 진행 방향임을 나타내는 조사.
ที่...
คำชี้ที่แสดงว่าคำพูดข้างหน้าเป็นทิศทางที่ดำเนินไปของการกระทำใด ๆ หรือเป็นจุดหมายปลายทาง

• **도착하다** (คำกริยา) : 목적지에 다다르다.
มาถึง, เยือน
มาถึงสถานที่ที่เป็นจุดหมาย

• -였- : 어떤 사건이 과거에 완료되었거나 그 사건의 결과가 현재까지 지속되는 상황을 나타내는 어미.
...แล้ว
วิภัตติปัจจัยที่แสดงว่าเหตุการณ์ใดๆเสร็จสมบูรณ์ไปแล้วในอดีตหรือแสดงสถานการณ์ที่ผลลัพธ์ของเหตุการณ์ดังกล่าวต่อเนื่องจนถึงปัจจุบัน

• -다 : 어떤 사건이나 사실, 상태를 서술함을 나타내는 종결 어미.
วิภัตติปัจจัยลงท้ายประโยคบอกเล่า
วิภัตติปัจจัยลงท้ายประโยคที่แสดงการบอกเล่าเหตุการณ์ ข้อเท็จจริง หรือสภาพการณ์ใด ๆ

여자 : 기사+님, 잠시+만 기다리+[어 주]+세요.
기다려 주세요

• **기사** (คำนาม) : 직업적으로 자동차나 기계 등을 운전하는 사람.
คนขับรถ, โชเฟอร์
ผู้ที่ขับรถยนต์หรือเดินเครื่องจักร เป็นต้นเป็นอาชีพ

• 님 : '높임'의 뜻을 더하는 접미사.
คุณ..., ท่าน...
ปัจจัยที่ใช้เพิ่มความหมายของคำว่า 'การยกย่อง'

• **잠시** (คำวิเศษณ์) : 잠깐 동안에.
สักครู่, ประเดี๋ยว, ชั่วครู่, ชั่วคราว, ชั่วขณะ
ในระยะเวลาอันสั้น

• 만 : 무엇을 강조하는 뜻을 나타내는 조사.
แค่..., แค่...เท่านั้น
คำชี้ที่แสดงความหมายเน้นย้ำสิ่งใด ๆ

• **기다리다** (คำกริยา) : 사람, 때가 오거나 어떤 일이 이루어질 때까지 시간을 보내다.
รอ, รอคอย
รอเวลาให้คนหรือโอกาสมา หรือจนกว่างานใดงานหนึ่งจะสำเร็จลุล่วง

• -어 주다 : 남을 위해 앞의 말이 나타내는 행동을 함을 나타내는 표현.
ช่วย..., ช่วย...ให้
สำนวนที่แสดงว่าทำการกระทำที่ปรากฏในคำพูดข้างหน้าเพื่อผู้อื่น

• -세요 : (두루높임으로) 설명, 의문, 명령, 요청의 뜻을 나타내는 종결 어미.
วิภัตติปัจจัยลงท้ายประโยคที่ใช้ในระดับภาษาที่สุภาพโดยทั่วไป
(ใช้ในการยกย่องอย่างไม่เป็นทางการ)วิภัตติปัจจัยลงท้ายประโยคที่แสดงความหมายของการอธิบาย การถาม การสั่ง หรือการขอร้อง

여자 : 집+에 들어가+(아)서 택시+비 금방 가지+고 나오+ㄹ게요.
들어가서　　　　　　　　　　　　나올게요

• **집 (คำนาม)** : 사람이나 동물이 추위나 더위 등을 막고 그 속에 들어 살기 위해 지은 건물.
บ้าน, ที่อยู่อาศัย
อาคารที่สร้างขึ้นเพื่อคนหรือสัตว์ป้องกันความหนาวหรือความร้อน เป็นต้น และอยู่อาศัยได้ภายในนั้น

• 에 : 앞말이 목적지이거나 어떤 행위의 진행 방향임을 나타내는 조사.
ที่...
คำชี้ที่แสดงว่าคำพูดข้างหน้าเป็นทิศทางที่ดำเนินไปของการกระทำใด ๆ หรือเป็นจุดหมายปลายทาง

• **들어가다 (คำกริยา)** : 밖에서 안으로 향하여 가다.
เข้าไป, ดิ่งไป, ตรงไป
จากข้างนอกไปยังข้างใน

• -아서 : 앞의 말과 뒤의 말이 순차적으로 일어남을 나타내는 연결 어미.
แล้ว..., แล้วก็..., และ..
วิภัตติปัจจัยเชื่อมระหว่างประโยคที่แสดงการที่คำพูดในประโยคหน้าและประโยคหลังเกิดขึ้นตามลำดับ

• **택시 (คำนาม)** : 돈을 받고 손님이 원하는 곳까지 태워 주는 일을 하는 승용차.
รถแท็กซี่
รถยนต์โดยสารรับจ้างโดยผู้ขับจะส่งผู้โดยสารระหว่างที่หนึ่งไปยังที่หนึ่งตามที่ผู้โดยสารต้องการ

• 비 : '비용', '돈'의 뜻을 더하는 접미사.
ค่า
ปัจจัยที่ใช้เพิ่มเข้าไปในคำเพื่อให้มีความหมายว่า 'ค่าใช้จ่าย' หรือ 'เงิน'

• **금방 (คำวิเศษณ์)** : 시간이 얼마 지나지 않아 곧바로.
ประเดี๋ยวก็, เดี๋ยวก็, อีกไม่นานก็, ในไม่ช้า
อีกภายในระยะเวลาที่ไม่นาน

• **가지다 (คำกริยา)** : 무엇을 손에 쥐거나 몸에 지니다.
ถือ
จับสิ่งใดที่มือหรือทำให้มีอยู่ที่ร่างกาย

• -고 : 앞의 말과 뒤의 말이 차례대로 일어남을 나타내는 연결 어미.
...แล้ว...
วิภัตติปัจจัยเชื่อมระหว่างประโยคที่แสดงการเกิดคำพูดในประโยคหน้าและประโยคหลังตามลำดับ

• **나오다 (คำกริยา)** : 안에서 밖으로 오다.
ออกมา
ออกมาจากด้านในสู่ด้านนอก

• -ㄹ게요 : (두루높임으로) 말하는 사람이 어떤 행동을 할 것을 듣는 사람에게 약속하거나 의지를 나타내는 표현.
จะ..ครับ(ค่ะ), จะ..นะครับ(ค่ะ), จะ..เองครับ(ค่ะ)
(ใช้ในการยกย่องอย่างไม่เป็นทางการ)วิภัตติปัจจัยลงท้ายประโยคที่แสดงการที่ผู้พูดบอกกับผู้ฟังให้ทราบหรือสัญญาว่าจะทำสิ่งใดๆ

하지만 한참+을 기다리+어도 (기다려도) 여자+가 돌아오+[지 않]+자 화+가 나+ㄴ (난) 택시 기사+는 그 집 문+을 두드리+었+고 (두드렸고), 잠시 후 안+에서 중년+의 남자+가 나오+았+다 (나왔다).

• **하지만** (คำวิเศษณ์) : 내용이 서로 반대인 두 개의 문장을 이어 줄 때 쓰는 말.
แต่, แต่ว่า
คำที่ใช้เชื่อมประโยคสองประโยคที่มีเนื้อหาขัดแย้งกัน

• **한참** (คำนาม) : 시간이 꽤 지나는 동안.
ช่วงเวลาหนึ่ง, ระยะเวลาหนึ่ง
ช่วงที่เวลาผ่านไปนาน

• 을 : 동작 대상의 수량이나 동작의 순서를 나타내는 조사.
ไม่พบคำแปล
คำชี้ที่แสดงจำนวนของเป้าหมายการกระทำหรือลำดับการกระทำ

• **기다리다** (คำกริยา) : 사람, 때가 오거나 어떤 일이 이루어질 때까지 시간을 보내다.
รอ, รอคอย
รอเวลาให้คนหรือโอกาสมา หรือจนกว่างานใดงานหนึ่งจะสำเร็จลุล่วง

• -어도 : 앞에 오는 말을 가정하거나 인정하지만 뒤에 오는 말에는 관계가 없거나 영향을 끼치지 않음을 나타내는 연결 어미.
แม้ว่า..., ถึงแม้ว่า...
วิภัตติปัจจัยเชื่อมระหว่างประโยคที่แสดงการสมมุติหรือยอมรับคำพูดข้างหน้าแต่ไม่เกี่ยวข้องหรือไม่มีผลกระทบต่อคำพูดตามมาข้างหลัง

• **여자** (คำนาม) : 여성으로 태어난 사람.
ผู้หญิง, สตรี
คนที่เกิดมาเป็นผู้หญิง

• 가 : 어떤 상태나 상황에 놓인 대상이나 동작의 주체를 나타내는 조사.
คำชี้ประธาน
คำชี้ที่ใช้แสดงสิ่งที่อยู่ในสถานการณ์หรือสภาพใด ๆ หรือผู้ที่เป็นประธานของอากัปกริยา

• **돌아오다** (คำกริยา) : 원래 있던 곳으로 다시 오거나 다시 그 상태가 되다.
กลับมา, กลับสู่, กลับ, คืนสู่
มาที่สถานที่ที่เคยอยู่อีกครั้งหรือกลับมาอยู่ในสภาพเดิมอีกครั้ง

• -지 않다 : 앞의 말이 나타내는 행위나 상태를 부정하는 뜻을 나타내는 표현.
ไม่...
สำนวนที่ใช้แสดงความหมายปฏิเสธการกระทำหรือสภาพที่ปรากฏในคำพูดข้างหน้า

• -자 : 앞에 오는 말이 뒤에 오는 말의 원인이나 동기가 됨을 나타내는 연결 어미.
เพราะ...จึง...
วิภัตติปัจจัยเชื่อมระหว่างประโยคที่ใช้แสดงว่าคำพูดข้างหน้าจะกลายเป็นสาเหตุหรือมูลเหตุของคำพูดตามมาข้างหลัง

• **화** (คำนาม) : 몹시 못마땅하거나 노여워하는 감정.
ความโกธร, ความโมโห
ความรู้สึกที่ไม่พอใจหรือโมโหเป็นอย่างมาก

• 가 : 어떤 상태나 상황에 놓인 대상이나 동작의 주체를 나타내는 조사.
คำชี้ประธาน
คำชี้ที่ใช้แสดงสิ่งที่อยู่ในสถานการณ์หรือสภาพใด ๆ หรือผู้ที่เป็นประธานของอากัปกริยา

• **나다** (คำกริยา) : 어떤 감정이나 느낌이 생기다.
เกิด, มี, ออก
อารมณ์หรือความรู้สึกใดได้เกิดขึ้น

• -ㄴ : 앞의 말이 관형어의 기능을 하게 만들고 사건이나 동작이 완료되어 그 상태가 유지되고 있음을 나타내는 어미.
ที่..., ...อยู่
วิภัตติปัจจัยที่แสดงการที่ทำให้คำพูดข้างหน้าทำหน้าที่เป็นคุณศัพท์ขยายนามและเหตุการณ์หรืออากัปกิริยานั้นเสร็จสิ้นไปแล้วและยังคงสภาพดังกล่าวอย่างต่อเนื่องอยู่

• **택시** (คำนาม) : 돈을 받고 손님이 원하는 곳까지 태워 주는 일을 하는 승용차.
รถแท็กซี่
รถยนต์โดยสารรับจ้างโดยผู้ขับจะส่งผู้โดยสารระหว่างที่หนึ่งไปยังที่หนึ่งตามที่ผู้โดยสารต้องการ

• **기사** (คำนาม) : 직업적으로 자동차나 기계 등을 운전하는 사람.
คนขับรถ, โชเฟอร์
ผู้ที่ขับรถยนต์หรือเดินเครื่องจักร เป็นต้นเป็นอาชีพ

• 는 : 문장 속에서 어떤 대상이 화제임을 나타내는 조사.
...นั้น
คำชี้ที่แสดงว่าเป้าหมายใดๆเป็นหัวเรื่องในประโยค

• **그** (คุณศัพท์) : 앞에서 이미 이야기한 대상을 가리킬 때 쓰는 말.
นั้น, นั่น
คำที่ใช้เมื่อบ่งชี้ถึงเป้าหมายที่ได้พูดถึงมาแล้วในก่อนหน้า

• **집** (คำนาม) : 사람이나 동물이 추위나 더위 등을 막고 그 속에 들어 살기 위해 지은 건물.
บ้าน, ที่อยู่อาศัย
อาคารที่สร้างขึ้นเพื่อคนหรือสัตว์ป้องกันความหนาวหรือความร้อน เป็นต้น และอยู่อาศัยได้ภายในนั้น

• **문** (คำนาม) : 사람이 안과 밖을 드나들거나 물건을 넣고 꺼낼 수 있게 하기 위해 열고 닫을 수 있도록 만든 시설.
ประตู
สิ่งอำนวยความสะดวกที่ทำขึ้นเพื่อให้สามารถเปิดและปิดได้เพื่อคนเข้าออกข้างในและข้างนอก หรือใส่หรือเอาสิ่งของออกได้

• 을 : 동작이 직접적으로 영향을 미치는 대상을 나타내는 조사.
ไม่พบคำแปล
คำชี้ที่แสดงเป้าหมายที่การกระทำส่งผลกระทบโดยตรง

• **두드리다** (คำกริยา) : 소리가 나도록 잇따라 치거나 때리다.
กระทบ, เคาะ, ตี, ตบ
ตีหรือทุบอย่างต่อเนื่องเพื่อให้เสียงร้องออกมา

• -었- : 어떤 사건이 과거에 완료되었거나 그 사건의 결과가 현재까지 지속되는 상황을 나타내는 어미.
...แล้ว
วิภัตติปัจจัยที่แสดงว่าเหตุการณ์ใดๆเสร็จสมบูรณ์ไปแล้วในอดีตหรือแสดงสถานการณ์ที่ผลลัพธ์ของเหตุการณ์ดังกล่าวต่อเนื่องจนถึงปัจจุบัน

• -고 : 앞의 말과 뒤의 말이 차례대로 일어남을 나타내는 연결 어미.
...แล้ว...
วิภัตติปัจจัยเชื่อมระหว่างประโยคที่แสดงการเกิดคำพูดในประโยคหน้าและประโยคหลังตามลำดับ

• **잠시** (คำนาม) : 잠깐 동안.
สักครู่, ประเดี๋ยว, ชั่วครู่, ชั่วคราว, ชั่วขณะ
ในช่วงเวลาชั่วครู่

• **후** (คำนาม) : 얼마만큼 시간이 지나간 다음.
หลังจาก, หลังจากนั้น
หลังจากที่เวลาผ่านไปได้ระยะหนึ่ง

• **안** (คำนาม) : 어떤 물체나 공간의 둘레에서 가운데로 향한 쪽. 또는 그러한 부분.
ใน
ด้านที่อยู่ตรงกลางในเส้นรอบวงของพื้นที่หรือวัตถุใด ๆ หรือส่วนที่มีลักษณะดังกล่าว

• 에서 : 앞말이 출발점의 뜻을 나타내는 조사.
จาก...
คำชี้ที่คำพูดข้างหน้าแสดงความหมายของจุดเริ่มต้น

• **중년** (คำนาม) : 마흔 살 전후의 나이. 또는 그 나이의 사람.
วัยกลางคน, คนที่อยู่ในวัยกลางคน
อายุประมาณสี่สิบปี หรือคนที่มีอายุดังกล่าว

• 의 : 앞의 말이 뒤의 말에 대하여 속성이나 수량을 한정하거나 같은 자격임을 나타내는 조사.
ที่..., ที่เป็น...
คำชี้ที่แสดงว่าคำพูดข้างหน้าเป็นคุณสมบัติที่เหมือนกันหรือกำหนดปริมาณหรือคุณสมบัติต่อคำพูดข้างหลัง

• **남자** (คำนาม) : 남성으로 태어난 사람.
ผู้ชาย
คนที่เกิดมาเป็นเพศชาย

• 가 : 어떤 상태나 상황에 놓인 대상이나 동작의 주체를 나타내는 조사.
คำชี้ประธาน
คำชี้ที่ใช้แสดงสิ่งที่อยู่ในสถานการณ์หรือสภาพใด ๆ หรือผู้ที่เป็นประธานของอากัปกริยา

• **나오다** (คำกริยา) : 안에서 밖으로 오다.
ออกมา
ออกมาจากด้านในสู่ด้านนอก

• -았- : 어떤 사건이 과거에 완료되었거나 그 사건의 결과가 현재까지 지속되는 상황을 나타내는 어미.
...แล้ว
วิภัตติปัจจัยที่แสดงว่าเหตุการณ์ใดๆเสร็จสมบูรณ์ไปแล้วในอดีตหรือแสดงสถานการณ์ที่ผลลัพธ์ของเหตุการณ์ดังกล่าวต่อเนื่องจนถึงปัจจุบัน

• -다 : 어떤 사건이나 사실, 상태를 서술함을 나타내는 종결 어미.
วิภัตติปัจจัยลงท้ายประโยคบอกเล่า
วิภัตติปัจจัยลงท้ายประโยคที่แสดงการบอกเล่าเหตุการณ์ ข้อเท็จจริง หรือสภาพการณ์ใด ๆ

택시 기사+가 자초지종+을 얘기하+자 남자+는 깜짝 놀라+며 안+으로 들어가+았+다가 사진 한 장+을
들어갔다가

들+고 나오+아 택시 기사+한테 묻(물)+었+다.
나와 **물었다**

• **택시** (คำนาม) : 돈을 받고 손님이 원하는 곳까지 태워 주는 일을 하는 승용차.
รถแท็กซี่
รถยนต์โดยสารรับจ้างโดยผู้ขับจะส่งผู้โดยสารระหว่างที่หนึ่งไปยังที่หนึ่งตามที่ผู้โดยสารต้องการ

• **기사** (คำนาม) : 직업적으로 자동차나 기계 등을 운전하는 사람.
คนขับรถ, โชเฟอร์
ผู้ที่ขับรถยนต์หรือเดินเครื่องจักร เป็นต้นเป็นอาชีพ

• 가 : 어떤 상태나 상황에 놓인 대상이나 동작의 주체를 나타내는 조사.
คำชี้ประธาน
คำชี้ที่ใช้แสดงสิ่งที่อยู่ในสถานการณ์หรือสภาพใด ๆ หรือผู้ที่เป็นประธานของอากัปกริยา

• **자초지종** (คำนาม) : 처음부터 끝까지의 모든 과정.
ตั้งแต่ต้นจนจบ, ตลอดทั้งกระบวนการ
กระบวนการทั้งหมดตั้งแต่ต้นจนจบ

• 을 : 동작이 직접적으로 영향을 미치는 대상을 나타내는 조사.
ไม่พบคำแปล
คำชี้ที่แสดงเป้าหมายที่การกระทำส่งผลกระทบโดยตรง

• **얘기하다** (คำกริยา) : 어떠한 사실이나 상태, 현상, 경험, 생각 등에 관해 누군가에게 말을 하다.
เล่า, พูด, คุย, พูดคุย
พูดกับใครเกี่ยวกับความคิด ประสบการณ์ ปรากฏการณ์ สภาพหรือข้อเท็จจริงใด ๆ เป็นต้น

• -자 : 앞에 오는 말이 뒤에 오는 말의 원인이나 동기가 됨을 나타내는 연결 어미.
เพราะ...จึง...
วิภัตติปัจจัยเชื่อมระหว่างประโยคที่ใช้แสดงว่าคำพูดข้างหน้าจะกลายเป็นสาเหตุหรือมูลเหตุของคำพูดตามมาข้างหลัง

• **남자** (คำนาม) : 남성으로 태어난 사람.
ผู้ชาย
คนที่เกิดมาเป็นเพศชาย

• 는 : 문장 속에서 어떤 대상이 화제임을 나타내는 조사.
...นั้น
คำชี้ที่แสดงว่าเป้าหมายใดๆเป็นหัวเรื่องในประโยค

• **깜짝** (คำวิเศษณ์) : 갑자기 놀라는 모양.
อย่างตกใจ, อย่างสะดุ้ง
ลักษณะตกใจอย่างกะทันหัน

• **놀라다** (คำกริยา) : 뜻밖의 일을 당하거나 무서워서 순간적으로 긴장하거나 가슴이 뛰다.
ตกใจ, ตกตื่น, สะดุ้งตกใจ, ผวา
หัวใจเต้นหรือตึงเครียดชั่วครู่เพราะประสบกับสิ่งที่ไม่คาดคิดหรือหวาดกลัว

• -며 : 두 가지 이상의 동작이나 상태가 함께 일어남을 나타내는 연결 어미.
ขณะที่
วิภัตติปัจจัยเชื่อมระหว่างประโยคที่ใช้แสดงการที่อาการกริยา สภาพ หรือข้อเท็จจริงตั้งแต่สองสิ่งขึ้นไปเกิดขึ้นร่วมกัน

• **안** (คำนาม) : 어떤 물체나 공간의 둘레에서 가운데로 향한 쪽. 또는 그러한 부분.
ใน
ด้านที่อยู่ตรงกลางในเส้นรอบวงของพื้นที่หรือวัตถุใด ๆ หรือส่วนที่มีลักษณะดังกล่าว

• 으로 : 움직임의 방향을 나타내는 조사.
ที่...
คำชี้ที่แสดงทิศทางของการเคลื่อนไหว

• **들어가다** (คำกริยา) : 밖에서 안으로 향하여 가다.
เข้าไป, ดิ่งไป, ตรงไป
จากข้างนอกไปยังข้างใน

• -았- : 어떤 사건이 과거에 완료되었거나 그 사건의 결과가 현재까지 지속되는 상황을 나타내는 어미.
...แล้ว
วิภัตติปัจจัยที่แสดงว่าเหตุการณ์ใดๆเสร็จสมบูรณ์ไปแล้วในอดีตหรือแสดงสถานการณ์ที่ผลลัพธ์ของเหตุการณ์ดังกล่าวต่อเนื่องจนถึงปัจจุบัน

• -다가 : 어떤 행동이나 상태 등이 중단되고 다른 행동이나 상태로 바뀜을 나타내는 연결 어미.
แล้ว..., แล้วก็..., ...ก็...
วิภัตติปัจจัยเชื่อมระหว่างประโยคที่แสดงการกระทำหรือสภาพใด ๆ เป็นต้น ถูกหยุดชะงักและเปลี่ยนเป็นการกระทำหรือสภาพอื่น

• **사진** (คำนาม) : 사물의 모습을 오래 보존할 수 있도록 사진기로 찍어 종이나 컴퓨터 등에 나타낸 영상.
ภาพถ่าย, รูปภาพ
ภาพถ่ายที่แสดงในกระดาษหรือคอมพิวเตอร์ เป็นต้น โดยใช้กล้องถ่ายภาพถ่ายเพื่อให้สามารถเก็บรักษาภาพสรรพสิ่งไว้ได้นาน ๆ

• **한** (คุณศัพท์) : 하나의.
หนึ่ง
อันหนึ่ง

• **장** (คำนาม) : 종이나 유리와 같이 얇고 넓적한 물건을 세는 단위.
แผ่น, ผืน, บาน, ใบ(ลักษณนาม)
หน่วยนับสิ่งของที่มีลักษณะกว้างและบางเหมือนกระดาษหรือกระจก

• 을 : 동작이 직접적으로 영향을 미치는 대상을 나타내는 조사.
ไม่พบคำแปล
คำชี้ที่แสดงเป้าหมายที่การกระทำส่งผลกระทบโดยตรง

• **들다** (คำกริยา) : 손에 가지다.
ถือ, หิ้ว
มีอยู่ในมือ

• -고 : 앞의 말이 나타내는 행동이나 그 결과가 뒤에 오는 행동이 일어나는 동안에 그대로 지속됨을 나타내는 연결 어미.
ไม่พบคำแปล
วิภัตติปัจจัยเชื่อมระหว่างประโยคที่แสดงว่าการกระทำหรือผลลัพธ์ที่ปรากฏในประโยคหน้าถูกดำเนินอย่างต่อเนื่องในช่วงเวลาที่การกระทำในประโยคหลังเกิดขึ้น

• **나오다** (คำกริยา) : 안에서 밖으로 오다.
ออกมา
ออกมาจากด้านในสู่ด้านนอก

• -아 : 앞의 말이 뒤의 말보다 먼저 일어났거나 뒤의 말에 대한 방법이나 수단이 됨을 나타내는 연결 어미.
แล้ว..., แล้วจึง...
วิภัตติปัจจัยเชื่อมระหว่างประโยคที่แสดงการที่คำพูดข้างหน้าเกิดขึ้นก่อนคำพูดข้างหลัง
หรือกลายเป็นวิธีการหรือวิธีทำเกี่ยวกับคำพูดข้างหลัง

• **택시** (คำนาม) : 돈을 받고 손님이 원하는 곳까지 태워 주는 일을 하는 승용차.
รถแท็กซี่
รถยนต์โดยสารรับจ้างโดยผู้ขับจะส่งผู้โดยสารระหว่างที่หนึ่งไปยังที่หนึ่งตามที่ผู้โดยสารต้องการ

• **기사** (คำนาม) : 직업적으로 자동차나 기계 등을 운전하는 사람.
คนขับรถ, โชเฟอร์
ผู้ที่ขับรถยนต์หรือเดินเครื่องจักร เป็นต้นเป็นอาชีพ

• 한테 : 어떤 행동이 미치는 대상임을 나타내는 조사.
แก่, ให้แก่, ให้, ถึง
คำชี้ที่แสดงว่าเป็นเป้าหมายที่การกระทำใดๆไปถึง

• **묻다** (คำกริยา) : 대답이나 설명을 요구하며 말하다.
ถาม, ซัก
พูดเรียกร้องให้ตอบหรืออธิบาย

• -었- : 어떤 사건이 과거에 완료되었거나 그 사건의 결과가 현재까지 지속되는 상황을 나타내는 어미.
...แล้ว
วิภัตติปัจจัยที่แสดงว่าเหตุการณ์ใดๆเสร็จสมบูรณ์ไปแล้วในอดีตหรือแสดงสถานการณ์ที่ผลลัพธ์ของเหตุการณ์ดังกล่าวต่อเนื่องจนถึงปัจจุบัน

• -다 : 어떤 사건이나 사실, 상태를 서술함을 나타내는 종결 어미.
วิภัตติปัจจัยลงท้ายประโยคบอกเล่า
วิภัตติปัจจัยลงท้ายประโยคที่แสดงการบอกเล่าเหตุการณ์ ข้อเท็จจริง หรือสภาพการณ์ใด ๆ

남자 : 혹시 그 여자+가 이 아이+이+었+습니까?
아이였습니까

• **혹시** (คำวิเศษณ์) : 그러리라 생각하지만 분명하지 않아 말하기를 망설일 때 쓰는 말.
เอ่อ...ไม่ทราบว่า
คำที่ใช้เมื่อเวลาลังเลที่จะพูดเพราะไม่แน่ใจถึงแม้จะคิดว่าใช่ก็ตาม

• **그** (คุณศัพท์) : 앞에서 이미 이야기한 대상을 가리킬 때 쓰는 말.
นั้น, นั่น
คำที่ใช้เมื่อบ่งชี้ถึงเป้าหมายที่ได้พูดถึงมาแล้วในก่อนหน้า

• **여자** (คำนาม) : 여성으로 태어난 사람.
ผู้หญิง, สตรี
คนที่เกิดมาเป็นผู้หญิง

• 가 : 어떤 상태나 상황에 놓인 대상이나 동작의 주체를 나타내는 조사.
คำชี้ประธาน
คำชี้ที่ใช้แสดงสิ่งที่อยู่ในสถานการณ์หรือสภาพใด ๆ หรือผู้ที่เป็นประธานของอากัปกริยา

• **이** (คุณศัพท์) : 말하는 사람에게 가까이 있거나 말하는 사람이 생각하고 있는 대상을 가리킬 때 쓰는 말.
นี้
คำที่ใช้ตอนที่บ่งชี้สิ่งที่ผู้พูดกำลังคิดอยู่หรือสิ่งที่อยู่ใกล้กับผู้พูด

• **아이** (คำนาม) : (낮추는 말로) 자기의 자식.
ลูก
(คำไม่ยกย่อง)ลูกของตัวเอง

• 이다 : 주어가 지시하는 대상의 속성이나 부류를 지정하는 뜻을 나타내는 서술격 조사.
เป็น
คำชี้ภาคแสดงการกที่แสดงความหมายที่กำหนดประเภทหรือคุณสมบัติของเป้าหมายที่ประธานบ่งชี้

• -었- : 어떤 사건이 과거에 완료되었거나 그 사건의 결과가 현재까지 지속되는 상황을 나타내는 어미.
...แล้ว
วิภัตติปัจจัยที่แสดงว่าเหตุการณ์ใดๆเสร็จสมบูรณ์ไปแล้วในอดีตหรือแสดงสถานการณ์ที่ผลลัพธ์ของเหตุการณ์ดังกล่าวต่อเนื่องจนถึงปัจจุบัน

• -습니까 : (아주높임으로) 말하는 사람이 듣는 사람에게 정중하게 물음을 나타내는 종결 어미.
วิภัตติปัจจัยลงท้ายประโยคคำถามที่ใช้ในระดับภาษาที่สุภาพมาก, ...ไหมคะ(ครับ), ...หรือเปล่าคะ(ครับ), ...เหรอคะ(ครับ)
(ใช้ในการยกย่องอย่างมากและเป็นทางการ)วิภัตติปัจจัยลงท้ายประโยคที่แสดงการที่ผู้พูดถามผู้ฟังอย่างสุภาพนอบน้อม

택시 기사 : 네, 맞+아요.

• **네** (คำอุทาน) : 윗사람의 물음이나 명령 등에 긍정하여 대답할 때 쓰는 말.
ค่ะ, ครับ
คำตอบรับเมื่อผู้ใหญ่ถามหรือสั่งให้ทำ

• **맞다** (คำกริยา) : 그렇거나 옳다.
ถูก, ถูกต้อง
เป็นเช่นนั้นหรือถูกต้อง

• -아요 : (두루높임으로) 어떤 사실을 서술하거나 질문, 명령, 권유함을 나타내는 종결 어미.
วิภัตติปัจจัยลงท้ายประโยคที่ใช้ในการยกย่องโดยทั่วไป
(ใช้ในการยกย่องอย่างไม่เป็นทางการ)วิภัตติปัจจัยลงท้ายประโยคที่แสดงการบอกเล่า การถาม การสั่ง หรือการชักชวนเรื่องใด ๆ

남자 : 아이고, 오늘+이 너+의 제삿날+이+[ㄴ 줄] 알+고 오+았+구나!
네 제삿날인 줄 왔구나

• **아이고** (คำอุทาน) : 절망하거나 매우 속상하여 한숨을 쉬면서 내는 소리.
เฮ้อ
เสียงถอนหายใจเนื่องจากเศร้าเป็นอย่างมากหรือผิดหวัง

• **오늘** (คำนาม) : 지금 지나가고 있는 이날.
วันนี้
วันนี้ที่กำลังผ่านไปตอนนี้

• 이 : 어떤 상태나 상황에 놓인 대상이나 동작의 주체를 나타내는 조사.
ตัวชี้ประธาน
คำชี้ที่ใช้แสดงสิ่งที่อยู่ในสถานการณ์หรือสภาพใด ๆ หรือผู้ที่เป็นประธานของอากัปกริยา

• **너** (สรรพนาม) : 듣는 사람이 친구나 아랫사람일 때, 그 사람을 가리키는 말.
เธอ, แก, เอ็ง
คำที่ใช้เรียกชี้บ่งคนนั้นที่เป็นผู้ฟังในกรณีที่เป็นผู้น้อยหรือเพื่อน

• 의 : 앞의 말이 뒤의 말에 대하여 소유, 소속, 소재, 관계, 기원, 주체의 관계를 가짐을 나타내는 조사.
ของ...
คำชี้ที่แสดงว่าคำพูดข้างหน้ามีความสัมพันธ์กับประธาน แหล่งกำเนิด ความสัมพันธ์ วัตถุดิบ การสังกัด การเป็นเจ้าของต่อคำพูดข้างหลัง

• **제삿날** (คำนาม) : 제사를 지내는 날.
วันเซ่นไหว้บรรพบุรุษ
วันที่เซ่นไหว้บรรพบุรุษ

• 이다 : 주어가 지시하는 대상의 속성이나 부류를 지정하는 뜻을 나타내는 서술격 조사.
เป็น
คำชี้ภาคแสดงการกที่แสดงความหมายที่กำหนดประเภทหรือคุณสมบัติของเป้าหมายที่ประธานบ่งชี้

• -ㄴ 줄 : 어떤 사실이나 상태에 대해 알고 있거나 모르고 있음을 나타내는 표현.
(รู้, ไม่รู้)ว่า...
สำนวนที่แสดงการที่รู้หรือไม่รู้เกี่ยวกับสภาพหรือข้อเท็จจริงใด ๆ อยู่แล้ว

• **알다** (คำกริยา) : 교육이나 경험, 생각 등을 통해 사물이나 상황에 대한 정보 또는 지식을 갖추다.
รู้, ทราบ
มีความรู้หรือรู้ข้อมูลที่เกี่ยวกับสถานการณ์หรือสิ่งต่าง ๆ โดยผ่านความคิด ประสบการณ์หรือการศึกษา เป็นต้น

• -고 : 앞의 말이 나타내는 행동이나 그 결과가 뒤에 오는 행동이 일어나는 동안에 그대로 지속됨을 나타내는 연결 어미.
ไม่พบคำแปล
วิภัตติปัจจัยเชื่อมระหว่างประโยคที่แสดงว่าการกระทำหรือผลลัพธ์ที่ปรากฏในประโยคหน้าถูกดำเนินอย่างต่อเนื่องในช่วงเวลาที่การกระทำในประโยคหลังเกิดขึ้น

• **오다** (คำกริยา) : 무엇이 다른 곳에서 이곳으로 움직이다.
มา
สิ่งใดเคลื่อนไหวจากที่หนึ่งไปยังอีกที่

• -았- : 어떤 사건이 과거에 완료되었거나 그 사건의 결과가 현재까지 지속되는 상황을 나타내는 어미.
...แล้ว
วิภัตติปัจจัยที่แสดงว่าเหตุการณ์ใดๆเสร็จสมบูรณ์ไปแล้วในอดีตหรือแสดงสถานการณ์ที่ผลลัพธ์ของเหตุการณ์ดังกล่าวต่อเนื่องจนถึงปัจจุบัน

• -구나 : (아주낮춤으로) 새롭게 알게 된 사실에 어떤 느낌을 실어 말함을 나타내는 종결 어미.
...จัง, ...จังเลย
(ใช้ในการลดระดับอย่างมากและเป็นทางการ)วิภัตติปัจจัยลงท้ายประโยคที่แสดงการพูดโดยใส่ความรู้สึกใดๆเข้าไปในสิ่งที่เพิ่งรู้ใหม่

흐느끼+는 남자+의 모습+을 보+ㄴ 택시 기사+는 순간 무섭(무서우)+었+는지 그냥
본 무서웠는지

도망가+[(아) 버리]+었+다.
도망가 버렸다

• **흐느끼다** (คำกริยา) : 몹시 슬프거나 감격에 겨워 흑흑 소리를 내며 울다.
สะอึกสะอื้น
เศร้าหรือรู้สึกตื้นตันใจมากจึงร้องไห้พร้อมส่งเสียงฮือ ๆ

• -는 : 앞의 말이 관형어의 기능을 하게 만들고 사건이나 동작이 현재 일어남을 나타내는 어미.
...ที่...
วิภัตติปัจจัยที่แสดงการที่ทำให้คำพูดข้างหน้าทำหน้าที่เป็นคุณศัพท์ขยายนามและเหตุการณ์หรืออากัปกิริยาเกิดขึ้นในปัจจุบัน

• **남자** (คำนาม) : 남성으로 태어난 사람.
ผู้ชาย
คนที่เกิดมาเป็นเพศชาย

• 의 : 앞의 말이 뒤의 말에 대하여 소유, 소속, 소재, 관계, 기원, 주체의 관계를 가짐을 나타내는 조사.
ของ...
คำชี้ที่แสดงว่าคำพูดข้างหน้ามีความสัมพันธ์กับประธาน แหล่งกำเนิด ความสัมพันธ์ วัตถุดิบ การสังกัด การเป็นเจ้าของต่อคำพูดข้างหลัง

- **모습** (คำนาม) : 겉으로 드러난 상태나 모양.
  ลักษณะ, ท่าทาง
  สภาพหรือลักษณะที่ปรากฏออกมาภายนอก

- 을 : 동작이 직접적으로 영향을 미치는 대상을 나타내는 조사.
  ไม่พบคำแปล
  คำชี้ที่แสดงเป้าหมายที่การกระทำส่งผลกระทบโดยตรง

- **보다** (คำกริยา) : 눈으로 대상의 존재나 겉모습을 알다.
  มอง, ดู, เห็น
  รู้ถึงลักษณะภายนอกหรือการมีอยู่ของวัตถุด้วยตา

- -ㄴ : 앞의 말이 관형어의 기능을 하게 만들고 사건이나 동작이 완료되어 그 상태가 유지되고 있음을 나타내는 어미.
  ที่..., ...อยู่'
  วิภัตติปัจจัยที่แสดงการที่ทำให้คำพูดข้างหน้าทำหน้าที่เป็นคุณศัพท์ขยายนามและเหตุการณ์หรืออากัปกิริยานั้นเสร็จสิ้นไปแล้วและยังคงสภาพดังกล่าวอย่างต่อเนื่องอยู่'

- **택시** (คำนาม) : 돈을 받고 손님이 원하는 곳까지 태워 주는 일을 하는 승용차.
  รถแท็กซี่
  รถยนต์โดยสารรับจ้างโดยผู้ขับจะส่งผู้โดยสารระหว่างที่หนึ่งไปยังที่หนึ่งตามที่ผู้โดยสารต้องการ

- **기사** (คำนาม) : 직업적으로 자동차나 기계 등을 운전하는 사람.
  คนขับรถ, โชเฟอร์
  ผู้ที่ขับรถยนต์หรือเดินเครื่องจักร เป็นต้นเป็นอาชีพ

- 는 : 문장 속에서 어떤 대상이 화제임을 나타내는 조사.
  ...นั้น
  คำชี้ที่แสดงว่าเป้าหมายใดๆเป็นหัวเรื่องในประโยค

- **순간** (คำนาม) : 어떤 일이 일어나거나 어떤 행동이 이루어지는 바로 그때.
  ตอนนั้น, ขณะนั้น
  ตอนนั้นพอดีที่เกิดเรื่องใด ๆ หรือเกิดการกระทำใด ๆ

- **무섭다** (คำคุณศัพท์) : 어떤 사람이나 상황이 대하기 어렵거나 피하고 싶다.
  กลัว, น่ากลัว
  อยากจะหลีกหนีหรือยากต่อการเผชิญกับสถานการณ์หรือคนใด ๆ

- -었- : 어떤 사건이 과거에 완료되었거나 그 사건의 결과가 현재까지 지속되는 상황을 나타내는 어미.
  ...แล้ว
  วิภัตติปัจจัยที่แสดงว่าเหตุการณ์ใดๆเสร็จสมบูรณ์ไปแล้วในอดีตหรือแสดงสถานการณ์ที่ผลลัพธ์ของเหตุการณ์ดังกล่าวต่อเนื่องจนถึงปัจจุบัน

• -는지 : 뒤에 오는 말의 내용에 대한 막연한 이유나 판단을 나타내는 연결 어미.
...หรือไม่ จึง..., ...หรือเปล่า จึง...
วิภัตติปัจจัยเชื่อมระหว่างประโยคที่แสดงเหตุผลหรือการวินิจฉัยที่ไม่แน่ชัด เกี่ยวกับเนื้อหาในประโยคหลัง

• **그냥** (คำวิเศษณ์) : 아무 것도 하지 않고 있는 그대로.
เฉย ๆ, ในสภาพเดิม
อยู่ในสภาพเดิม ไม่ได้ทำอะไรเพิ่มเติม

• **도망가다** (คำกริยา) : 피하거나 쫓기어 달아나다.
หนี, หลบหนี
หนีเพื่อไม่ให้ถูกจับได้

• -아 버리다 : 앞의 말이 나타내는 행동이 완전히 끝났음을 나타내는 표현.
...แล้ว, ...เสียแล้ว, ...ซะแล้ว
สำนวนที่แสดงการที่การกระทำที่ปรากฏในคำพูดข้างหน้าเสร็จสิ้นอย่างสมบูรณ์

• -었- : 어떤 사건이 과거에 완료되었거나 그 사건의 결과가 현재까지 지속되는 상황을 나타내는 어미.
...แล้ว
วิภัตติปัจจัยที่แสดงว่าเหตุการณ์ใดๆเสร็จสมบูรณ์ไปแล้วในอดีตหรือแสดงสถานการณ์ที่ผลลัพธ์ของเหตุการณ์ดังกล่าวต่อเนื่องจนถึงปัจจุบัน

• -다 : 어떤 사건이나 사실, 상태를 서술함을 나타내는 종결 어미.
วิภัตติปัจจัยลงท้ายประโยคบอกเล่า
วิภัตติปัจจัยลงท้ายประโยคที่แสดงการบอกเล่าเหตุการณ์ ข้อเท็จจริง หรือสภาพการณ์ใด ๆ

그때 여자+가 나오+며 하+는 말.

• **그때** (คำนาม) : 앞에서 이야기한 어떤 때.
ตอนนั้น
เวลาใด ๆ ที่ได้พูดมาก่อนหน้านี้แล้ว

• **여자** (คำนาม) : 여성으로 태어난 사람.
ผู้หญิง, สตรี
คนที่เกิดมาเป็นผู้หญิง

• 가 : 어떤 상태나 상황에 놓인 대상이나 동작의 주체를 나타내는 조사.
คำชี้ประธาน
คำชี้ที่ใช้แสดงสิ่งที่อยู่ในสถานการณ์หรือสภาพใด ๆ หรือผู้ที่เป็นประธานของอากัปกริยา

• **나오다** (คำกริยา) : 안에서 밖으로 오다.
ออกมา
ออกมาจากด้านในสู่ด้านนอก

• -며 : 두 가지 이상의 동작이나 상태가 함께 일어남을 나타내는 연결 어미.
ขณะที่
วิภัตติปัจจัยเชื่อมระหว่างประโยคที่ใช้แสดงการที่อากัปกิริยา สภาพ หรือข้อเท็จจริงตั้งแต่สองสิ่งขึ้นไปเกิดขึ้นร่วมกัน

• **하다** (คำกริยา) : 다른 사람의 말이나 생각 등을 나타내는 문장을 받아 뒤에 오는 단어를 꾸미는 말.
พูดว่า, กล่าวว่า, คิดว่า
คำที่ขยายคำศัพท์ที่ตามมาหลังประโยคที่บอกถึงความคิดหรือคำพูดของคนอื่นไว้หลังจากที่ตนได้ยิน

• -는 : 앞의 말이 관형어의 기능을 하게 만들고 사건이나 동작이 현재 일어남을 나타내는 어미.
...ที่...
วิภัตติปัจจัยที่แสดงการที่ทำให้คำพูดข้างหน้าทำหน้าที่เป็นคุณศัพท์ขยายนามและเหตุการณ์หรืออากัปกิริยาเกิดขึ้นในปัจจุบัน

• **말** (คำนาม) : 생각이나 느낌을 표현하고 전달하는 사람의 소리.
การพูด, คำพูด
เสียงของคนที่แสดงและถ่ายทอดความรู้สึกหรือความคิด

여자 : 아빠, 나 잘하+였+지? 잘했지

• **아빠** (คำนาม) : 격식을 갖추지 않아도 되는 상황에서 아버지를 이르거나 부르는 말.
อาปา : พ่อ
คำที่กล่าวถึงหรือเรียกคุณพ่อ ในสถานการณ์ที่ไม่จำเป็นต้องทำตามแบบแผน

• **나** (สรรพนาม) : 말하는 사람이 친구나 아랫사람에게 자기를 가리키는 말.
ฉัน
คำที่คนพูดใช้เรียกตนเองต่อเพื่อนหรือคนที่อายุน้อยกว่า

• **잘하다** (คำกริยา) : 좋고 훌륭하게 하다.
เก่ง, ดี, เยี่ยม
ทำให้ดีและเยี่ยมยอด

• -였- : 어떤 사건이 과거에 완료되었거나 그 사건의 결과가 현재까지 지속되는 상황을 나타내는 어미.
...แล้ว(อดีตกาล), ยังคง...(อดีตกาล)
วิภัตติปัจจัยที่แสดงว่าเหตุการณ์ใดๆเสร็จสมบูรณ์ไปแล้วในอดีตหรือแสดงสถานการณ์ที่ผลลัพธ์ของเหตุการณ์ดังกล่าวต่อเนื่องจนถึงปัจจุบัน

• -지 : (두루낮춤으로) 말하는 사람이 듣는 사람에게 친근함을 나타내며 물을 때 쓰는 종결 어미.
...ใช่ไหมล่ะ..., สิ
(ใช้ในการลดระดับอย่างไม่เป็นทางการ)วิภัตติปัจจัยลงท้ายประโยคที่ใช้เมื่อผู้พูดถามไปพร้อมกับการแสดงความสนิทสนมกับผู้ฟัง

남자 : 오냐, 다음+부터+는 모범택시+를 타+[도록 하]+여라. 타도록 해라

• **오냐** (คำอุทาน) : 아랫사람의 물음이나 부탁에 긍정하여 대답할 때 하는 말.
จ้ะ, ใช่(คำตอบรับของผู้อาวุโส)
คำพูดตอบเมื่อผู้อ่อนอาวุโสถามคำถามหรือเมื่อยอมรับคำขอร้องของผู้อ่อนอาวุโส

• **다음** (คำนาม) : 이번 차례의 바로 뒤.
ต่อไป, หน้า
หลังจากลำดับครั้งนี้ทันที

• 부터 : 어떤 일의 시작이나 처음을 나타내는 조사.
ตั้งแต่..., จาก...
คำชี้ที่แสดงการเริ่มต้นหรือครั้งแรกของงานใด ๆ

• 는 : 문장 속에서 어떤 대상이 화제임을 나타내는 조사.
...นั้น
คำชี้ที่แสดงว่าเป้าหมายใดๆเป็นหัวเรื่องในประโยค

• **모범택시** (คำนาม) : 일반 택시보다 시설이 좋고 더 나은 서비스를 제공하며 요금이 비싼 택시.
แท็กซี่แบบหรูหรา, แท็กซี่ชั้นพิเศษ, แท็กซี่ชั้นสูง
แท็กซี่ที่มีสิ่งอำนวยความสะดวกและการบริการที่ดีกว่าแท็กซี่โดยทั่วไป และคิดอัตราค่าบริการสูงกว่าปกติ

• 를 : 동작이 직접적으로 영향을 미치는 대상을 나타내는 조사.
ไม่พบคำแปล
คำชี้ที่แสดงเป้าหมายที่การกระทำส่งผลกระทบโดยตรง

• **타다** (คำกริยา) : 탈것이나 탈것으로 이용하는 짐승의 몸 위에 오르다
ขี่, ขึ้น
ขึ้นบนยานพาหนะหรือร่างกายของสัตว์ที่ใช้เป็นยานพาหนะ

• -도록 하다 : 듣는 사람에게 어떤 행동을 명령하거나 권유할 때 쓰는 표현.
ขอให้, จงให้
สำนวนที่ใช้เมื่อสั่งหรือชวนทำการกระทำสิ่งใด ๆ ให้แก่ผู้ฟัง

• -여라 : (아주낮춤으로) 명령을 나타내는 종결 어미.
...เถอะ, ...เถิด, ...สิ, ...นะ
(ใช้ในการลดระดับอย่างมากและเป็นทางการ)วิภัตติปัจจัยลงท้ายประโยคที่แสดงการสั่ง

< 15 단원(บท) >

제목 : 왜 아무런 응답이 없으신가요?

● 본문 (เนื้อหาเดิม)

한 남자가 퇴근한 후에 매일 교회에 가서 눈물을 흘리며 기도를 했다.

남자 : 하나님, 복권에 당첨되게 해 주세요.

하나님, 제발 복권에 한 번만 당첨되게 해 주세요.

그렇게 기도한 지 육 개월이 되었지만 남자의 소원은 이뤄지지 않았다.

남자는 너무나 지쳐서 하나님이 원망스러워지기 시작했다.

남자 : 이렇게까지 기도하는데 못 들은 척하시는 무심한 하나님, 정말 너무하세요.

제가 매일 밤 애원하며 기도했는데 왜 아무런 응답이 없으신가요?

그러자 보다 못해 답답한 하나님께서 남자에게 이렇게 말씀하셨다.

하나님 : 일단 복권을 사란 말이야.

● 발음 (การออกเสียง)

한 남자가 퇴근한 후에 매일 교회에 가서 눈물을 흘리며 기도를 했다.
한 남자가 퇴근한 후에 매일 교회에 가서 눈무를 흘리며 기도를 핻따.
han namjaga toegeunhan hue maeil gyohoee gaseo nunmureul heullimyeo gidoreul haetda.

남자 : 하나님, 복권에 당첨되게 해 주세요.
남자 : 하나님, 복꿔네 당첨되게 해 주세요.
namja : hananim, bokgwone dangcheomdoege hae juseyo.

하나님, 제발 복권에 한 번만 당첨되게 해 주세요.
하나님, 제발 복꿔네 한 번만 당첨되게 해 주세요.
hananim, jebal bokgwone han beonman dangcheomdoege hae juseyo.

그렇게 기도한 지 육 개월이 되었지만 남자의 소원은 이뤄지지 않았다.
그러케 기도한 지 육 개워리 되얻찌만 남자에 소워는 이뤄지지 아낟따.
geureoke gidohan ji yuk gaewori doeeotjiman namjaui(namjauie) sowoneun irwojiji anatda.

남자는 너무나 지쳐서 하나님이 원망스러워지기 시작했다.
남자는 너무나 지처서 하나니미 원망스러워지기 시자캗따.
namjaneun neomuna jicheoseo hananimi wonmangseureowojigi sijakaetda.

남자 : 이렇게까지 기도하는데 못 들은 척하시는 무심한 하나님, 정말 너무하세요.
남자 : 이러케까지 기도하는데 몯 드른 처카시는 무심한 하나님, 정말 너무하세요.
namja : ireokekkaji gidohaneunde mot deureun cheokasineun musimhan hananim, jeongmal neomuhaseyo.

제가 매일 밤 애원하며 기도했는데 왜 아무런 응답이 없으신가요?
제가 매일 밤 애원하며 기도핸는데 왜 아무런 응다비 업쓰신가요?
jega maeil bam aewonhamyeo gidohaenneunde wae amureon eungdabi eopseusingayo?

그러자 보다 못해 답답한 하나님께서 남자에게 이렇게 말씀하셨다.
그러자 보다 모태 답따판 하나님께서 남자에게 이러케 말씀하셛따.
geureoja boda motae dapdapan hananimkkeseo namjaege ireoke malsseumhasyeotda.

하나님 : 일단 복권을 사란 말이야.

하나님 : 일딴 복꿔늘 사란 마리야.

hananim : ildan bokgwoneul saran mariya.

● 어휘 (ศัพท์) / 문법 (ไวยากรณ์)

한 남자+가 퇴근하+ㄴ 후에 매일 교회+에 가+(아)서 눈물+을 흘리+며 기도+를 하+였+다.

남자 : 하나님, 복권+에 당첨되+게 하+여 주+세요.

하나님, 제발 복권+에 한 번+만 당첨되+게 하+여 주+세요.

그렇+게 기도하+ㄴ 지 육 개월+이 되+었+지만 남자+의 소원+은 이루어지+지 않+았+다.

남자+는 너무나 지치+어서 하나님+이 원망스럽(원망스러우)+어지+기 시작하+였+다.

남자 : 이렇+게+까지 기도하+는데 못 듣(들)+은 척하+시+는 무심하+ㄴ 하나님,

정말 너무하+세요.

제+가 매일 밤 애원하+며 기도하+였+는데 왜 아무런 응답+이 없+으시+ㄴ가요?

그리하+자 보+다 못하+여 답답하+ㄴ 하나님+께서 남자+에게 이렇+게 말씀하+시+었+다.

하나님 : 일단 복권+을 사+라는 말+이+야.

한 남자+가 퇴근하+[ㄴ 후에] 매일 교회+에 가+(아)서 눈물+을 흘리+며 기도+를 하+였+다.
퇴근한 후에 **가서** **했다**

• **한** (คุณศัพท์) : 여럿 중 하나인 어떤.
หนึ่ง
อันหนึ่ง

• **남자** (คำนาม) : 남성으로 태어난 사람.
ผู้ชาย
คนที่เกิดมาเป็นเพศชาย

• 가 : 어떤 상태나 상황에 놓인 대상이나 동작의 주체를 나타내는 조사.
คำชี้ประธาน
คำชี้ที่ใช้แสดงสิ่งที่อยู่ในสถานการณ์หรือสภาพใด ๆ หรือผู้ที่เป็นประธานของอากัปกริยา

• **퇴근하다** (คำกริยา) : 일터에서 일을 끝내고 집으로 돌아가거나 돌아오다.
เลิกงาน, กลับจากสถานที่ทำงาน
กลับไปหรือกลับมาถึงบ้านโดยเลิกงานในที่ทำงาน

• -ㄴ 후에 : 앞에 오는 말이 나타내는 행동을 하고 시간적으로 뒤에 다른 행동을 함을 나타내는 표현.
(ประโยคหลัง)หลังจาก(ประโยคหน้า), ...แล้ว จึง...
สำนวนที่แสดงการกระทำที่คำพูดที่อยู่ข้างหน้าแสดงไว้ก่อนแล้วค่อยทำการกระทำอย่างอื่นทีหลังตามเวลา

• **매일** (คำวิเศษณ์) : 하루하루마다 빠짐없이.
ทุกวัน, ทุก ๆ วัน
ทุก ๆ วันโดยไม่เว้นสักวัน

• **교회** (คำนาม) : 예수 그리스도를 구세주로 믿고 따르는 사람들의 공동체. 또는 그런 사람들이 모여 종교 활동을 하는 장소.
โบสถ์
ชุมชนของคนที่เชื่อว่าพระเยซูแห่งคริสต์ศาสนาเป็นพระผู้เป็นเจ้าและปฏิบัติตามคำสอน
หรือสถานที่ที่ผู้คนดังกล่าวรวมตัวกันและทำกิจกรรมทางศาสนา

• 에 : 앞말이 목적지이거나 어떤 행위의 진행 방향임을 나타내는 조사.
ที่...
คำชี้ที่แสดงว่าคำพูดข้างหน้าเป็นทิศทางที่ดำเนินไปของการกระทำใด ๆ หรือเป็นจุดหมายปลายทาง

• **가다** (คำกริยา) : 한 곳에서 다른 곳으로 장소를 이동하다.
ไป
เคลื่อนออกจากสถานที่แห่งใดแห่งหนึ่งไปยังสถานที่อื่น

• -아서 : 앞의 말과 뒤의 말이 순차적으로 일어남을 나타내는 연결 어미.
แล้ว..., แล้วก็..., และ..
วิภัตติปัจจัยเชื่อมระหว่างประโยคที่แสดงการที่คำพูดในประโยคหน้าและประโยคหลังเกิดขึ้นตามลำดับ

• **눈물** (คำนาม) : 사람이나 동물의 눈에서 흘러나오는 맑은 액체.
น้ำตา
ของเหลวใสที่ไหลออกมาจากตาของคนหรือสัตว์

• 을 : 동작이 직접적으로 영향을 미치는 대상을 나타내는 조사.
ไม่พบคำแปล
คำชี้ที่แสดงเป้าหมายที่การกระทำส่งผลกระทบโดยตรง

• **흘리다** (คำกริยา) : 몸에서 땀, 눈물, 콧물, 피, 침 등의 액체를 밖으로 내다.
ไหล, ไหลออกมา
ทำให้ของเหลวในร่างกายจำพวก เหงื่อ น้ำตา น้ำมูก เลือด น้ำลาย เป็นต้น ไหลออกมาข้างนอก

• -며 : 두 가지 이상의 동작이나 상태가 함께 일어남을 나타내는 연결 어미.
ขณะที่
วิภัตติปัจจัยเชื่อมระหว่างประโยคที่ใช้แสดงการที่อากัปกิริยา สภาพ หรือข้อเท็จจริงตั้งแต่สองสิ่งขึ้นไปเกิดขึ้นร่วมกัน

• **기도** (คำนาม) : 바라는 바가 이루어지도록 절대적 존재 혹은 신앙의 대상에게 비는 것.
การอธิฐาน, การภาวนา, การสวดมนต์
การอธิษฐานต่อเทพเจ้าหรือสิ่งที่นับถือขอให้บรรลุตามที่หวัง

• 를 : 동작이 직접적으로 영향을 미치는 대상을 나타내는 조사.
ไม่พบคำแปล
คำชี้ที่แสดงเป้าหมายที่การกระทำส่งผลกระทบโดยตรง

• **하다** (คำกริยา) : 어떤 행동이나 동작, 활동 등을 행하다.
ทำ
ทำกิจกรรม การเคลื่อนไหว หรือพฤติกรรมใด ๆ เป็นต้น

• -였- : 어떤 사건이 과거에 완료되었거나 그 사건의 결과가 현재까지 지속되는 상황을 나타내는 어미.
...แล้ว(อดีตกาล), ยังคง...(อดีตกาล)
วิภัตติปัจจัยที่แสดงว่าเหตุการณ์ใดๆเสร็จสมบูรณ์ไปแล้วในอดีตหรือแสดงสถานการณ์ที่ผลลัพธ์ของเหตุการณ์ดังกล่าวต่อเนื่องจนถึงปัจจุบัน

• -다 : 어떤 사건이나 사실, 상태를 서술함을 나타내는 종결 어미.
วิภัตติปัจจัยลงท้ายประโยคบอกเล่า
วิภัตติปัจจัยลงท้ายประโยคที่แสดงการบอกเล่าเหตุการณ์ ข้อเท็จจริง หรือสภาพการณ์ใด ๆ

남자 : 하나님, 복권+에 당첨되+[게 하]+[여 주]+세요. 당첨되게 해 주세요

• **하나님** (คำนาม) : 기독교에서 믿는 신을 개신교에서 부르는 이름.
พระผู้เป็นเจ้า, พระเป็นเจ้า
ชื่อที่ซึ่งในศาสนาคริสต์นิกายโปรเตสแตนต์เรียกพระเจ้าที่นับถือในศาสนาคริสต์

• **복권** (คำนาม) : 적혀 있는 숫자나 기호가 추첨한 것과 일치하면 상금이나 상품을 받을 수 있게 만든 표.
สลากกินแบ่ง, ลอตเตอรี่
บัตรที่ทำขึ้นเพื่อให้สามารถรับรางวัลหรือเงินรางวัลได้ถ้าสัญลักษณ์หรือหมายเลขที่เขียนอยู่ตรงกับสิ่งที่จับฉลาก

• 에 : 앞말이 어떤 행위나 작용이 미치는 대상임을 나타내는 조사.
แก่..., ที่..., ที่ใน(บน)...
คำชี้ที่แสดงว่าคำพูดข้างหน้าเป็นเป้าหมายที่การทำงานหรือการกระทำใด ๆ มีผลต่อ

• **당첨되다** (คำกริยา) : 여럿 가운데 어느 하나를 골라잡는 추첨에서 뽑히다.
ได้รับรางวัล, ถูกรางวัล
ถูกจากการจับสลากที่เลือกอันใดอันหนึ่งระหว่างหลากหลายอัน

• -게 하다 : 다른 사람의 어떤 행동을 허용하거나 허락함을 나타내는 표현.
ให้...
สำนวนที่แสดงการอนุญาตหรือยินยอมให้ผู้อื่นทำการกระทำการใดๆ

• -여 주다 : 남을 위해 앞의 말이 나타내는 행동을 함을 나타내는 표현.
ช่วย..., ช่วย...ให้
สำนวนที่แสดงว่าทำการกระทำที่ปรากฏในคำพูดข้างหน้าเพื่อผู้อื่น

• -세요 : (두루높임으로) 설명, 의문, 명령, 요청의 뜻을 나타내는 종결 어미.
วิภัตติปัจจัยลงท้ายประโยคที่ใช้ในระดับภาษาที่สุภาพโดยทั่วไป
(ใช้ในการยกย่องอย่างไม่เป็นทางการ)วิภัตติปัจจัยลงท้ายประโยคที่แสดงความหมายของการอธิบาย การถาม การสั่ง หรือการขอร้อง

남자 : 하나님, 제발 복권+에 한 번+만 당첨되+[게 하]+[여 주]+세요. 당첨되게 해 주세요

• **하나님** (คำนาม) : 기독교에서 믿는 신을 개신교에서 부르는 이름.
พระผู้เป็นเจ้า, พระเป็นเจ้า
ชื่อที่ซึ่งในศาสนาคริสต์นิกายโปรเตสแตนต์เรียกพระเจ้าที่นับถือในศาสนาคริสต์

• **제발** (คำวิเศษณ์) : 간절히 부탁하는데.
กรุณา, โปรด, ได้โปรด, ขอได้โปรด, โปรดกรุณา
ขอร้องอย่างจริงใจ

• **복권** (คำนาม) : 적혀 있는 숫자나 기호가 추첨한 것과 일치하면 상금이나 상품을 받을 수 있게 만든 표.
สลากกินแบ่ง, ลอตเตอรี่
บัตรที่ทำขึ้นเพื่อให้สามารถรับรางวัลหรือเงินรางวัลได้ถ้าสัญลักษณ์หรือหมายเลขที่เขียนอยู่ตรงกับสิ่งที่จับฉลาก

• 에 : 앞말이 어떤 행위나 작용이 미치는 대상임을 나타내는 조사.
แก่..., ที่..., ที่ใน(บน)...
คำชี้ที่แสดงว่าคำพูดข้างหน้าเป็นเป้าหมายที่การทำงานหรือการกระทำใด ๆ มีผลต่อ

• **한** (คุณศัพท์) : 하나의.
หนึ่ง
อันหนึ่ง

• **번** (คำนาม) : 일의 횟수를 세는 단위.
ครั้ง(ลักษณนาม)
หน่วยนับจำนวนของเหตุการณ์

• 만 : 다른 것은 제외하고 어느 것을 한정함을 나타내는 조사.
แค่..., ...เท่านั้น, เพียง...เท่านั้น, เฉพาะ...เท่านั้น
คำชี้ที่แสดงการยกเว้นสิ่งอื่นและจำกัดสิ่งใด ๆ

• **당첨되다** (คำกริยา) : 여럿 가운데 어느 하나를 골라잡는 추첨에서 뽑히다.
ได้รับรางวัล, ถูกรางวัล
ถูกจากการจับสลากที่เลือกอันใดอันหนึ่งระหว่างหลากหลายอัน

• -게 하다 : 다른 사람의 어떤 행동을 허용하거나 허락함을 나타내는 표현.
ให้...
สำนวนที่แสดงการอนุญาตหรือยินยอมให้ผู้อื่นทำการกระทำการใดๆ

• -여 주다 : 남을 위해 앞의 말이 나타내는 행동을 함을 나타내는 표현.
ช่วย..., ช่วย...ให้
สำนวนที่แสดงว่าทำการกระทำที่ปรากฏในคำพูดข้างหน้าเพื่อผู้อื่น

• -세요 : (두루높임으로) 설명, 의문, 명령, 요청의 뜻을 나타내는 종결 어미.
วิภัตติปัจจัยลงท้ายประโยคที่ใช้ในระดับภาษาที่สุภาพโดยทั่วไป
(ใช้ในการยกย่องอย่างไม่เป็นทางการ)วิภัตติปัจจัยลงท้ายประโยคที่แสดงความหมายของการอธิบาย การถาม การสั่ง
หรือการขอร้อง

그렇+게 기도하+[ㄴ 지] 육 개월+이 되+었+지만 남자+의 소원+은 이루어지+[지 않]+았+다.
기도한 지 **이뤄지지 않았다**

• **그렇다** (คำคุณศัพท์) : 상태, 모양, 성질 등이 그와 같다.
เป็นแบบนั้น, เป็นอย่างนั้น, เป็นเช่นนั้น
ลักษณะ รูปร่าง สภาพ เป็นต้น เหมือนอย่างนั้น

• -게 : 앞의 말이 뒤에서 가리키는 일의 목적이나 결과, 방식, 정도 등이 됨을 나타내는 연결 어미.
อย่าง..., ให้...
วิภัตติปัจจัยเชื่อมระหว่างประโยคที่แสดงว่าคำพูดข้างหน้าชี้บอกระดับ วิธีการ ผลลัพธ์หรือวัตถุประสงค์ หรืออื่นๆ ของสิ่งที่อยู่ในเนื้อหาข้างหลัง

• **기도하다** (คำกริยา) : 바라는 바가 이루어지도록 절대적 존재 혹은 신앙의 대상에게 빌다.
อธิษฐาน, ภาวนา, สวดมนต์, ขอพร
วิงวอนต่อเป้าหมายของความเชื่อในทางศาสนาหรือการมีอยู่ที่ไม่มีข้อจำกัดเพื่อให้สิ่งที่หวังประสบผลสำเร็จ

• -ㄴ 지 : 앞의 말이 나타내는 행동을 한 후 시간이 얼마나 지났는지를 나타내는 표현.
...มาได้นาน..., ...มาเป็นเวลา..., ...มาได้...แล้ว
สำนวนที่แสดงว่าเวลาผ่านมาเท่าไหร่หลังจากทำการกระทำที่ปรากฏในคำพูดข้างหน้า

• **육** (คุณศัพท์) : 여섯의.
6, หก
ที่เป็นจำนวนหก

• **개월** (คำนาม) : 달을 세는 단위.
เดือน(ลักษณนาม)
หน่วยนับเดือน

• 이 : 바뀌게 되는 대상이나 부정하는 대상임을 나타내는 조사.
ตัวชี้ประธาน
คำชี้ที่แสดงสิ่งที่เปลี่ยนไปหรือสิ่งที่เป็นปฏิเสธ

• **되다** (คำกริยา) : 어떤 때나 시기, 상태에 이르다.
เข้า, เข้าสู่(เวลา, ยุคสมัย, สภาพ)
เข้าสู่เวลา ยุคสมัย หรือสภาพใด ๆ

• -었- : 어떤 사건이 과거에 완료되었거나 그 사건의 결과가 현재까지 지속되는 상황을 나타내는 어미.
...แล้ว
วิภัตติปัจจัยที่แสดงว่าเหตุการณ์ใดๆเสร็จสมบูรณ์ไปแล้วในอดีตหรือแสดงสถานการณ์ที่ผลลัพธ์ของเหตุการณ์ดังกล่าวต่อเนื่องจนถึงปัจจุบัน

• -지만 : 앞에 오는 말을 인정하면서 그와 반대되거나 다른 사실을 덧붙일 때 쓰는 연결 어미.
...แต่..., ...แต่ทว่า..., ...แต่ว่า...
วิภัตติปัจจัยเชื่อมระหว่างประโยคที่ใช้เมื่อยอมรับคำพูดข้างหน้าพร้อมทั้งพูดเนื้อหาที่ขัดแย้งหรือไม่เหมือนกันกับคำพูดนั้น ๆ เพิ่มเติม

• **남자** (คำนาม) : 남성으로 태어난 사람.
ผู้ชาย
คนที่เกิดมาเป็นเพศชาย

• 의 : 앞의 말이 뒤의 말에 대하여 소유, 소속, 소재, 관계, 기원, 주체의 관계를 가짐을 나타내는 조사.
ของ...
คำชี้ที่แสดงว่าคำพูดข้างหน้ามีความสัมพันธ์กับประธาน แหล่งกำเนิด ความสัมพันธ์ วัตถุดิบ การสังกัด การเป็นเจ้าของต่อคำพูดข้างหลัง

• **소원** (คำนาม) : 어떤 일이 이루어지기를 바람. 또는 바라는 그 일.
ความหวัง, ความปรารถนา
การปรารถนาให้สิ่งใด ๆ บรรลุ หรือสิ่งดังกล่าวที่ปรารถนา

• 은 : 문장 속에서 어떤 대상이 화제임을 나타내는 조사.
ตัวชี้หัวเรื่อง
คำชี้ที่แสดงว่าเป้าหมายใด ๆ เป็นหัวข้อเรื่องในประโยค

• **이루어지다** (คำกริยา) : 원하거나 뜻하는 대로 되다.
บรรลุ, สำเร็จ, สมปรารถนา
เป็นไปตามที่ตั้งใจหรือปรารถนา

• -지 않다 : 앞의 말이 나타내는 행위나 상태를 부정하는 뜻을 나타내는 표현.
ไม่...
สำนวนที่ใช้แสดงความหมายปฏิเสธการกระทำหรือสภาพที่ปรากฏในคำพูดข้างหน้า

• -았- : 어떤 사건이 과거에 완료되었거나 그 사건의 결과가 현재까지 지속되는 상황을 나타내는 어미.
...แล้ว
วิภัตติปัจจัยที่แสดงว่าเหตุการณ์ใดๆเสร็จสมบูรณ์ไปแล้วในอดีตหรือแสดงสถานการณ์ที่ผลลัพธ์ของเหตุการณ์ดังกล่าวต่อเนื่องจนถึงปัจจุบัน

• -다 : 어떤 사건이나 사실, 상태를 서술함을 나타내는 종결 어미.
วิภัตติปัจจัยลงท้ายประโยคบอกเล่า
วิภัตติปัจจัยลงท้ายประโยคที่แสดงการบอกเล่าเหตุการณ์ ข้อเท็จจริง หรือสภาพการณ์ใด ๆ

남자+는 너무나 지치+어서 하나님+이 원망스럽(원망스러우)+어지+기 시작하+였+다.
지쳐서 원망스러워지기 시작했다

• **남자** (คำนาม) : 남성으로 태어난 사람.
ผู้ชาย
คนที่เกิดมาเป็นเพศชาย

• 는 : 문장 속에서 어떤 대상이 화제임을 나타내는 조사.
...นั้น
คำชี้ที่แสดงว่าเป้าหมายใดๆเป็นหัวเรื่องในประโยค

• **너무나** (คำวิเศษณ์) : (강조하는 말로) 너무.
มาก, มาก ๆ, เหลือเกิน
(คำที่ใช้เน้นย้ำ)มาก

• **지치다** (คำกริยา) : 힘든 일을 하거나 어떤 일에 시달려서 힘이 없다.
เหนื่อย, เหนื่อยล้า, เหนื่อยอ่อน, อ่อนเพลีย, เมื่อยล้า, หมดแรง, อ่อนแรง
ทำงานที่ยากลำบากหรือได้รับความลำบากเพราะเรื่องใด ๆ จนไม่มีแรง

• -어서 : 이유나 근거를 나타내는 연결 어미.
เพราะ..จึง...
วิภัตติปัจจัยเชื่อมระหว่างประโยคที่แสดงเหตุผลหรือสาเหตุ

• **하나님** (คำนาม) : 기독교에서 믿는 신을 개신교에서 부르는 이름.
พระผู้เป็นเจ้า, พระเป็นเจ้า
ชื่อที่ซึ่งในศาสนาคริสต์นิกายโปรเตสแตนต์เรียกพระเจ้าที่นับถือในศาสนาคริสต์

• 이 : 어떤 상태나 상황의 대상이나 동작의 주체를 나타내는 조사.
ตัวชี้ประธาน
คำชี้ที่ใช้แสดงสิ่งที่อยู่ในสถานการณ์หรือสภาพใด ๆ หรือผู้ที่เป็นประธานของอากัปกริยา

• **원망스럽다** (คำคุณศัพท์) : 마음에 들지 않아서 탓하거나 미워하는 마음이 있다.
น่าเกลียดชัง, น่าขุ่นเคือง, น่าคับแค้นใจ
มีจิตใจที่เกลียดหรือตำหนิเพราะไม่ถูกใจ

• -어지다 : 앞에 오는 말이 나타내는 상태로 점점 되어 감을 나타내는 표현.
...ขึ้น
สำนวนที่แสดงการที่ค่อย ๆ กลายเป็นสภาพที่คำพูดข้างหน้าแสดงไว้

• -기 : 앞의 말이 명사의 기능을 하게 하는 어미.
การ...
วิภัตติปัจจัยที่ทำให้คำข้างหน้ามีหน้าที่เป็นคำนาม

• **시작하다** (คำกริยา) : 어떤 일이나 행동의 처음 단계를 이루거나 이루게 하다.
เริ่ม, เริ่มทำ, เริ่มต้น, เริ่มลงมือ
ทำให้บรรลุหรือได้บรรลุในขั้นเริ่มต้นในการกระทำใดหรืองานใด

• -였- : 어떤 사건이 과거에 완료되었거나 그 사건의 결과가 현재까지 지속되는 상황을 나타내는 어미.
...แล้ว
วิภัตติปัจจัยที่แสดงว่าเหตุการณ์ใดๆเสร็จสมบูรณ์ไปแล้วในอดีตหรือแสดงสถานการณ์ที่ผลลัพธ์ของเหตุการณ์ดังกล่าวต่อเนื่องจนถึงปัจจุบัน

• -다 : 어떤 사건이나 사실, 상태를 서술함을 나타내는 종결 어미.
วิภัตติปัจจัยลงท้ายประโยคบอกเล่า
วิภัตติปัจจัยลงท้ายประโยคที่แสดงการบอกเล่าเหตุการณ์ ข้อเท็จจริง หรือสภาพการณ์ใด ๆ

남자 : 이렇+게+까지 기도하+는데 못 듣(들)+[은 척하]+시+는 무심하+ㄴ
들은 척하시는 무심한

하나님, 정말 너무하+세요.

• **이렇다** (คำคุณศัพท์) : 상태, 모양, 성질 등이 이와 같다.
เป็นอย่างนี้, อย่างที่บอก...
สภาพ รูปร่าง ลักษณะ เป็นต้น เหมือนกับเป็นอย่างนี้

• -게 : 앞의 말이 뒤에서 가리키는 일의 목적이나 결과, 방식, 정도 등이 됨을 나타내는 연결 어미.
อย่าง..., ให้...
วิภัตติปัจจัยเชื่อมระหว่างประโยคที่แสดงว่าคำพูดข้างหน้าชี้บอกระดับ วิธีการ ผลลัพธ์หรือวัตถุประสงค์ หรืออื่นๆของสิ่งที่อยู่ในเนื้อหาข้างหลัง

• 까지 : 정상적인 정도를 지나침을 나타내는 조사.
จน, จนกระทั่ง
คำชี้ที่แสดงถึงการเกินระดับปกติ

• **기도하다** (คำกริยา) : 바라는 바가 이루어지도록 절대적 존재 혹은 신앙의 대상에게 빌다.
อธิษฐาน, ภาวนา, สวดมนต์, ขอพร
วิงวอนต่อเป้าหมายของความเชื่อในทางศาสนาหรือการมีอยู่ที่ไม่มีข้อจำกัดเพื่อให้สิ่งที่หวังประสบผลสำเร็จ

• -는데 : 뒤의 말을 하기 위하여 그 대상과 관련이 있는 상황을 미리 말함을 나타내는 연결 어미.
ก็...นะ ว่าแต่...
วิภัตติปัจจัยเชื่อมระหว่างประโยคที่แสดงการพูดสถานการณ์ที่เกี่ยวกับเป้าหมายนั้น ๆ ไว้ล่วงหน้าเพื่อที่จะพูดต่อเนื่อง

• **못** (คำวิเศษณ์) : 동사가 나타내는 동작을 할 수 없게.
...ไม่ได้, ทำไม่ได้
กริยาไม่สามามารถแสดงการเคลื่อนไหวได้

• **듣다** (คำกริยา) : 다른 사람의 말이나 소리 등에 귀를 기울이다.
ฟัง, ได้ยิน
เอียงหูไปที่คำพูดหรือเสียง เป็นต้น ของผู้อื่น

• -은 척하다 : 실제로 그렇지 않은데도 어떤 행동이나 상태를 거짓으로 꾸밈을 나타내는 표현.
แกล้ง..., แกล้งทำ...
สำนวนที่ใช้แสดงการโกหกสภาพหรือการกระทำใด ๆ แม้จะไม่ได้เป็นอย่างนั้นจริง ๆ

• -시- : 어떤 동작이나 상태의 주체를 높이는 뜻을 나타내는 어미.
วิภัตติปัจจัยที่แสดงการยกย่องประธานในประโยค
วิภัตติปัจจัยที่ใช้แสดงความหมายซึ่งยกย่องประธานของอาการกิริยาหรือสภาพใด ๆ

• -는 : 앞의 말이 관형어의 기능을 하게 만들고 사건이나 동작이 현재 일어남을 나타내는 어미.
...ที่...
วิภัตติปัจจัยที่แสดงการที่ทำให้คำพูดข้างหน้าทำหน้าที่เป็นคุณศัพท์ขยายนามและเหตุการณ์หรืออาการกิริยาเกิดขึ้นในปัจจุบัน

• **무심하다** (คำคุณศัพท์) : 어떤 일이나 사람에 대하여 걱정하는 마음이나 관심이 없다.
ไม่ใส่ใจ, ไม่เอาใจใส่, ไม่สนใจ, ไม่ตั้งใจ
ไม่มีความสนใจหรือไม่มีจิตใจกังวลเกี่ยวกับคนหรือเรื่องใด ๆ

• -ㄴ : 앞의 말이 관형어의 기능을 하게 만들고 현재의 상태를 나타내는 어미.
...ที่
วิภัตติปัจจัยที่ทำให้คำพูดข้างหน้าทำหน้าที่เป็นคุณศัพท์ขยายนามและแสดงถึงสภาพที่เป็นอยู่ในปัจจุบัน

• **하나님** (คำนาม) : 기독교에서 믿는 신을 개신교에서 부르는 이름.
พระผู้เป็นเจ้า, พระเป็นเจ้า
ชื่อที่ซึ่งในศาสนาคริสต์นิกายโปรเตสแตนต์เรียกพระเจ้าที่นับถือในศาสนาคริสต์

• **정말** (คำวิเศษณ์) : 거짓이 없이 진짜로.
จริง ๆ, แท้จริง, อย่างแท้จริง, แน่แท้
โดยความเป็นจริงอย่างไม่มีข้อเท็จ

• **너무하다** (คำคุณศัพท์) : 일정한 정도나 한계를 넘어서 지나치다.
ทำเกินไป, เกินไป
เกินเลยข้ามขอบเขตหรือระดับที่กำหนด

• -세요 : (두루높임으로) 설명, 의문, 명령, 요청의 뜻을 나타내는 종결 어미.
วิภัตติปัจจัยลงท้ายประโยคที่ใช้ในระดับภาษาที่สุภาพโดยทั่วไป
(ใช้ในการยกย่องอย่างไม่เป็นทางการ)วิภัตติปัจจัยลงท้ายประโยคที่แสดงความหมายของการอธิบาย การถาม การสั่ง หรือการขอร้อง

남자 : 제+가 매일 밤 애원하+며 기도하+였+는데 왜 아무런 응답+이 **기도했는데** 없+으시+ㄴ가요? **없으신가요**

• **제** (สรรพนาม) : 말하는 사람이 자신을 낮추어 가리키는 말인 '저'에 조사 '가'가 붙을 때의 형태.
ดิฉัน, ผม, กระผม
รูปที่คำชี้ "가" ตามหลังคำว่า "저" ซึ่งเป็นคำที่ผู้พูดชี้ถึงตนเองอย่างถ่อมตัว

• 가 : 어떤 상태나 상황에 놓인 대상이나 동작의 주체를 나타내는 조사.
คำชี้ประธาน
คำชี้ที่ใช้แสดงสิ่งที่อยู่ในสถานการณ์หรือสภาพใด ๆ หรือผู้ที่เป็นประธานของอากัปกริยา

• **매일** (คำวิเศษณ์) : 하루하루마다 빠짐없이.
ทุกวัน, ทุก ๆ วัน
ทุก ๆ วันโดยไม่เว้นสักวัน

• **밤** (คำนาม) : 해가 진 후부터 다음 날 해가 뜨기 전까지의 어두운 동안.
กลางคืน
ช่วงเวลามืดตั้งแต่หลังพระอาทิตย์ตกจนก่อนพระอาทิตย์ขึ้นในวันถัดไป

• **애원하다** (คำกริยา) : 요청이나 소원을 들어 달라고 애처롭게 사정하여 간절히 부탁하다.
ขอร้อง, ร้องขอ, อ้อนวอน, วิงวอน
ขอร้องอย่างจริงจังและอ้อนวอนให้เห็นอกเห็นใจช่วยรับฟังสิ่งที่ต้องการหรือสิ่งที่ร้องขอ

• -며 : 두 가지 이상의 동작이나 상태가 함께 일어남을 나타내는 연결 어미.
ขณะที่
วิภัตติปัจจัยเชื่อมระหว่างประโยคที่ใช้แสดงการที่อากัปกิริยา สภาพ หรือข้อเท็จจริงตั้งแต่สองสิ่งขึ้นไปเกิดขึ้นร่วมกัน

• **기도하다** (คำกริยา) : 바라는 바가 이루어지도록 절대적 존재 혹은 신앙의 대상에게 빌다.
อธิษฐาน, ภาวนา, สวดมนต์, ขอพร
วิงวอนต่อเป้าหมายของความเชื่อในทางศาสนาหรือการมีอยู่ที่ไม่มีข้อจำกัดเพื่อให้สิ่งที่หวังประสบผลสำเร็จ

• -였- : 어떤 사건이 과거에 완료되었거나 그 사건의 결과가 현재까지 지속되는 상황을 나타내는 어미.
...แล้ว(อดีตกาล), ยังคง...(อดีตกาล)
วิภัตติปัจจัยที่แสดงว่าเหตุการณ์ใดๆเสร็จสมบูรณ์ไปแล้วในอดีตหรือแสดงสถานการณ์ที่ผลลัพธ์ของเหตุการณ์ดังกล่าวต่อเนื่องจนถึงปัจจุบัน

• -는데 : 뒤의 말을 하기 위하여 그 대상과 관련이 있는 상황을 미리 말함을 나타내는 연결 어미.
ก็...นะ ว่าแต่...
วิภัตติปัจจัยเชื่อมระหว่างประโยคที่แสดงการพูดสถานการณ์ที่เกี่ยวกับเป้าหมายนั้น ๆ ไว้ล่วงหน้าเพื่อที่จะพูดต่อเนื่อง

• **왜** (คำวิเศษณ์) : 무슨 이유로. 또는 어째서.
ทำไม, ด้วยเหตุใด, เพราะอะไร
ด้วยเหตุผลอันใด หรือเพราะอะไร

• **아무런** (คุณศัพท์) : 전혀 어떠한.
ใด, อะไร
ที่ไม่เป็นอะไรใด ๆ เลย

• **응답** (คำนาม) : 부름이나 물음에 답함.
การตอบ, การให้คำตอบ, การขานรับ, การโต้ตอบ
การตอบคำถามหรือขานรับ

• 이 : 어떤 상태나 상황의 대상이나 동작의 주체를 나타내는 조사.
ตัวชี้ประธาน
คำชี้ที่ใช้แสดงสิ่งที่อยู่ในสถานการณ์หรือสภาพใด ๆ หรือผู้ที่เป็นประธานของอากัปกริยา

• **없다** (คำคุณศัพท์) : 어떤 사실이나 현상이 현실로 존재하지 않는 상태이다.
ไม่มี, ไม่...
ข้อเท็จจริงหรือปรากฎการณ์ใด ๆ อยู่ในสภาพที่ไม่มีในความเป็นจริง

• -으시- : 높이고자 하는 인물과 관계된 소유물이나 신체의 일부가 문장의 주어일 때 그 인물을 높이는 뜻을 나타내는 어미.
ไม่พบคำแปล
วิภัตติปัจจัยที่ใช้แสดงความหมายว่ายกย่องทางระดับภาษาผู้ที่เกี่ยวข้องเป็นเจ้าของสิ่งหรือร่างกายบางส่วนซึ่งเป็นประธานของประโยค

• -ㄴ가요 : (두루높임으로) 현재의 사실에 대한 물음을 나타내는 종결 어미.
...เหรอ, ...หรือ, ...หรือเปล่า
(ใช้ในการยกย่องอย่างไม่เป็นทางการ)วิภัตติปัจจัยลงท้ายประโยคที่แสดงการถามเกี่ยวกับข้อเท็จจริงในปัจจุบัน

그리하+자	보+[다 못하]+여	답답하+ㄴ	하나님+께서 남자+에게 이렇+게	말씀하+시+었+다.
그러자	**보다 못해**	**답답한**		**말씀하셨다**

• **그리하다** (คำกริยา) : 앞에서 일어난 일이나 말한 것과 같이 그렇게 하다.
ทำแบบนั้น, ทำอย่างนั้น
กล่าวอ้างถึงเหตุการณ์หรือสิ่งที่เป็นอยู่ก่อนหน้านั้น

• -자 : 앞의 말이 나타내는 동작이 끝난 뒤 곧 뒤의 말이 나타내는 동작이 잇따라 일어남을 나타내는 연결 어미.
ทันทีที่..., ทันทีที่...ก็, พอ...ก็ทันที
วิภัตติปัจจัยเชื่อมระหว่างประโยคที่แสดงการที่หลังจากอากัปกริยาข้างหน้าเสร็จสิ้นแล้วก็เกิดอากัปกริยาข้างหลังขึ้นต่อเนื่องทันที

• **보다** (คำกริยา) : 눈으로 대상의 존재나 겉모습을 알다.
มอง, ดู, เห็น
รู้ถึงลักษณะภายนอกหรือการมีอยู่ของวัตถุด้วยตา

• -다 못하다 : 앞의 말이 나타내는 행동을 더 이상 계속할 수 없음을 나타내는 표현.
...ไม่ได้อีก ก็เลย..., ...ไม่ได้แล้ว ก็เลย..., ไม่สามารถ...ได้ ก็เลย...
สำนวนที่แสดงการที่ไม่สามารถทำการกระทำที่คำพูดข้างหน้าแสดงไว้อีกต่อไปได้

• -여 : 앞에 오는 말이 뒤에 오는 말에 대한 원인이나 이유임을 나타내는 연결 어미.
เพราะ..จึง...
วิภัตติปัจจัยเชื่อมระหว่างประโยคที่แสดงการที่คำพูดข้างหน้าเป็นสาเหตุหรือเหตุผลของคำพูดตามมาข้างหลัง

• **답답하다** (คำคุณศัพท์) : 다른 사람의 태도나 상황이 마음에 차지 않아 안타깝다.
อึดอัด, ใจจะขาด
รู้สึกอึดอัดและไม่พอใจต่อท่าทีหรือสภาพของผู้อื่น

• -ㄴ : 앞의 말이 관형어의 기능을 하게 만들고 현재의 상태를 나타내는 어미.
...ที่
วิภัตติปัจจัยที่ทำให้คำพูดข้างหน้าทำหน้าที่เป็นคุณศัพท์ขยายนามและแสดงถึงสภาพที่เป็นอยู่ในปัจจุบัน

• **하나님** (คำนาม) : 기독교에서 믿는 신을 개신교에서 부르는 이름.
พระผู้เป็นเจ้า, พระเป็นเจ้า
ชื่อที่ซึ่งในศาสนาคริสต์นิกายโปรเตสแตนต์เรียกพระเจ้าที่นับถือในศาสนาคริสต์

• 께서 : (높임말로) 가. 이. 어떤 동작의 주체가 높여야 할 대상임을 나타내는 조사.
คำชี้ประธาน
(คำยกย่อง)คำกำกับคำนามที่ใช้ชี้ว่าประธานของการกระทำใดๆเป็นเป้าหมายที่ต้องยกย่อง

• **남자** (คำนาม) : 남성으로 태어난 사람.
ผู้ชาย
คนที่เกิดมาเป็นเพศชาย

• 에게 : 어떤 행동이 미치는 대상임을 나타내는 조사.
แก่, ให้แก่, ให้, ถึง
คำชี้ที่แสดงว่าเป็นเป้าหมายที่การกระทำใด ๆ มีผลต่อ

• **이렇다** (คำคุณศัพท์) : 상태, 모양, 성질 등이 이와 같다.
เป็นอย่างนี้, อย่างที่บอก...
สภาพ รูปร่าง ลักษณะ เป็นต้น เหมือนกับเป็นอย่างนี้

• -게 : 앞의 말이 뒤에서 가리키는 일의 목적이나 결과, 방식, 정도 등이 됨을 나타내는 연결 어미.
อย่าง..., ให้...
วิภัตติปัจจัยเชื่อมระหว่างประโยคที่แสดงว่าคำพูดข้างหน้าชี้บอกระดับ วิธีการ ผลลัพธ์หรือวัตถุประสงค์ หรืออื่นๆ
ของสิ่งที่อยู่ในเนื้อหาข้างหลัง

• **말씀하다** (คำกริยา) : (높임말로) 말하다.
พูด, กล่าว
(คำยกย่อง)พูด

• -시- : 어떤 동작이나 상태의 주체를 높이는 뜻을 나타내는 어미.
วิภัตติปัจจัยที่แสดงการยกย่องประธานในประโยค
วิภัตติปัจจัยที่ใช้แสดงความหมายซึ่งยกย่องประธานของอากัปกิริยาหรือสภาพใด ๆ

• -었- : 어떤 사건이 과거에 완료되었거나 그 사건의 결과가 현재까지 지속되는 상황을 나타내는 어미.
...แล้ว
วิภัตติปัจจัยที่แสดงว่าเหตุการณ์ใดๆเสร็จสมบูรณ์ไปแล้วในอดีตหรือแสดงสถานการณ์ที่ผลลัพธ์ของเหตุการณ์ดังกล่าวต่อเนื่องจนถึงปัจจุบัน

• -다 : 어떤 사건이나 사실, 상태를 서술함을 나타내는 종결 어미.
วิภัตติปัจจัยลงท้ายประโยคบอกเล่า
วิภัตติปัจจัยลงท้ายประโยคที่แสดงการบอกเล่าเหตุการณ์ ข้อเท็จจริง หรือสภาพการณ์ใด ๆ

하나님 : 일단 복권+을 사+라는 말+이+야.
사란

• **일단** (คำวิเศษณ์) : 우선 먼저.
ก่อนอื่น, เสียก่อน
เสียก่อน

• **복권** (คำนาม) : 적혀 있는 숫자나 기호가 추첨한 것과 일치하면 상금이나 상품을 받을 수 있게 만든 표.
สลากกินแบ่ง, ลอตเตอรี่
บัตรที่ทำขึ้นเพื่อให้สามารถรับรางวัลหรือเงินรางวัลได้ถ้าสัญลักษณ์หรือหมายเลขที่เขียนอยู่ตรงกับสิ่งที่จับฉลาก

• 을 : 동작이 직접적으로 영향을 미치는 대상을 나타내는 조사.
ไม่พบคำแปล
คำชี้ที่แสดงเป้าหมายที่การกระทำส่งผลกระทบโดยตรง

• **사다** (คำกริยา) : 돈을 주고 어떤 물건이나 권리 등을 자기 것으로 만들다.
ซื้อ
ให้เงินไปแล้วทำให้สิ่งของหรือสิทธิบางอย่างมาเป็นของตนเอง

• -라는 : 명령이나 요청 등의 말을 인용하여 전달하면서 그 뒤에 오는 명사를 꾸며 줄 때 쓰는 표현.
ที่สั่งว่า..., ที่ขอว่า..., ที่บอกว่า..., ที่พูดว่า...
สำนวนที่ใช้เมื่อถ่ายทอดคำสั่งหรือคำขอร้องที่ได้ยินมาโดยใช้การอ้างอิงและใช้ขยายคำนามที่ตามมาข้างหลังด้วย

• **말 (คำนาม)** : 다시 강조하거나 확인하는 뜻을 나타내는 말.
พูด..., บอก...
คำพูดที่แสดงความหมายที่ชัดเจนหรือเน้นย้ำอีกครั้ง

• 이다 : 주어가 지시하는 대상의 속성이나 부류를 지정하는 뜻을 나타내는 서술격 조사.
เป็น
คำชี้ภาคแสดงการกที่แสดงความหมายที่กำหนดประเภทหรือคุณสมบัติของเป้าหมายที่ประธานบ่งชี้

• -야 : (두루낮춤으로) 어떤 사실에 대하여 서술하거나 물음을 나타내는 종결 어미.
วิภัตติปัจจัยลงท้ายประโยคที่ใช้ในการลดระดับภาษาโดยทั่วไป
(ใช้ในการลดระดับอย่างไม่เป็นทางการ)วิภัตติปัจจัยลงท้ายประโยคที่แสดงการบอกเล่าหรือการถามเกี่ยวกับข้อเท็จจริงใด ๆ

< 16 단원(บท) >

제목 : 왜 먹지 못하지요?

● 본문 (เนื้อหาเดิม)

요즘 국내에 반려동물을 키우는 사람들이 많아지면서 건강에 좋은 사료를 개발하는 회사들도 점점 늘어나고 있다.

올해 한 사료 회사에서 유기농 원료를 사용한 신제품 개발에 성공하여 투자자를 위한 모임을 개최하게 되었다.

직원 : 이것으로 신제품 사료에 대한 설명을 마치도록 하겠습니다.

지금부터는 투자자분들의 질문을 받도록 하겠습니다.

투자자 : 자세한 설명 잘 들었습니다.

그런데 혹시 그거 사람도 먹을 수 있습니까?

직원 : 사람은 못 먹습니다.

투자자 : 아니, 유기농 원료에 영양가 높고 위생적으로 만든 개 사료라면서

왜 먹지 못하지요?

직원 : 비싸서 절대 못 먹습니다.

● 발음 (การออกเสียง)

요즘 국내에 반려동물을 키우는 사람들이 많아지면서 건강에 좋은 사료를 개발하는 회사들도 점점
요즘 궁내에 발려동무를 키우는 사람드리 마나지면서 건강에 조은 사료를 개발하는 회사들도 점점
yojeum gungnaee ballyeodongmureul kiuneun saramdeuri manajimyeonseo geongange joeun saryoreul gaebalhaneun hoesadeuldo jeomjeom

늘어나고 있다.
느러나고 읻따.
neureonago itda.

올해 한 사료 회사에서 유기농 원료를 사용한 신제품 개발에 성공하여 투자자를 위한 모임을 개최하게
올해 한 사료 회사에서 유기농 월료를 사용한 신제품 개바레 성공하여 투자자를 위한 모이믈 개최하게
olhae han saryo hoesaeseo yuginong wollyoreul sayonghan sinjepum gaebare seonggonghayeo tujajareul wihan moimeul gaechoehage

되었다.
되엇따.
doeeotda.

직원 : 이것으로 신제품 사료에 대한 설명을 마치도록 하겠습니다.
지권 : 이거스로 신제품 사료에 대한 설명을 마치도록 하겓씀니다.
jigwon : igeoseuro sinjepum saryoe daehan seolmyeongeul machidorok hagetseumnida.

지금부터는 투자자분들의 질문을 받도록 하겠습니다.
지금부터는 투자자분드릐 질무늘 받또록 하겓씀니다.
jigeumbuteoneun tujajabundeurui(bundeure) jilmuneul batdorok hagetseumnida.

투자자 : 자세한 설명 잘 들었습니다.
투자자 : 자세한 설명 잘 드럳씀니다.
tujaja : jasehan seolmyeong jal deureotseumnida.

그런데 혹시 그거 사람도 먹을 수 있습니까?
그런데 혹씨 그거 사람도 머글 쑤 읻씀니까?
geureonde hoksi geugeo saramdo meogeul su itseumnikka?

직원 : 사람은 못 먹습니다.
지권 : 사라믄 몯 먹씀니다.
jigwon : sarameun mot meokseumnida.

투자자 : 아니, 유기농 원료에 영양가 높고 위생적으로 만든 개 사료라면서
투자자 : 아니, 유기농 월료에 영양까 놉꼬 위생저그로 만든 개 사료라면서
tujaja : ani, yuginong wollyoe yeongyangga nopgo wisaengjeogeuro mandeun gae saryoramyeonseo

왜 먹지 못하지요?
왜 먹찌 모타지요?
wae meokji motajiyo?

직원 : 비싸서 절대 못 먹습니다.
지권 : 비싸서 절때 몯 먹씀니다.
jigwon : bissaseo jeoldae mot meokseumnida.

● 어휘 (ศัพท์) / 문법 (ไวยากรณ์)

요즘 국내+에 반려동물+을 키우+는 사람+들+이 많아지+면서 건강+에 좋+은 사료+를 개발하+는 회사+들+도 점점 늘어나+고 있+다.

올해 한 사료 회사+에서 유기농 원료+를 사용하+ㄴ 신제품 개발+에 성공하+여 투자자+를 위하+ㄴ 모임+을 개최하+게 되+었+다.

직원 : 이것+으로 신제품 사료+에 대한 설명+을 마치+도록 하+겠+습니다.

지금+부터+는 투자자+분+들+의 질문+을 받+도록 하+겠+습니다.

투자자 : 자세하+ㄴ 설명 잘 듣(들)+었+습니다.

그런데 혹시 그거 사람+도 먹+을 수 있+습니까?

직원 : 사람+은 못 먹+습니다.

투자자 : 아니, 유기농 원료+에 영양가 높+고 위생적+으로 만들(만드)+ㄴ 개 사료+(이)+라면서 왜 먹+지 못하+지요?

직원 : 비싸+(아)서 절대 못 먹+습니다.

요즘 국내+에 반려동물+을 키우+는 사람+들+이 많아지+면서 건강+에 좋+은 사료+를 개발하+는

회사+들+도 점점 늘어나+[고 있]+다.

• **요즘** (คำนาม) : 아주 가까운 과거부터 지금까지의 사이.
ปัจจุบัน, ขณะนี้, สมัยนี้, ในระยะนี้, หมู่นี้, เมื่อไม่นานมานี้, เมื่อเร็ว ๆ นี้, ทุกวันนี้, ล่าสุด
ระยะเวลาตั้งแต่อดีตเมื่อไม่นานมานี้จนถึงปัจจุบัน

• **국내** (คำนาม) : 나라의 안.
ในประเทศ, ภายในประเทศ
ในประเทศ

• 에 : 앞말이 어떤 장소나 자리임을 나타내는 조사.
ที่...
คำชี้ที่แสดงว่าคำพูดข้างหน้าเป็นตำแหน่งหรือสถานที่ใด ๆ

• **반려동물** (คำนาม)
반려 (คำนาม) : 짝이 되는 사람이나 동물.
คู่ชีวิต, คู่ครอง, คู่ร่วมทุกข์ร่วมสุข คู่
คนหรือสัตว์ที่เป็นคู่
동물 (คำนาม) : 사람을 제외한 길짐승, 날짐승, 물짐승 등의 움직이는 생물.
สัตว์
สิ่งมีชีวิตที่เคลื่อนไหวได้ ยกเว้นมนุษย์ เช่น สัตว์เลื้อยคลาน สัตว์ปีก สัตว์น้ำ เป็นต้น

• 을 : 동작이 직접적으로 영향을 미치는 대상을 나타내는 조사.
ไม่พบคำแปล
คำชี้ที่แสดงเป้าหมายที่การกระทำส่งผลกระทบโดยตรง

• **키우다** (คำกริยา) : 동식물을 보살펴 자라게 하다.
เลี้ยง, ปลูก
ดูแลพืชและสัตว์แล้วทำให้เติบโตขึ้น

• -는 : 앞의 말이 관형어의 기능을 하게 만들고 사건이나 동작이 현재 일어남을 나타내는 어미.
...ที่...
วิภัตติปัจจัยที่แสดงการที่ทำให้คำพูดข้างหน้าทำหน้าที่เป็นคุณศัพท์ขยายนามและเหตุการณ์หรืออากัปกิริยาเกิดขึ้นในปัจจุบัน

• **사람** (คำนาม) : 생각할 수 있으며 언어와 도구를 만들어 사용하고 사회를 이루어 사는 존재.
คน, มนุษย์
สิ่งที่ดำรงอยู่ร่วมกันเป็นสังคม มีความรู้สึกนึกคิด มีการประดิษฐ์เครื่องมือและภาษาเพื่อใช้งาน

• 들 : '복수'의 뜻을 더하는 접미사.
พวก..., ...ทั้งหลาย, ที่เป็นพหูพจน์
ปัจจัยที่เพิ่มคำไปในคำเพื่อให้มีความหมายว่า 'พหูพจน์'

• 이 : 어떤 상태나 상황의 대상이나 동작의 주체를 나타내는 조사.
ตัวชี้ประธาน
คำชี้ที่ใช้แสดงสิ่งที่อยู่ในสถานการณ์หรือสภาพใด ๆ หรือผู้ที่เป็นประธานของอากัปกริยา

• **많아지다** (คำกริยา) : 수나 양 등이 적지 아니하고 일정한 기준을 넘게 되다.
มากขึ้น, เพิ่มมากขึ้น, เยอะขึ้น
ปริมาณหรือจำนวนมีไม่น้อยและกลายเป็นที่เกินกว่ามาตรฐานที่กำหนดไว้

• -면서 : 두 가지 이상의 동작이나 상태가 함께 일어남을 나타내는 연결 어미.
ในขณะที่..., พร้อมกันกับ..., พลาง...พลาง..., ...พร้อมทั้ง...
วิภัตติปัจจัยเชื่อมระหว่างประโยคที่ใช้แสดงว่าเกิดอากัปกิริยาหรือสภาพตั้งแต่สองอย่างขึ้นไปพร้อมกัน

• **건강** (คำนาม) : 몸이나 정신이 이상이 없이 튼튼한 상태.
สุขภาพ
สภาพของร่างกายหรือจิตใจที่แข็งแรงปราศจากความผิดปกติ

• 에 : 앞말이 무엇의 목적이나 목표임을 나타내는 조사.
ต่อ...
คำชี้ที่แสดงว่าคำพูดข้างหน้าเป็นวัตถุประสงค์หรือเป้าหมายของอะไร

• **좋다** (คำคุณศัพท์) : 어떤 것이 몸이나 건강을 더 나아지게 하는 성질이 있다.
มีประโยชน์, มีคุณค่า, มีโภชนาการ
สิ่งใด ๆ มีคุณสมบัติที่ทำให้สุขภาพหรือร่างกายดีขึ้น

• -은 : 앞의 말이 관형어의 기능을 하게 만들고 현재의 상태를 나타내는 어미.
ที่..., ซึ่ง...
วิภัตติปัจจัยที่ทำให้คำพูดข้างหน้าทำหน้าที่เป็นคุณศัพท์ขยายนามและแสดงถึงสภาพที่เป็นอยู่ในปัจจุบัน

• **사료** (คำนาม) : 집이나 농장 등에서 기르는 동물에게 주는 먹이.
อาหารสัตว์
อาหารที่ให้แก่สัตว์ที่เลี้ยงในบ้านหรือฟาร์ม เป็นต้น

• 를 : 동작이 직접적으로 영향을 미치는 대상을 나타내는 조사.
ไม่พบคำแปล
คำชี้ที่แสดงเป้าหมายที่การกระทำส่งผลกระทบโดยตรง

• **개발하다** (คำกริยา) : 새로운 물건을 만들거나 새로운 생각을 내놓다.
พัฒนา, คิดค้น
ประดิษฐ์สิ่งของใหม่ ๆ ขึ้น หรือคิดสิ่งใหม่ ๆ ขึ้น

• -는 : 앞의 말이 관형어의 기능을 하게 만들고 사건이나 동작이 현재 일어남을 나타내는 어미.
...ที่...
วิภัตติปัจจัยที่แสดงการที่ทำให้คำพูดข้างหน้าทำหน้าที่เป็นคุณศัพท์ขยายนามและเหตุการณ์หรืออากัปกิริยาเกิดขึ้นในปัจจุบัน

• **회사** (คำนาม) : 사업을 통해 이익을 얻기 위해 여러 사람이 모여 만든 법인 단체.
บริษัท, ห้างหุ้นส่วน
บริษัทที่จดทะเบียนตามกฎหมายและก่อตั้งโดยกลุ่มบุคคลเพื่อแสวงหาผลกำไรโดยการประกอบธุรกิจ

• 들 : '복수'의 뜻을 더하는 접미사.
พวก..., ...ทั้งหลาย, ที่เป็นพหูพจน์
ปัจจัยที่เพิ่มคำไปในคำเพื่อให้มีความหมายว่า 'พหูพจน์'

• 도 : 이미 있는 어떤 것에 다른 것을 더하거나 포함함을 나타내는 조사.
...ด้วย
คำชี้ที่แสดงการรวมหรือเพิ่มสิ่งอื่นลงในสิ่งใด ๆ ที่มีอยู่แล้ว

• **점점** (คำวิเศษณ์) : 시간이 지남에 따라 정도가 조금씩 더.
ค่อย ๆ, เรื่อย ๆ, ทุกที ๆ
ระดับที่เปลี่ยนแปลงทีละนิดตามเวลาที่ผ่านพ้นไป

• **늘어나다** (คำกริยา) : 부피나 수량이나 정도가 원래보다 점점 커지거나 많아지다.
ขยาย, เพิ่มขึ้น, ใหญ่ขึ้น, โตขึ้น
ปริมาณ จำนวน หรือระดับ เป็นต้น ได้ขยายโตขึ้นหรือมีมากขึ้นจากเดิม

• -고 있다 : 앞의 말이 나타내는 행동이 계속 진행됨을 나타내는 표현.
กำลัง...อยู่
สำนวนที่แสดงว่าการกระทำที่ปรากฏในคำพูดข้างหน้าได้ดำเนินอย่างต่อเนื่อง

• -다 : 어떤 사건이나 사실, 상태를 서술함을 나타내는 종결 어미.
วิภัตติปัจจัยลงท้ายประโยคบอกเล่า
วิภัตติปัจจัยลงท้ายประโยคที่แสดงการบอกเล่าเหตุการณ์ ข้อเท็จจริง หรือสภาพการณ์ใด ๆ

올해 한 사료 회사+에서 유기농 원료+를 사용하+ㄴ 신제품 개발+에 성공하+여 투자자+를 위하+ㄴ
사용한 **위한**

모임+을 개최하+[게 되]+었+다.

• **올해** (คำนาม) : 지금 지나가고 있는 이 해.
ปีนี้, ศกนี้
ปีนี้ที่กำลังผ่านไปอยู่ ณ เวลานี้

• **한** (คุณศัพท์) : 여럿 중 하나인 어떤.
อันหนึ่ง, สิ่งหนึ่ง, บางอัน, หนึ่ง
สิ่งใด ๆ ซึ่งเป็นหนึ่งในท่ามกลางหลายสิ่ง

• **사료** (คำนาม) : 집이나 농장 등에서 기르는 동물에게 주는 먹이.
อาหารสัตว์
อาหารที่ให้แก่สัตว์ที่เลี้ยงในบ้านหรือฟาร์ม เป็นต้น

• **회사** (คำนาม) : 사업을 통해 이익을 얻기 위해 여러 사람이 모여 만든 법인 단체.
บริษัท, ห้างหุ้นส่วน
บริษัทที่จดทะเบียนตามกฎหมายและก่อตั้งโดยกลุ่มบุคคลเพื่อแสวงหาผลกำไรโดยการประกอบธุรกิจ

• 에서 : 앞말이 주어임을 나타내는 조사.
ที่..., คำชี้ประธาน
คำชี้ที่แสดงว่าคำพูดข้างหน้าเป็นประธาน

• **유기농** (คำนาม) : 화학 비료나 농약을 쓰지 않고 생물의 작용으로 만들어진 것만을 사용하는 방식의 농업.
การเกษตรธรรมชาติ, การเกษตรอินทรีย์
เกษตรกรรมที่มีวิธีการใช้เพียงแค่สิ่งที่เกิดขึ้นจากปฏิกิริยาของสิ่งมีชีวิต โดยไม่ใช้สารเคมีหรือปุ๋ยเคมี

• **원료** (คำนาม) : 어떤 것을 만드는 데 들어가는 재료.
วัตถุดิบ
วัสดุที่ประกอบเข้าไปในการทำสิ่งใด

• 를 : 동작이 직접적으로 영향을 미치는 대상을 나타내는 조사.
ไม่พบคำแปล
คำชี้ที่แสดงเป้าหมายที่การกระทำส่งผลกระทบโดยตรง

• **사용하다** (คำกริยา) : 무엇을 필요한 일이나 기능에 맞게 쓰다.
ใช้, ใช้สอย
ใช้สิ่งใด ๆ ให้ถูกหน้าที่หรืองานที่จำเป็นต้องทำ

• -ㄴ : 앞의 말이 관형어의 기능을 하게 만들고 사건이나 동작이 완료되어 그 상태가 유지되고 있음을 나타내는 어미.
ที่..., ...อยู่
วิภัตติปัจจัยที่แสดงการที่ทำให้คำพูดข้างหน้าทำหน้าที่เป็นคุณศัพท์ขยายนามและเหตุการณ์หรืออากัปกิริยานั้นเสร็จสิ้นไปแล้วและยังคงสภาพดังกล่าวอย่างต่อเนื่องอยู่

• **신제품** (คำนาม) : 새로 만든 제품.
ผลิตภัณฑ์ใหม่, สินค้าใหม่
ผลิตภัณฑ์ที่ทำขึ้นใหม่

• **개발** (คำนาม) : 새로운 물건을 만들거나 새로운 생각을 내놓음.
การพัฒนา, การคิดค้น
การประดิษฐ์สิ่งของใหม่ ๆ ขึ้น หรือคิดสิ่งใหม่ๆ ขึ้น

• 에 : 앞말이 어떤 행위나 감정 등의 대상임을 나타내는 조사.
ต่อ..., ต่อการ..., กับ...
คำชี้ที่แสดงว่าคำพูดข้างหน้าเป็นเป้าหมายของความรู้สึกหรือการกระทำใด ๆ เป็นต้น

• **성공하다** (คำกริยา) : 원하거나 목적하는 것을 이루다.
สำเร็จ, ประสบความสำเร็จ
บรรลุสิ่งที่ปรารถนาหรือสิ่งที่เป็นเป้าหมาย

• -여 : 앞에 오는 말이 뒤에 오는 말에 대한 원인이나 이유임을 나타내는 연결 어미.
เพราะ...จึง...
วิภัตติปัจจัยเชื่อมระหว่างประโยคที่แสดงการที่คำพูดข้างหน้าเป็นสาเหตุหรือเหตุผลของคำพูดตามมาข้างหลัง

• **투자자** (คำนาม) : 이익을 얻기 위해 어떤 일이나 사업에 돈을 대거나 시간이나 정성을 쏟는 사람.
นักลงทุน, นักประกอบธุรกิจ
คนที่ทุ่มเทเวลาหรือความเอาใจใส่หรือการลงทุนในการทำธุรกิจหรือสิ่งใดเพื่อได้รับผลประโยชน์

• 를 : 동작이 직접적으로 영향을 미치는 대상을 나타내는 조사.
ไม่พบคำแปล
คำชี้ที่แสดงเป้าหมายที่การกระทำส่งผลกระทบโดยตรง

• **위하다** (คำกริยา) : 무엇을 이롭게 하거나 도우려 하다.
ทำเพื่อ, ทำประโยชน์
ทำประโยชน์หรือช่วยเหลือสิ่งใด ๆ

• -ㄴ : 앞의 말이 관형어의 기능을 하게 만들고 사건이나 동작이 완료되어 그 상태가 유지되고 있음을 나타내는 어미.
ที่..., ...อยู่
วิภัตติปัจจัยที่แสดงการที่ทำให้คำพูดข้างหน้าทำหน้าที่เป็นคุณศัพท์ขยายนามและเหตุการณ์หรืออากัปกิริยานั้นเสร็จสิ้นไปแล้วและยังคงสภาพดังกล่าวอย่างต่อเนื่องอยู่

• **모임** (คำนาม) : 어떤 일을 하기 위하여 여러 사람이 모이는 일.
การพบปะ, การประชุม, การนัดพบ
การที่คนหลาย ๆ คนมารวมตัวกันเพื่อทำสิ่งใดสิ่งหนึ่ง

• 을 : 동작이 직접적으로 영향을 미치는 대상을 나타내는 조사.
ไม่พบคำแปล
คำชี้ที่แสดงเป้าหมายที่การกระทำส่งผลกระทบโดยตรง

• **개최하다** (คำกริยา) : 모임, 행사, 경기 등을 조직적으로 계획하여 열다.
เปิด, จัดขึ้น, เป็นเจ้าภาพ
เปิดการประชุม งานกิจกรรม การแข่งขัน เป็นต้น โดยวางแผนเป็นระบบ

• -게 되다 : 앞의 말이 나타내는 상태나 상황이 됨을 나타내는 표현.
กลายเป็น..., กลายเป็นได้..., ได้...
สำนวนที่แสดงว่าคำพูดข้างหน้าได้กลายเป็นสภาพหรือสถานการณ์ที่ปรากฏ

• -었- : 어떤 사건이 과거에 완료되었거나 그 사건의 결과가 현재까지 지속되는 상황을 나타내는 어미.
...แล้ว
วิภัตติปัจจัยที่แสดงว่าเหตุการณ์ใดๆเสร็จสมบูรณ์ไปแล้วในอดีตหรือแสดงสถานการณ์ที่ผลลัพธ์ของเหตุการณ์ดังกล่าวต่อเนื่องจนถึงปัจจุบัน

• -다 : 어떤 사건이나 사실, 상태를 서술함을 나타내는 종결 어미.
วิภัตติปัจจัยลงท้ายประโยคบอกเล่า
วิภัตติปัจจัยลงท้ายประโยคที่แสดงการบอกเล่าเหตุการณ์ ข้อเท็จจริง หรือสภาพการณ์ใด ๆ

직원 : 이것+으로 신제품 사료+[에 대한] 설명+을 마치+[도록 하]+겠+습니다.

• **이것** (สรรพนาม) : 바로 앞에서 이야기한 대상을 가리키는 말.
สิ่งนี้, อันนี้
คำที่ใช้เรียกเป้าหมายที่พูดถึงแล้วก่อนหน้า นี้

• 으로 : 어떤 일의 방법이나 방식을 나타내는 조사.
โดย..., ด้วย...
คำชี้ที่แสดงวิธีการหรือวิธีของงานใด ๆ

• **신제품** (คำนาม) : 새로 만든 제품.
ผลิตภัณฑ์ใหม่, สินค้าใหม่
ผลิตภัณฑ์ที่ทำขึ้นใหม่

• **사료** (คำนาม) : 집이나 농장 등에서 기르는 동물에게 주는 먹이.
อาหารสัตว์
อาหารที่ให้แก่สัตว์ที่เลี้ยงในบ้านหรือฟาร์ม เป็นต้น

• 에 대한 : 뒤에 오는 명사를 수식하며 앞에 오는 명사를 뒤에 오는 명사의 대상으로 함을 나타내는 표현.
เกี่ยวกับ..., สัมพันธ์กับ...
สำนวนที่ขยายคำนามที่ตามมาข้างหลังและแสดงว่าคำนามที่อยู่ข้างหน้าเป็นเป้าหมายของคำนามที่ตามมาข้างหลัง

• **설명** (คำนาม) : 어떤 것을 남에게 알기 쉽게 풀어 말함. 또는 그런 말.
การอธิบาย, การพูดอธิบาย, คำอธิบาย, คำพูดอธิบาย
การพูดบอกสิ่งใดสิ่งหนึ่งแก่ผู้อื่นให้เข้าใจได้ง่าย หรือคำเช่นนั้น

• 을 : 동작이 직접적으로 영향을 미치는 대상을 나타내는 조사.
ไม่พบคำแปล
คำชี้ที่แสดงเป้าหมายที่การกระทำส่งผลกระทบโดยตรง

• **마치다** (คำกริยา) : 하던 일이나 과정이 끝나다. 또는 그렇게 하다.
เสร็จ, เสร็จสิ้น, ทำเสร็จ, ทำให้เสร็จสิ้น
งานหรือขั้นตอนเสร็จสิ้น หรือทำดังกล่าว

• -도록 하다 : 말하는 사람이 어떤 행위를 할 것이라는 의지나 다짐을 나타내는 표현.
จะ, ตั้งใจว่า
สำนวนที่แสดงความตั้งใจหรือความมุ่งมั่นของผู้พูดว่าจะกระทำสิ่งใด ๆ

• -겠- : 완곡하게 말하는 태도를 나타내는 어미.
จะ..
วิภัตติปัจจัยที่แสดงท่าทีที่พูดอย่างนุ่มนวล

• -습니다 : (아주높임으로) 현재의 동작이나 상태, 사실을 정중하게 설명함을 나타내는 종결 어미.
วิภัตติปัจจัยลงท้ายประโยคบอกเล่าที่ใช้ในระดับภาษาที่สุภาพมาก
(ใช้ในการยกย่องอย่างมากและเป็นทางการ) วิภัตติปัจจัยลงท้ายประโยคที่แสดงการอธิบายถึงอากัปกิริยา สภาพ หรือข้อเท็จจริงใด ๆ ในปัจจุบันอย่างสุภาพนอบน้อม

직원 : 지금+부터+는 투자자+분+들+의 질문+을 받+[도록 하]+겠+습니다.

• **지금** (คำนาม) : 말을 하고 있는 바로 이때.
เดี๋ยวนี้, ตอนนี้, ประเดี๋ยวนี้
ตอนนี้ที่กำลังพูดอยู่

• 부터 : 어떤 일의 시작이나 처음을 나타내는 조사.
ตั้งแต่..., จาก...
คำชี้ที่แสดงการเริ่มต้นหรือครั้งแรกของงานใด ๆ

• 는 : 문장 속에서 어떤 대상이 화제임을 나타내는 조사.
...นั้น
คำชี้ที่แสดงว่าเป้าหมายใดๆเป็นหัวเรื่องในประโยค

• **투자자** (คำนาม) : 이익을 얻기 위해 어떤 일이나 사업에 돈을 대거나 시간이나 정성을 쏟는 사람.
นักลงทุน, นักประกอบธุรกิจ
คนที่ทุ่มเทเวลาหรือความเอาใจใส่หรือการลงทุนในการทำธุรกิจหรือสิ่งใดเพื่อได้รับผลประโยชน์

• 분 : '높임'의 뜻을 더하는 접미사.
ท่าน...
ปัจจัยที่ใช้เพิ่มเข้าไปในคำเพื่อให้มีความหมายว่า 'การยกย่อง'

• 들 : '복수'의 뜻을 더하는 접미사.
พวก..., ...ทั้งหลาย, ที่เป็นพหูพจน์
ปัจจัยที่เพิ่มคำไปในคำเพื่อให้มีความหมายว่า 'พหูพจน์'

• 의 : 앞의 말이 뒤의 말에 대하여 소유, 소속, 소재, 관계, 기원, 주체의 관계를 가짐을 나타내는 조사.
ของ...
คำชี้ที่แสดงว่าคำพูดข้างหน้ามีความสัมพันธ์กับประธาน แหล่งกำเนิด ความสัมพันธ์ วัตถุดิบ การสังกัด การเป็นเจ้าของต่อคำพูดข้างหลัง

• **질문** (คำนาม) : 모르는 것이나 알고 싶은 것을 물음.
คำถาม, การซักถาม, การสอบถาม
การถามถึงสิ่งที่ไม่รู้หรือสิ่งที่อยากรู้

• 을 : 동작이 직접적으로 영향을 미치는 대상을 나타내는 조사.
ไม่พบคำแปล
คำชี้ที่แสดงเป้าหมายที่การกระทำส่งผลกระทบโดยตรง

• **받다** (คำกริยา) : 요구나 신청, 질문, 공격, 신호 등과 같은 작용을 당하거나 그에 응하다.
ได้รับ, รับ
ได้รับการร้องขอ การสมัคร คำถาม การจู่โจม การให้สัญญาณ เป็นต้น หรือการตอบสนองสิ่งดังกล่าว

• -도록 하다 : 말하는 사람이 어떤 행위를 할 것이라는 의지나 다짐을 나타내는 표현.
จะ, ตั้งใจว่า
สำนวนที่แสดงความตั้งใจหรือความมุ่งมั่นของผู้พูดว่าจะกระทำสิ่งใด ๆ

• -겠- : 완곡하게 말하는 태도를 나타내는 어미.
จะ..
วิภัตติปัจจัยที่แสดงท่าทีที่พูดอย่างนุ่มนวล

• -습니다 : (아주높임으로) 현재의 동작이나 상태, 사실을 정중하게 설명함을 나타내는 종결 어미.
วิภัตติปัจจัยลงท้ายประโยคบอกเล่าที่ใช้ในระดับภาษาที่สุภาพมาก
(ใช้ในการยกย่องอย่างมากและเป็นทางการ) วิภัตติปัจจัยลงท้ายประโยคที่แสดงการอธิบายถึงอากัปกิริยา สภาพ หรือข้อเท็จจริงใด ๆ ในปัจจุบันอย่างสุภาพนอบน้อม

투자자 : 자세하+ㄴ 설명 잘 듣(들)+었+습니다.
자세한 들었습니다

• **자세하다** (คำคุณศัพท์) : 아주 사소한 부분까지 구체적이고 분명하다.
ละเอียด, ละเอียดลออ, ถี่ถ้วน, ประณีต
ชัดเจนและเห็นได้ชัดแม้กระทั่งส่วนที่เล็กน้อยมาก

• -ㄴ : 앞의 말이 관형어의 기능을 하게 만들고 현재의 상태를 나타내는 어미.
...ที่
วิภัตติปัจจัยที่ทำให้คำพูดข้างหน้าทำหน้าที่เป็นคุณศัพท์ขยายนามและแสดงถึงสภาพที่เป็นอยู่ในปัจจุบัน

• **설명** (คำนาม) : 어떤 것을 남에게 알기 쉽게 풀어 말함. 또는 그런 말.
การอธิบาย, การพูดอธิบาย, คำอธิบาย, คำพูดอธิบาย
การพูดบอกสิ่งใดสิ่งหนึ่งแก่ผู้อื่นให้เข้าใจได้ง่าย หรือคำเช่นนั้น

• **잘** (คำวิเศษณ์) : 관심을 집중해서 주의 깊게.
อย่างดี, อย่างระวัง, อย่างสนอกสนใจ, อย่างให้ความสำคัญ
อย่างระมัดระวังโดยพุ่งความสนใจ

• **듣다** (คำกริยา) : 다른 사람의 말이나 소리 등에 귀를 기울이다.
ฟัง, ได้ยิน
เอียงหูไปที่คำพูดหรือเสียง เป็นต้น ของผู้อื่น

• -었- : 어떤 사건이 과거에 완료되었거나 그 사건의 결과가 현재까지 지속되는 상황을 나타내는 어미.
...แล้ว
วิภัตติปัจจัยที่แสดงว่าเหตุการณ์ใดๆเสร็จสมบูรณ์ไปแล้วในอดีตหรือแสดงสถานการณ์ที่ผลลัพธ์ของเหตุการณ์ดังกล่าวต่อเนื่องจนถึงปัจจุบัน

• -습니다 : (아주높임으로) 현재의 동작이나 상태, 사실을 정중하게 설명함을 나타내는 종결 어미.
วิภัตติปัจจัยลงท้ายประโยคบอกเล่าที่ใช้ในระดับภาษาที่สุภาพมาก
(ใช้ในการยกย่องอย่างมากและเป็นทางการ) วิภัตติปัจจัยลงท้ายประโยคที่แสดงการอธิบายถึงอากัปกิริยา สภาพ หรือข้อเท็จจริงใด ๆ ในปัจจุบันอย่างสุภาพนอบน้อม

투자자 : 그런데 혹시 그거 사람+도 먹+[을 수 있]+습니까?

• **그런데** (คำวิเศษณ์) : 이야기를 앞의 내용과 관련시키면서 다른 방향으로 바꿀 때 쓰는 말.
แต่, แต่ว่า
คำที่ใช้ตอนเปลี่ยนทิศทางไปยังทิศทางอื่นโดยที่ทำให้เนื้อเรื่องมีสัมพันธ์กับเนื้อหาข้างหน้า

• **혹시** (คำวิเศษณ์) : 그러리라 생각하지만 분명하지 않아 말하기를 망설일 때 쓰는 말.
เอ่อ... ไม่ทราบว่า
คำที่ใช้เมื่อเวลาลังเลที่จะพูดเพราะไม่แน่ใจถึงแม้จะคิดว่าใช่ก็ตาม

• **그거** (สรรพนาม) : 앞에서 이미 이야기한 대상을 가리키는 말.
สิ่งนั้น, อันนั้น, เรื่องนั้น
คำที่แสดงถึงสิ่งที่ได้พูดไปก่อนหน้านี้แล้ว

• **사람** (คำนาม) : 생각할 수 있으며 언어와 도구를 만들어 사용하고 사회를 이루어 사는 존재.
คน, มนุษย์
สิ่งที่ดำรงอยู่ร่วมกันเป็นสังคม มีความรู้สึกนึกคิด มีการประดิษฐ์เครื่องมือและภาษาเพื่อใช้งาน

• 도 : 이미 있는 어떤 것에 다른 것을 더하거나 포함함을 나타내는 조사.
...ด้วย
คำชี้ที่แสดงการรวมหรือเพิ่มสิ่งอื่นลงในสิ่งใด ๆ ที่มีอยู่แล้ว

• **먹다** (คำกริยา) : 음식 등을 입을 통하여 배 속에 들여보내다.
กิน
เอาอาหาร เป็นต้น ใส่เข้าไปในท้องโดยผ่านปาก

• -을 수 있다 : 어떤 행동이나 상태가 가능함을 나타내는 표현.
น่า(จะ), อาจ(จะ), คง(จะ), เป็นไปได้, มีสิทธิ์
สำนวนที่แสดงว่าการกระทำหรือสภาพใด ๆ อาจเกิดขึ้นได้

• -습니까 : (아주높임으로) 말하는 사람이 듣는 사람에게 정중하게 물음을 나타내는 종결 어미.
วิภัตติปัจจัยลงท้ายประโยคคำถามที่ใช้ในระดับภาษาที่สุภาพมาก, ...ไหมคะ(ครับ), ...หรือเปล่าคะ(ครับ), ...เหรอคะ(ครับ)
(ใช้ในการยกย่องอย่างมากและเป็นทางการ) วิภัตติปัจจัยลงท้ายประโยคที่แสดงการที่ผู้พูดถามผู้ฟังอย่างสุภาพนอบน้อม

직원 : 사람+은 못 먹+습니다.

• **사람** (คำนาม) : 생각할 수 있으며 언어와 도구를 만들어 사용하고 사회를 이루어 사는 존재.
คน, มนุษย์
สิ่งที่ดำรงอยู่ร่วมกันเป็นสังคม มีความรู้สึกนึกคิด มีการประดิษฐ์เครื่องมือและภาษาเพื่อใช้งาน

• 은 : 문장 속에서 어떤 대상이 화제임을 나타내는 조사.
ตัวชี้หัวเรื่อง
คำชี้ที่แสดงว่าเป้าหมายใด ๆ เป็นหัวข้อเรื่องในประโยค

• **못** (คำวิเศษณ์) : 동사가 나타내는 동작을 할 수 없게.
...ไม่ได้, ทำไม่ได้
กริยาไม่สามามารถแสดงการเคลื่อนไหวได้

• **먹다** (คำกริยา) : 음식 등을 입을 통하여 배 속에 들여보내다.
กิน
เอาอาหาร เป็นต้น ใส่เข้าไปในท้องโดยผ่านปาก

• -습니다 : (아주높임으로) 현재의 동작이나 상태, 사실을 정중하게 설명함을 나타내는 종결 어미.
วิภัตติปัจจัยลงท้ายประโยคบอกเล่าที่ใช้ในระดับภาษาที่สุภาพมาก
(ใช้ในการยกย่องอย่างมากและเป็นทางการ) วิภัตติปัจจัยลงท้ายประโยคที่แสดงการอธิบายถึงอากัปกิริยา สภาพ หรือข้อเท็จจริงใด ๆ ในปัจจุบันอย่างสุภาพนอบน้อม

투자자 : 아니, 유기농 원료+에 영양가 높+고 위생적+으로 만들(만드)+ㄴ
만든

개 사료+(이)+라면서 왜 먹+[지 못하]+지요?
개 사료라면서

• **아니** (คำอุทาน) : 놀라거나 감탄스러울 때, 또는 의심스럽고 이상할 때 하는 말.
โอ๊ะ, โอ๊ย
คำที่พูดเมื่อตกใจหรือประหลาดใจ หรือใช้พูดเมื่อสงสัยและรู้สึกแปลก

• **유기농** (คำนาม) : 화학 비료나 농약을 쓰지 않고 생물의 작용으로 만들어진 것만을 사용하는 방식의 농업.
การเกษตรธรรมชาติ, การเกษตรอินทรีย์
เกษตรกรรมที่มีวิธีการใช้เพียงแค่สิ่งที่เกิดขึ้นจากปฏิกิริยาของสิ่งมีชีวิต โดยไม่ใช้สารเคมีหรือปุ๋ยเคมี

• **원료** (คำนาม) : 어떤 것을 만드는 데 들어가는 재료.
วัตถุดิบ
วัสดุที่ประกอบเข้าไปในการทำสิ่งใด

• 에 : 앞말에 무엇이 더해짐을 나타내는 조사.
ใน..., ที่ใน..., รวมกับ...
คำชี้ที่แสดงว่าอะไรถูกเพิ่มเข้าไปในคำพูดข้างหน้า

• **영양가** (คำนาม) : 식품이 가진 영양의 가치.
คุณค่าทางโภชนาการ
คุณค่าที่อาหารมีทางโภชนาการ

• **높다** (คำคุณศัพท์) : 품질이나 수준 또는 능력이나 가치가 보통보다 위에 있다.
(คุณภาพ, มาตรฐาน, ความสามารถ, คุณค่า)สูง
คุณภาพ มาตรฐาน ความสามารถหรือคุณค่าสูงกว่าปกติ

• -고 : 두 가지 이상의 대등한 사실을 나열할 때 쓰는 연결 어미.
ทั้ง...และ…
วิภัตติปัจจัยเชื่อมระหว่างประโยคที่ใช้เมื่อแจกแจงข้อเท็จจริงที่เท่าเทียมกันสองสิ่งขึ้นไปต่อกัน

• **위생적** (คำนาม) : 건강에 이롭거나 도움이 되도록 조건을 갖춘 것.
ที่ถูกต้องตามสุขอนามัย, ที่ถูกต้องตามสุขลักษณะ
การที่จัดเงื่อนไขเพื่อให้เป็นประโยชน์หรือช่วยด้านสุขภาพ

• 으로 : 어떤 일의 방법이나 방식을 나타내는 조사.
โดย..., ด้วย...
คำชี้ที่แสดงวิธีการหรือวิธีของงานใด ๆ

• **만들다** (คำกริยา) : 힘과 기술을 써서 없던 것을 생기게 하다.
ทำ, ประดิษฐ์, สร้างสรรค์
ทำให้เกิดสิ่งที่ไม่เคยมีโดยใช้แรงและฝีมือ

• -ㄴ : 앞의 말이 관형어의 기능을 하게 만들고 사건이나 동작이 완료되어 그 상태가 유지되고 있음을 나타내는 어미.
ที่..., ...อยู่
วิภัตติปัจจัยที่แสดงการที่ทำให้คำพูดข้างหน้าทำหน้าที่เป็นคุณศัพท์ขยายนามและเหตุการณ์หรืออากัปกิริยานั้นเสร็จสิ้นไปแล้วและยังคงสภาพดังกล่าวอย่างต่อเนื่องอยู่

• **개** (คำนาม) : 냄새를 잘 맡고 귀가 매우 밝으며 영리하고 사람을 잘 따라 사냥이나 애완 등의 목적으로 기르는 동물.
สุนัข, หมา
สัตว์ที่ดมกลิ่นเก่ง หูดีมาก ซื่อสัตย์และเชื่อฟังคน เลี้ยงไว้เพื่อวัตถุประสงค์ในการล่าสัตว์หรือเป็นสัตว์เลี้ยง เป็นต้น

• **사료** (คำนาม) : 집이나 농장 등에서 기르는 동물에게 주는 먹이.
อาหารสัตว์
อาหารที่ให้แก่สัตว์ที่เลี้ยงในบ้านหรือฟาร์ม เป็นต้น

• 이다 : 주어가 지시하는 대상의 속성이나 부류를 지정하는 뜻을 나타내는 서술격 조사.
เป็น
คำชี้ภาคแสดงการกที่แสดงความหมายที่กำหนดประเภทหรือคุณสมบัติของเป้าหมายที่ประธานบ่งชี้

• -라면서 : 듣는 사람이나 다른 사람이 이전에 했던 말이 예상이나 지금의 상황과 다름을 따져 물을 때 쓰는 표현.
ไหนว่า...แล้ว...
สำนวนที่ใช้เมื่อซักถามถึงคำพูดที่ผู้ฟังหรือผู้อื่นเคยพูดก่อนหน้านี้ว่าไม่เหมือนกับสถานการณ์หรือที่คาดคะเน ณ ตอนนี้

• **왜** (คำวิเศษณ์) : 무슨 이유로. 또는 어째서.
ทำไม, ด้วยเหตุใด, เพราะอะไร
ด้วยเหตุผลอันใด หรือเพราะอะไร

• **먹다** (คำกริยา) : 음식 등을 입을 통하여 배 속에 들여보내다.
กิน
เอาอาหาร เป็นต้น ใส่เข้าไปในท้องโดยผ่านปาก

• -지 못하다 : 앞의 말이 나타내는 행동을 할 능력이 없거나 주어의 의지대로 되지 않음을 나타내는 표현.
ไม่สามารถ..., ไม่สามารถ...ได้, ...ไม่ได้
สำนวนที่ใช้แสดงการไม่เป็นไปตามที่ประธานตั้งใจหรือไม่มีความสามารถที่จะทำการกระทำที่ปรากฏในคำพูดข้างหน้า

• -지요 : (두루높임으로) 말하는 사람이 듣는 사람에게 친근함을 나타내며 물을 때 쓰는 종결 어미.
...ล่ะ(ครับ)
(ใช้ในการยกย่องอย่างไม่เป็นทางการ) วิภัตติปัจจัยลงท้ายประโยคเมื่อผู้พูดถามไปพร้อมกับการแสดงความสนิทสนมกับผู้ฟัง

직원 : 비싸+(아)서 절대 못 먹+습니다.
비싸서

- **비싸다** (คำคุณศัพท์) : 물건값이나 어떤 일을 하는 데 드는 비용이 보통보다 높다.
แพง, ราคาสูง
ราคาของสิ่งของหรือค่าใช้จ่ายที่ใช้ในการทำเรื่องใดสูงกว่าปกติ

- -아서 : 이유나 근거를 나타내는 연결 어미.
เพราะ..จึง...
วิภัตติปัจจัยเชื่อมระหว่างประโยคที่แสดงเหตุผลหรือสาเหตุ

- **절대** (คำวิเศษณ์) : 어떤 경우라도 반드시.
อย่างสิ้นเชิง, โดยทั้งนั้น, โดยเด็ดขาด, เป็นอันขาด
จำเป็น ไม่ว่าจะมีเป็นกรณีใด ๆ ก็ตาม

- **못** (คำวิเศษณ์) : 동사가 나타내는 동작을 할 수 없게.
...ไม่ได้, ทำไม่ได้
กริยาไม่สามามารถแสดงการเคลื่อนไหวได้

- **먹다** (คำกริยา) : 음식 등을 입을 통하여 배 속에 들여보내다.
กิน
เอาอาหาร เป็นต้น ใส่เข้าไปในท้องโดยผ่านปาก

- -습니다 : (아주높임으로) 현재의 동작이나 상태, 사실을 정중하게 설명함을 나타내는 종결 어미.
วิภัตติปัจจัยลงท้ายประโยคบอกเล่าที่ใช้ในระดับภาษาที่สุภาพมาก
(ใช้ในการยกย่องอย่างมากและเป็นทางการ) วิภัตติปัจจัยลงท้ายประโยคที่แสดงการอธิบายถึงอากัปกิริยา สภาพ หรือข้อเท็จจริงใด ๆ ในปัจจุบันอย่างสุภาพนอบน้อม

● 숫자 (ตัวเลข)

- 0 (영, 공) : ศูนย์, เลขศูนย์, จำนวนศูนย์
- 1 (일, 하나) : หนึ่ง, เลขหนึ่ง, จำนวนหนึ่ง
- 2 (이, 둘) : สอง, เลขสอง, จำนวนสอง
- 3 (삼, 셋) : สาม, เลขสาม, จำนวนสาม
- 4 (사, 넷) : สี่, เลขสี่, จำนวนสี่
- 5 (오, 다섯) : ห้า, เลขห้า, จำนวนห้า
- 6 (육, 여섯) : หก, เลขหก, จำนวนหก
- 7 (칠, 일곱) : เจ็ด, เลขเจ็ด, จำนวนเจ็ด
- 8 (팔, 여덟) : แปด, เลขแปด, จำนวนแปด
- 9 (구, 아홉) : เก้า, เลขเก้า, จำนวนเก้า
- 10 (십, 열) : สิบ, เลขสิบ, จำนวนสิบ
- 20 (이십, 스물) : ยี่สิบ, เลขยี่สิบ, จำนวนยี่สิบ
- 30 (삼십, 서른) : สามสิบ, เลขสามสิบ, จำนวนสามสิบ
- 40 (사십, 마흔) : สี่สิบ, เลขสี่สิบ, จำนวนสี่สิบ
- 50 (오십, 쉰) : ห้าสิบ, เลขห้าสิบ, จำนวนห้าสิบ
- 60 (육십, 예순) : หกสิบ, เลขหกสิบ, จำนวนหกสิบ
- 70 (칠십, 일흔) : เจ็ดสิบ, เลขเจ็ดสิบ, จำนวนเจ็ดสิบ
- 80 (팔십, 여든) : แปดสิบ, เลขแปดสิบ, จำนวนแปดสิบ
- 90 (구십, 아흔) : เก้าสิบ, เลขเก้าสิบ, จำนวนเก้าสิบ
- 100 (백) : หนึ่งร้อย, เลขหนึ่งร้อย, จำนวนหนึ่งร้อย
- 1,000 (천) : พัน, เลขหนึ่งพัน, จำนวนหนึ่งพัน
- 10,000 (만) : หมื่น, เลขหมื่น, จำนวนหมื่น
- 100,000 (십만) : แสน, เลขแสน, จำนวนแสน
- 1,000,000 (백만) : ล้าน, เลขล้าน, จำนวนล้าน
- 10,000,000 (천만) : สิบล้าน, เลขสิบล้าน, จำนวนสิบล้าน
- 100,000,000 (억) : ร้อยล้าน, เลขร้อยล้าน, จำนวนร้อยล้าน
- 1,000,000,000,000 (조) : ล้านล้าน, เลขล้านล้าน, จำนวนล้านล้าน

● 시간 (เวลา)

• **시** (คำนาม) : 하루를 스물넷으로 나누었을 때 그 하나를 나타내는 시간의 단위.
โมง, นาฬิกา(หน่วยวัดเวลา)
หน่วยของเวลาที่แสดงหนึ่งเวลาเมื่อแบ่งหนึ่งวันให้เป็นยี่สิบสี่ชั่วโมง

• **분** (คำนาม) : 한 시간의 60분의 1을 나타내는 시간의 단위.
นาที(หน่วยวัดเวลา)
หน่วยของเวลาที่แสดงค่าเป็น 1 ส่วน 60 ของหนึ่งชั่วโมง

• **초** (คำนาม) : 일 분의 60분의 1을 나타내는 시간의 단위.
วินาที(หน่วยวัดเวลา)
หน่วยนับของเวลาที่แสดงถึง 1 ใน 60 ส่วนของหนึ่งนาที

• **새벽** (คำนาม)
1) 해가 뜰 즈음.
รุ่งอรุณ, ฟ้าสาง, เช้ามืด, ใกล้รุ่ง
ช่วงที่พระอาทิตย์ใกล้ขึ้น
2) 아주 이른 오전 시간을 가리키는 말.
เช้ามืด, เช้าตรู่
คำที่ใช้ชี้ถึงเวลาเช้าตรู่มาก

• **아침** (คำนาม) : 날이 밝아올 때부터 해가 떠올라 하루의 일이 시작될 때쯤까지의 시간.
เช้า
เวลาช่วงตั้งแต่รุ่งสว่าง กระทั่งพระอาทิตย์ขึ้นและเริ่มต้นวันหนึ่ง

• **점심** (คำนาม) : 하루 중에 해가 가장 높이 떠 있는, 아침과 저녁의 중간이 되는 시간.
ตอนเที่ยง, ตอนกลางวัน
เวลาที่อยู่ในระหว่างตอนเช้าและตอนเย็น โดยที่ดวงอาทิตย์ลอยอยู่สูงที่สุดในระยะเวลาหนึ่งวัน

• **저녁** (คำนาม) : 해가 지기 시작할 때부터 밤이 될 때까지의 동안.
ตอนเย็น, เวลาเย็น, ตอนค่ำ, ตอนหัวค่ำ
ช่วงเวลาตั้งแต่ตอนพระอาทิตย์ตกจนถึงตอนที่กลายเป็นกลางคืน

• **낮** (คำนาม)
1) 해가 뜰 때부터 질 때까지의 동안.
กลางวัน
ช่วงระยะเวลาตั้งแต่พระอาทิตย์ขึ้นจนถึงตก
2) 오후 열두 시가 지나고 저녁이 되기 전까지의 동안.
หลังเที่ยงวัน, บ่าย
ช่วงระยะเวลาตั้งแต่เที่ยงวันผ่านมาจนก่อนตอนเย็น

• **밤** (คำนาม) : 해가 진 후부터 다음 날 해가 뜨기 전까지의 어두운 동안.
กลางคืน
ช่วงเวลามืดตั้งแต่หลังพระอาทิตย์ตกจนก่อนพระอาทิตย์ขึ้นในวันถัดไป

• **오전** (คำนาม)
1) 아침부터 낮 열두 시까지의 동안.
ก่อนเที่ยง, สาย ๆ, ช่วงเวลาเช้า
ช่วงเวลาตั้งแต่เช้าถึงเที่ยงวัน
2) 밤 열두 시부터 낮 열두 시까지의 동안.
ก่อนเที่ยง, สาย ๆ, ช่วงเวลาเช้า
ระยะเวลาตั้งแต่เที่ยงคืนจนถึงเที่ยงวัน

• **오후** (คำนาม)
1) 정오부터 해가 질 때까지의 동안.
บ่าย, หลังเที่ยง
ช่วงตั้งแต่เที่ยงจนถึงพระอาทิตย์ตก
2) 정오부터 밤 열두 시까지의 시간.
เที่ยงวันจนถึงเที่ยงคืน
เวลาตั้งแต่เที่ยงวันจนถึงเที่ยงคืน

• **정오** (คำนาม) : 낮 열두 시.
เที่ยงวัน
เวลา 12 นาฬิกาตอนกลางวัน

• **자정** (คำนาม) : 밤 열두 시.
เที่ยงคืน
สิบสองนาฬิกาตอนกลางคืน

• **그저께** (คำนาม) : 어제의 전날. 즉 오늘로부터 이틀 전.
วานซืน, เมื่อวานซืน, เมื่อสองวันที่แล้ว
วันก่อนเมื่อวานนี้ กล่าวคือ ก่อนวันนี้ไป 2 วัน

• **어제** (คำนาม) : 오늘의 하루 전날.
เมื่อวาน, เมื่อวานนี้
วันก่อนหน้าวันนี้หนึ่งวัน

• **오늘** (คำนาม) : 지금 지나가고 있는 이날.
วันนี้
วันนี้ที่กำลังผ่านไปตอนนี้

• **내일** (คำนาม) : 오늘의 다음 날.
พรุ่งนี้, วันพรุ่งนี้
วันถัดไปของวันนี้

• **모레** (คำนาม) : 내일의 다음 날.
มะรืน, วันมะรืนนี้
วันถัดไปของวันพรุ่งนี้

• **하루** (คำนาม) : 밤 열두 시부터 다음 날 밤 열두 시까지의 스물네 시간.
หนึ่งวัน
ยี่สิบสี่ชั่วโมงตั้งแต่เที่ยงคืนจนถึงเที่ยงคืนของอีกวัน

• **이틀** (คำนาม) : 두 날.
สองวัน
สองวัน

• **사흘** (คำนาม) : 세 날.
ไม่พบคำแปล
สามวัน

• **나흘** (noun) : 네 날.
สี่วัน
สี่วัน

• **닷새** (คำนาม) : 다섯 날.
ห้าวัน, 5 วัน
ห้าวัน

• **엿새** (noun) : 여섯 날.
หกวัน, 6 วัน
หกวัน

• **이레** (คำนาม) : 일곱 날.
เจ็ดวัน
เจ็ดวัน

• **여드레** (คำนาม) : 여덟 날.
ไม่พบคำแปล
แปดวัน

• **아흐레** (คำนาม) : 아홉 날.
เก้าวัน, 9 วัน
เก้าวัน

• **열흘** (คำนาม) : 열 날.
สิบวัน
วันสิบวัน

• **월요일** (คำนาม) : 한 주가 시작되는 첫 날.
จันทร์, วันจันทร์
วันแรกที่เริ่มในสัปดาห์หนึ่งๆ

• **화요일** (คำนาม) : 월요일을 기준으로 한 주의 둘째 날.
อังคาร, วันอังคาร
วันที่สองของสัปดาห์โดยยึดวันจันทร์เป็นวันเริ่มต้น

• **수요일** (คำนาม) : 월요일을 기준으로 한 주의 셋째 날.
พุธ, วันพุธ
วันที่สามของสัปดาห์โดยนับจากวันจันทร์เป็นวันแรก

• **목요일** (คำนาม) : 월요일을 기준으로 한 주의 넷째 날.
พฤหัสบดี, วันพฤหัสบดี
วันที่สี่ของสัปดาห์โดยยึดวันจันทร์เป็นวันเริ่มต้น

• **금요일** (คำนาม) : 월요일을 기준으로 한 주의 다섯째 날.
วันศุกร์
วันที่ห้าของสัปดาห์โดยยึดวันจันทร์เป็นเกณฑ์

• **토요일** (คำนาม) : 월요일을 기준으로 한 주의 여섯째 날.
เสาร์, วันเสาร์
วันที่หกของสัปดาห์โดยยึดวันจันทร์เป็นวันเริ่มต้น

• **일요일** (คำนาม) : 월요일을 기준으로 한 주의 마지막 날.
อาทิตย์, วันอาทิตย์
วันสุดท้ายของสัปดาห์โดยใช้วันจันทร์เป็นเกณฑ์

• **일주일** (คำนาม) : 월요일부터 일요일까지 칠 일. 또는 한 주일.
หนึ่งสัปดาห์, หนึ่งอาทิตย์
เจ็ดวันตั้งแต่วันจันทร์ถึงวันอาทิตย์ หรือหนึ่งสัปดาห์

• **일월** (คำนาม) : 일 년 열두 달 가운데 첫째 달.
มกราคม, เดือนมกราคม, เดือนหนึ่ง
เดือนลำดับที่หนึ่งในบรรดาสิบสองเดือนในหนึ่งปี

• **이월** (คำนาม) : 일 년 열두 달 가운데 둘째 달.
กุมภาพันธ์, เดือนกุมภาพันธ์, เดือนสอง
เดือนลำดับที่สองเรียงจากจำนวนเดือนสิบสองเดือนในหนึ่งปี

• **삼월** (คำนาม) : 일 년 열두 달 가운데 셋째 달.
มีนาคม, เดือนมีนาคม, เดือนสาม
เดือนลำดับที่สามเรียงจากจำนวนเดือนสิบสองเดือนในหนึ่งปี

• **사월** (คำนาม) : 일 년 열두 달 가운데 넷째 달.
เมษายน, เดือนเมษายน, เดือนสี่
เดือนลำดับที่สี่เรียงจากจำนวนเดือนสิบสองเดือนในหนึ่งปี

• **오월** (คำนาม) : 일 년 열두 달 가운데 다섯째 달.
พฤษภาคม, เดือนพฤษภาคม, เดือนห้า
เดือนลำดับที่ห้าซึ่งอยู่ตรงกลางของสิบสองเดือนในหนึ่งปี

• **유월** (คำนาม) : 일 년 열두 달 가운데 여섯째 달.
มิถุนายน, เดือนมิถุนายน, เดือนหก
เดือนลำดับที่หกเรียงจากจำนวนเดือนสิบสองเดือนในหนึ่งปี

• **칠월** (คำนาม) : 일 년 열두 달 가운데 일곱째 달.
กรกฎาคม, เดือนกรกฎาคม, เดือนเจ็ด
เดือนลำดับที่เจ็ดเรียงจากจำนวนเดือนสิบสองเดือนในหนึ่งปี

• **팔월** (คำนาม) : 일 년 열두 달 가운데 여덟째 달.
สิงหาคม, เดือนสิงหาคม, เดือนแปด
เดือนลำดับที่แปดเรียงจากจำนวนเดือนสิบสองเดือนในหนึ่งปี

• **구월** (คำนาม) : 일 년 열두 달 가운데 아홉째 달.
กันยายน, เดือนกันยายน, เดือนเก้า
เดือนลำดับที่เก้าในบรรดาสิบสองเดือนในหนึ่งปี

• **시월** (คำนาม) : 일 년 열두 달 중 열 번째 달.
ตุลาคม, เดือนตุลาคม, เดือนสิบ
เดือนลำดับที่สิบเรียงจากจำนวนเดือนสิบสองเดือนในหนึ่งปี

• **십일월** (คำนาม) : 일 년 열두 달 가운데 열한째 달.
พฤศจิกายน, เดือนพฤศจิกายน, เดือนสิบเอ็ด
เดือนลำดับที่สิบเอ็ดเรียงจากจำนวนเดือนสิบสองเดือนในหนึ่งปี

• **십이월** (คำนาม) : 일 년 열두 달 가운데 마지막 달.
ธันวาคม, เดือนธันวาคม, เดือนสิบสอง
เดือนสุดท้ายเรียงจากจำนวนเดือนสิบสองเดือนในหนึ่งปี

• **봄** (คำนาม) : 네 계절 중의 하나로 겨울과 여름 사이의 계절.
ฤดูใบไม้ผลิ
หนึ่งในฤดูทั้งสี่ฤดู ซึ่งอยู่ระหว่างฤดูหนาวและฤดูร้อน

• **여름** (คำนาม) : 네 계절 중의 하나로 봄과 가을 사이의 더운 계절.
ฤดูร้อน
หนึ่งในฤดูกาลทั้งสี่ ซึ่งเป็นฤดูที่อยู่ระหว่างฤดูใบไม้ผลิและฤดูใบไม้ร่วง

• **가을** (คำนาม) : 네 계절 중의 하나로 여름과 겨울 사이의 계절.
ฤดูใบไม้ร่วง
ฤดูกาลหนึ่งใน 4 ฤดูซึ่งอยู่ระหว่างฤดูร้อนและฤดูหนาว

• **겨울** (คำนาม) : 네 계절 중의 하나로 가을과 봄 사이의 추운 계절.
ฤดูหนาว, หน้าหนาว
ฤดูที่หนาวซึ่งอยู่ระหว่างฤดูใบไม้ร่วงกับฤดูใบไม้ผลิ เป็นหนึ่งในสี่ฤดู

• **작년** (คำนาม) : 지금 지나가고 있는 해의 바로 전 해.
ปีที่แล้ว
ปีที่ผ่านมาก่อนหน้าปีที่กำลังผ่าน

• **올해** (คำนาม) : 지금 지나가고 있는 이 해.
ปีนี้, ศกนี้
ปีนี้ที่กำลังผ่านไปอยู่ ณ เวลานี้

• **내년** (คำนาม) : 올해의 바로 다음 해.
ปีหน้า, ปีต่อไป, ปีถัดไป
ปีต่อไปต่อจากปีนี้

• **과거** (คำนาม) : 지나간 때.
อดีต
วันที่ผ่านเลยไป

• **현재** (คำนาม) : 지금 이때.
ขณะนี้, บัดนี้, ปัจจุบัน
เวลา ณ ตอนนี้

• **미래** (คำนาม) : 앞으로 올 때.
อนาคต, วันข้างหน้า
วันข้างหน้าที่จะมา

< 참고(การอ้างอิง) 문헌(เอกสาร) >

고려대학교 한국어대사전, 고려대학교 민족문화연구원, 2009
우리말샘, 국립국어원, 2016
표준국어대사전, 국립국어원, 1999
한국어교육 문법 자료편, 한글파크, 2016
한국어 교육학 사전, 하우, 2014
한국어기초사전, 국립국어원, 2016
한국어 문법 총론 Ⅰ, 집문당, 2015

유머로 배우는 한국어 ภาษาไทย(태국어) การแปล(번역)

발 행 | 2024년 7월 16일
저 자 | 주식회사 한글2119연구소
펴낸이 | 한건희
펴낸곳 | 주식회사 부크크
출판사등록 | 2014.07.15.(제2014-16호)
주 소 | 서울특별시 금천구 가산디지털1로 119 SK트윈타워 A동 305호
전 화 | 1670-8316
이메일 | info@bookk.co.kr

ISBN | 979-11-410-9542-0

www.bookk.co.kr